TUỆ SỸ
- VIÊN NGỌC QUÝ

Tuệ Sỹ - Viên Ngọc Quý[1]
Nguyễn Hiền-Đức sưu tập

Biên tập & Trình bày: Nguyễn Minh Tiến
Trách nhiệm nội dung: Nguyên Đạo
Sửa lỗi chính tả: Hoa Lan & Phù Vân
Thiết kế bìa: Họa sĩ Sao Mai
Hình bìa trước: Họa sĩ Đinh Cường

ISBN-13: 979-8-6676-4752-2
VIÊN GIÁC TÙNG THƯ

United Buddhist Publisher - 2020

---

[1] Nhan đề sách được gợi ý từ câu nói của Học giả Đào Duy Anh: "Thầy Tuệ Sỹ là viên ngọc quý của Phật giáo và của Việt Nam."

TUỆ SỸ
VIÊN NGỌC QUÝ

NGUYỄN HIỀN-ĐỨC

sưu tập

2020

Mục Lục

- ❖ THÍCH NHƯ ĐIỂN
  Lời Giới Thiệu 9
- ❖ NGUYỄN HIỀN-ĐỨC
  Lời Thưa 13
- ❖ THÍCH PHƯỚC AN
  Thay Lời Dẫn Nhập: Cụ Quách Tấn, Cụ Đào Duy Anh
  Và Thầy Tuệ Sỹ 21

❑ MỘT SỐ BÀI VIẾT CỦA THẦY TUỆ SỸ

- ❖ Tựa Thắng Man Giảng Luận 29
- ❖ Suy Nghĩ Về Hướng Giáo Dục
  Đạo Phật Cho Tuổi Trẻ 31
- ❖ Đạo Phật & Thanh Niên 37
- ❖ Tuổi Trẻ Lên Đường 49
  - I. Chuẩn Bị Hành Trang 50
  - II. Đi Tìm Ẩn Sỹ 59
  - III. Đại Dương Chào Đón 63
  - IV. Trên Cửa Khẩu Lanka 68
  - V. Vào Trường Ngữ Học 73
- ❖ Những Giá Trị Phổ Quát Của Bồ Tát Hành 79
  - I. Lý Tưởng Và Hiện Thực 79
  - II. Những Giá Trị Phổ Quát 90
  - III. Nhân Cách Siêu Việt 99

- ❖ Phương Nào Cõi Tịnh 105
- ❖ Dẫn Vào Thế Giới Văn Học Phật Giáo..................... 117
  - I. Giới Hạn Của Văn Học Phật Giáo...................... 117
  - II. Khởi Điểm Của Văn Học Phật Giáo:
     Cảm Hứng Từ Đời Sống Cá Biệt 121
  - III. Cảm Hứng Trong Văn Học Đại Thừa............... 129
- ❖ Thi Ca Và Tư Tưởng 141
- ❖ Sau Lưng Ngôn Ngữ Của Thi Ca 155
- ❖ Ngày Mai Tìm Bóng Tử Thần Mà Yêu 161
- ❖ Piano Sonata 14 169
- ❖ Thơ Tuệ Sỹ 181

❑ NHIỀU TÁC GIẢ VIẾT VỀ THẦY TUỆ SỸ

- ❖ **THÍCH NGUYÊN SIÊU**
  Giới Thiệu Tổng Quát Công Trình
  Dịch Thuật Kinh, Luật, Luận,
  Triết Học, Thi Ca Của Thượng Tọa Tuệ Sỹ 191
- ❖ **VĂN CÔNG TUẤN**
  Những Phương Trời Viễn Mộng 215
- ❖ **DOMINIQUE (HẠNH VIÊN dịch)**
  Những Điệp Khúc Cho Dương Cầm....................... 233
- ❖ **HUỲNH KIM QUANG**
  Theo Dấu Lặng -
  Nghe Điệp Khúc Dương Cầm Của Thầy Tuệ Sỹ 237
- ❖ **BÙI GIÁNG**
  Tuệ Sỹ - Một Nguồn Thơ Việt Phi Phàm 243
- ❖ **NGUYỄN TÁNH PHẠM CÔNG THIỆN**
  Một Buổi Sáng Đọc Thơ Tuệ Sỹ 249

- **PHẠM CÔNG THIỆN**
  Buổi Chiều Nắng Hạ Đọc Thơ Tuệ Sỹ 255
- **NGUYỄN MINH CẦN**
  Đọc Thơ Tù Của Thầy Tuệ Sỹ 263
- **ĐỖ HỒNG NGỌC**
  Cuối Năm Đi Thăm Thầy Tuệ Sỹ............................. 271
- **HOÀI KHANH**
  Tương Tư Đất.. 273
- **ĐINH CƯỜNG**
  Nhớ thầy Tuệ Sỹ 275
- **TÂM THƯỜNG ĐỊNH**
  Thiên Nhãn... 277
- **THÍCH PHƯỚC AN**
  Thơ Tuệ Sỹ - Tiếng Gọi Những Đêm Dài Heo Hút .. 279
- **VĨNH HẢO**
  Đọc Thơ Tuệ Sỹ 303
- **TÂM THƯỜNG ĐỊNH**
  Mắt Biếc Trong Thơ Tuệ Sỹ.................................. 317
- **PHẠM CÔNG THIỆN**
  Hai Vị Thiền Sư 321
- **NGUYÊN GIÁC**
  Giới Thiệu "Tuệ Sỹ - Vị Thầy Của Bốn Chúng" 329
- **NGUYỄN HIỀN-ĐỨC**
  Lại Nhớ & Nhớ Lại Về Thầy Tuệ Sỹ 337
- **NGUYỄN ĐẠO VĂN CÔNG TUẤN**
  Góp Lời... Nhớ 343

HÒA THƯỢNG THÍCH NHƯ ĐIỂN

LỜI GIỚI THIỆU

Tuyển tập "TUỆ SỸ - VIÊN NGỌC QUÝ"
do Đạo Hữu Nguyên Tánh Nguyễn Hiền-Đức sưu tập.

Nói và viết cũng như ca tụng Thầy Tuệ Sỹ thì lâu nay đã có quá nhiều bài viết với nhiều thể loại khác nhau, như văn chương, thi ca, âm nhạc v.v... nhưng để hiểu tư tưởng của Thầy Tuệ Sỹ thì cần phải đọc hết tuyển tập này. Vì như vậy, chúng ta mới có được nhiều góc nhìn để nhận xét khách quan hơn. Dã là "Viên Ngọc Quý" như cố Hòa Thượng Thích Trí Thủ nhận xét về Thầy Tuệ Sỹ, Thầy Trí Siêu Lê Mạnh Thát và Cố Ni Trưởng Thích Nữ Trí Hải, thì còn gì quý hơn ngọc trên đời này nữa mà chúng ta phải viết về những vị danh tăng, danh ni này? Nhưng hôm nay đạo hữu Nguyên Tánh Nguyễn Hiền-Đức muốn tôi viết lời giới thiệu tuyển tập này về Thầy Tuệ Sỹ thì tôi xin có vài lời trang trọng giới thiệu như sau.

Từ những năm 1969 đến năm 1971, khi tôi ở miền Trung vào Sài Gòn để học Trung Học đệ nhị cấp tại trường Văn Học và Cộng Hòa thì Thầy Tuệ Sỹ đang là Chủ Bút Tạp chí Tư Tưởng và là giáo sư của Viện Đại Học Vạn Hạnh. Tôi đã đọc Tư Tưởng của Viện Đại Học Vạn Hạnh từ dạo đó, mà Thầy Tuệ Sỹ là một tăng sĩ trí thức đương thời, khi ai nghe qua đạo hiệu này cũng đều phải thán phục.

Rồi những năm sau đó tôi sang Nhật Bản du học, không có điều kiện đọc Tư Tưởng nữa, nên cũng không biết nhiều về sinh hoạt của Thầy Tuệ Sỹ. Mãi đến những năm 1975 đến 1981 là giai đoạn dầu sôi lửa bỏng của Giáo Hội Phật Giáo Việt Nam Thống Nhất, phải đương đầu với sự đàn áp của chế độ cộng sản Việt Nam, thì hình ảnh chư Tôn Hòa Thượng Thích Thiện Minh, Thích Huyền Quang, Thích Quảng Độ, cùng chư Thượng Tọa Tuệ Sỹ, Trí Siêu, Ni Sư Trí Hải v.v… lại hiện lên rất rõ nét với chúng tôi, những Tăng Ni vẫn một lòng kiên trinh với Giáo Hội Mẹ tại quê nhà. Nhất là khi hay tin Thầy Tuệ Sỹ, Thầy Lê Mạnh Thát chịu án tử hình thì hầu như không có cuộc biểu tình nào tại Bonn (thủ đô của Tây Đức vào lúc ấy) mà chúng tôi không tham gia. Cũng từ đó chúng tôi quen biết được người em gái duy nhất của Thầy Tuệ Sỹ đã từ Pháp sang Đức tham gia và phát biểu trong những cuộc biểu tình phản đối cộng sản Việt Nam về sự đàn áp này trước sứ quán của họ. Kể từ đó đến nay, tôi có được nhân duyên nghe biết về Thầy Tuệ Sỹ qua vợ chồng em gái của Thầy Tuệ Sỹ.

Rồi một hôm, nhân đọc quyển "Thần chú trong Phật giáo" của Giáo sư Lê Tự Hỷ, mà trong đó đa phần giải thích về Phạn ngữ; nhưng ngôn ngữ này hầu như tôi không đọc viết được chữ nào, nên tôi đã viết email và sau đó là lần đầu tiên trực tiếp điện thoại với Thầy Tuệ Sỹ, đã được Thầy giải thích cho những từ trong Phạn ngữ, bằng tri thức của một bậc "quảng học đa văn". Từ đó đến nay tôi lại có nhân duyên biết về Thầy Tuệ Sỹ nhiều hơn, mặc dầu Thầy đang ở tại thất Hương Tích, Việt Nam, trong khi tôi vẫn cư ngụ tại Đức.

Nhân duyên khác nữa là tôi phát nguyện đọc bộ Đại Tạng Kinh bằng chữ Việt, nhan đề là Linh Sơn Pháp Bảo Đại Tạng Kinh. Bộ này có tất cả 203 tập mà cố Hòa Thượng Thích Tịnh Hạnh đã khởi xướng và chủ trì việc dịch ra Việt ngữ từ Đại

Chánh Tân Tu Đại Tạng Kinh bằng chữ Hán. Trong đó, bộ Tạp A Hàm cũng như nhiều phần khác trong phần đầu của bộ Đại Tạng tiếng Việt này, Thầy Tuệ Sỹ đã bỏ công phiên dịch từ Hán văn ra Việt ngữ và chú thích rất công phu, hầu như không có một lỗi nào cả. Thật là quá tuyệt vời! Với công đức to lớn như vậy, Thầy Tuệ Sỹ đã để lại cho Đời và cho Đạo không biết bao nhiêu là giá trị Vô Ngôn.

Nay đạo hữu Nguyên Tánh Nguyễn Hiền-Đức hiện cư trú tại Nam California Hoa Kỳ, thời trước năm 1975 cũng đã có cơ duyên cộng tác hỗ trợ Thầy Tuệ Sỹ ở nhiều phương diện, qua tạp chí Tư Tưởng của Đại Học Vạn Hạnh, đã có công sưu tập lại những bài viết của chính Thầy Tuệ Sỹ và của những học giả, văn nhân, thi sĩ ở trong cũng như ngoài nước, trước và sau năm 1975 cũng như mãi đến trong hiện tại, là một việc làm quá sức nhọc nhằn nhưng đầy ý nghĩa. Do vậy tôi xin trang trọng cung kính giới thiệu tuyển tập này viết về Thầy Tuệ Sỹ, như một nén tâm hương xin gửi đến để tri ân vị Thầy vĩ đại của Dân Tộc và của Phật Giáo Việt Nam: Đó là Hòa Thượng Thích Tuệ Sỹ trong hiện tại của năm 2020 này.

THÍCH NHƯ ĐIỂN

Viết xong vào ngày rằm tháng tư năm Canh Tý,
nhằm ngày 7 tháng 5 năm 2020, Phật Lịch 2564,
Kỷ niệm Phật Đản Sanh lần thứ 2644
tại Phương Trượng Đường Tổ Đình Viên Giác
Hannover, Đức Quốc.

NGUYỄN HIỀN-ĐỨC

LỜI THƯA

Đã có nhiều tác giả trong và ngoài nước viết về Thầy Tuệ Sỹ. Bài nào cũng giá trị, cũng thể hiện sự chân thành kính trọng và ngưỡng mộ Thầy về nhiều phương diện. Với chúng tôi, khi làm tuyển tập thứ 5 này về Thầy Tuệ Sỹ, chúng tôi tâm đắc một số bài sau đây và đưa vào cuốn sách này:

• Thầy Thích Phước An trong bài Cụ Quách Tấn, Cụ Đào Duy Anh và Thầy Tuệ Sỹ tại Nha Trang, tháng 6 năm 1976, đã viết: *"Khi tiễn Đào Duy Anh xuống núi, ông cứ đi một đoạn là dừng lại bắt tay anh Tuệ Sỹ, những cái bắt tay rất chặt. Cứ như vậy ông bắt tay cho đến khi xuống cuối dốc chùa mới thôi. Điều ấy chứng tỏ rằng Đào Duy Anh rất trân trọng về cuộc gặp gỡ này..."*

Phần cuối của bài này, Thầy Phước An viết tiếp:

"...Có một bài thơ của Quách Tấn, mà tôi nghĩ có thể tạm giải thích được. Ít nhất là trong trường hợp Quách Tấn và Tuệ Sỹ. Bài thơ ấy như thế này:

Bao phen bến hẹn đổi dời,
Làng phong tao vẫn con người thủy chung.
Gió lau thổi lạnh sóng tùng,
Hương xưa thắm lại cụm hồng ngày xưa.

Phải chăng chỉ vì muốn 'thủy chung' với 'cụm hồng ngày xưa' ấy, mà Quách Tấn và Tuệ Sỹ phải chấp nhận số phận lao đao của mình?"

Xin thưa thêm rằng, Cụ Đào Duy Anh cũng đã phải gánh chịu cái số phận lao đao, nghiệt ngã của mình từ năm 1957, qua vụ án "Nhân Văn Giai Phẩm"!

Về Cụ Đào Duy Anh có lẽ không cần phải giới thiệu nhiều. Ai cũng biết Cụ đã có những đóng góp to lớn, đã rực sáng về nhiều lĩnh vực. Cụ là một trong những người có công xây dựng nền khoa học xã hội - nhân văn hiện đại của Việt Nam; Cụ là một nhà từ điển học đặt cơ sở cho nền từ điển học hiện đại Việt Nam. Tác phẩm "Việt Nam Văn Hóa Sử Cương" của Cụ cùng với "Văn Minh An Nam" (La Civilization Annamite, 1944) của Giáo sư Nguyễn Văn Huyên là những công trình khoa học đặt nền tảng cho sự hình thành nền văn hóa học hiện đại Việt Nam một cách khoa học. Trong lĩnh vực sử học, Cụ đã tiến hành nhiều đề tài nghiên cứu rất cơ bản về lịch sử Việt Nam, nhất là về lịch sử cổ đại và trung đại... Nói tóm lại, Cụ xứng đáng được tôn vinh là nhà văn hóa lớn, nhà bách khoa, nhà giáo dục lớn của Việt Nam.

Trong nhiều "nhận định" về Cụ Đào Duy Anh, tôi rất thích ý kiến này của GS Phan Ngọc: *"Đào Duy Anh là học giả lớn nhất Việt Nam thế kỷ XX và có uy tín quốc tế. Ông là người thực sự mở đầu cho nhiều ngành khoa học xã hội và nhân văn Việt Nam theo quan điểm duy vật... Có thể nói không một người nào trong nước hay ngoài nước nghiên cứu văn hóa, xã hội, lịch sử Việt Nam mà lại không đọc những công trình của ông, thậm chí không dựa vào những kiến giải của ông để làm việc."*

Cuộc hội ngộ lịch sử và tuyệt đẹp giữa Cụ Đào Duy Anh và Thầy Tuệ Sỹ diễn ra năm Cụ Đào đã 72 tuổi và Thầy Tuệ Sỹ mới 33 tuổi. Một già một trẻ cách nhau gần 40 năm, thế mà đối đãi như hai người bạn chí cốt, tri kỷ tri âm tự thuở nào. Chỉ có những Thiền sư, những kẻ sĩ, những bậc trượng phu, những bậc quân tử của Đông phương trầm mặc mới tương kính nhau, mới quý trọng nhau một cách khiêm cung và sâu sắc đến thế.

Và sau đó, Cụ Đào vào Sài Gòn gặp học giả, nhà văn Nguyễn Hiến Lê. Sự chọn lựa này của Cụ Đào Duy Anh đã nói lên ý nghĩa và tầm vóc của hai nhân vật mà mình cần gặp, phải gặp. Tôi thầm nghĩ rằng, nay Cụ Đào đang bay ở chân trời xa xăm, cao rộng ấy, Cụ đã mỉm cười thỏa lòng khi đã gặp Thầy Tuệ Sỹ và học giả Nguyễn Hiến Lê năm nào.

● Giáo sư Nguyễn Minh Cần, trong bài "Đọc Thơ Tù Của Thầy Tuệ Sỹ" đã viết:

"Vừa qua, được đọc mấy bài thơ chữ Hán của thầy Tuệ Sỹ đăng trên tờ Khánh Anh ở Paris (10.1996) với lời giới thiệu của Huỳnh Kim Quang, lòng tôi rất xúc động. Nghĩ đến Thầy, nghĩ đến một tài năng của đất nước, một niềm tự hào của trí tuệ Việt Nam, một nhà Phật học uyên bác đang bị đày đọa một cách phi pháp trong cảnh lao tù kể từ ngày 25.3.1984, lòng tôi trào dậy nỗi bất bình đối với những kẻ đang tay vứt "viên ngọc quý" của nước nhà[1] để chà đạp xuống bùn đen... Đọc đi đọc lại, tôi càng cảm thấy rõ thi tài của một nhà thơ hiếm thấy thời nay và đặc biệt là cảm nhận sâu sắc tâm đại từ, đại bi, cao thượng, rộng lớn của một tăng sĩ với phong độ an nhiên tự tại, ung dung bất chấp cảnh lao tù khắc nghiệt... Đạo vị và thiền vị cô đọng trong thơ của Thầy kết tinh lại thành những hòn ngọc báu của thơ ca."

● Còn Văn Công Tuấn thì viết: *"Trên đời này, nếu chỉ được phép nhắc đến tên một nhà Văn hóa Phật giáo Việt Nam thì tên người ấy chắc chắn phải là Tuệ Sỹ; nếu chỉ được phép viết về một người của thế kỷ này thì nên viết về Tuệ Sỹ;*

---

[1] Chúng tôi mượn ý này trong lời nhận xét của học giả Đào Duy Anh, sau khi ông đã tiếp xúc với Thầy tại Nha Trang hồi năm 1976: "Thầy là viên ngọc quý của Phật giáo và của Việt Nam"

nếu chỉ phải nêu tên một người bằng tất cả niềm cảm phục và kính trọng thì tôi sẽ nêu tên Thầy Tuệ Sỹ."

● Và rồi mới đây, chúng tôi được đọc bản thảo cuốn sách thứ 67 của Thầy Như Điển: "Vua Là Phật, Phật Là Vua" trong đó có đoạn Thầy Như Điển viết về các "nhân vật lịch sử" của Viện Đại học Vạn Hạnh, như cố Ni trưởng Thích Nữ Trí Hải, Thầy Tuệ Sỹ, Thầy Lê Mạnh Thát, mà cố Hòa Thượng Thích Trí Thủ gọi là những viên kim cương quý giá của Phật giáo Việt Nam. Xin dẫn một đoạn Thầy Như Điển viết về Thầy Tuệ Sỹ:

"... Còn Thầy Tuệ Sỹ với mình hạc xương mai; nhưng tư tưởng của Thầy thì cao hơn núi Thái và vững hơn bàn thạch, sáng giá hơn kim cương, dầu cho Thầy có sống ở dưới bất cứ hoàn cảnh nào. Những bộ kinh như: Trường A Hàm, Trung A Hàm, Tạp A Hàm, Tăng Nhất A Hàm, Duy Ma Cật Sở Thuyết v.v... là những tài liệu, dịch phẩm có giá trị muôn đời về sau này cho Phật giáo cũng như cho dân tộc."

Vâng, Thầy Tuệ Sỹ thật sự là một viên ngọc quý của Phật giáo và của Việt Nam. Ai trong chúng ta mà không kính trọng và ngưỡng mộ Thầy và chúng ta luôn tin chắc rằng Thầy sẽ tồn tại lâu dài ở một vị trí rất cao, rất sáng trong lòng nhiều người, nhiều thế hệ trong và ngoài nước.

Tâm đắc về những cảm nhận như đã nêu, nên tôi làm Tuyển tập "Tuệ Sỹ - Viên Ngọc Quý".

Thật ra, chúng tôi đã chúng tôi hoàn thành từ hơn 2 năm qua 4 tập mang tên "Tuệ Sỹ - Những Phương Trời Viễn Mộng", đã lưu hành trên một số trang nhà Phật giáo. Còn tập thứ 5 này, chúng tôi là Nguyên Tánh Nguyễn Hiền-Đức và Nguyên Đạo Văn Công Tuấn giữ lại, vì sợ nội dung tán thán, ca tụng này sẽ làm Thầy Tuệ Sỹ ngại ngùng, phiền trách. Bản thân tôi trong nhiều năm được gần gũi, được giúp việc cho Thầy, còn Văn Công Tuấn thì được Thầy gọi là "người em nhỏ", nên hai chúng tôi thấu hiểu và kính phục phong cách sống "vô cầu" của Thầy. Nhưng nay thì "duyên" đã đến, tôi liền bổ sung một số bài mới để hoàn chỉnh tập này và mong muốn được chia sẻ với chư vị.

Sau khi được Hòa thượng Thích Như Điển (Đức quốc) xem qua cũng như sau khi đưa lên các Trang nhà Phật giáo từ ngày 25/05/2020; chúng tôi thật sự vui mừng về sự đồng thuận của nhiều độc giả đối với Tuyển tập này, trong đó có nhiều vị đã đọc, góp ý và chỉ lỗi giúp chúng tôi sửa chữa bản thảo kịp thời. Chúng tôi chân thành cảm ơn sự khích lệ và tán thán này, xem đó là phần thưởng tinh thần quý giá. Đồng thời cũng có ý kiến đề nghị nên xuất bản tuyển tập này thành sách trên Amazon để tiện việc đọc và lưu giữ. Chúng tôi cũng nghĩ và mong được như vậy.

Thế nên, chúng tôi quyết định xuất bản cuốn sách này. Chúng tôi xin phép không thưa trình về sự tuyển chọn bài trong cuốn sách này; vì chúng tôi cảm nhận được rằng quý chư vị, quý tác giả sẽ thông cảm, độ lượng và chia sẻ sự khó khăn, đắn đo, cân nhắc và thậm chí là tiếc nuối của chúng tôi trong quá trình tuyển chọn theo khuôn khổ của một cuốn sách. Là người trong cuộc, chúng tôi đã trải qua những thời khắc phải "ngậm ngùi" khi gác lại bài này, hình ảnh kia - mà nhiều thân hữu đã dày công sưu tầm chọn lọc. Ngay cả đối với Thầy Tuệ Sỹ, chúng tôi đã phải "cắn răng" gác lại 3 bài và nhiều bài thơ mà trong nhiều năm qua vẫn luôn canh cánh trong lòng chúng tôi.

Chúng tôi nhớ lại rằng khi Giáo sư Trần Văn Khê - người đã có công vinh danh nền âm nhạc cổ truyền Việt Nam, làm cho thế giới phải ngưỡng mộ và kính trọng nền Văn hóa Việt Nam, mà trong đó Văn hóa Phật giáo giữ vai trò chủ đạo và nòng cốt - đang lâm trọng bệnh ở Paris thì nhà thơ "Quận chúa" Công Tằng Tôn Nữ Hỷ Khương và thân hữu ở đất Thần kinh đã âm thầm đọc, tụng kinh, niệm Phật cầu an, cầu phước lành cho GS Trần Văn Khê. Có lẽ từ cảm ứng, từ trường, từ tâm truyền tâm... mà GS Trần Văn Khê đã lĩnh hội và dung nạp được trọn vẹn sự cầu an này nên Cụ đã khỏi bệnh.

Nghĩ vậy, tin vậy với tất cả lòng chí thành, chúng tôi xem cuốn sách này là một việc làm rất tâm linh và giàu đạo vị để cầu mong Thầy Tuệ Sỹ sớm bình phục theo như cảm nhận rất mực chân thành và nghĩa tình sâu sắc của Hòa Thượng Thích Như Điển, Hòa Thượng Thích Phước An. Cầu mong Thầy Tuệ Sỹ sớm bình phục, thân tâm an lạc là tâm nguyện chân thành nhất và tha thiết nhất của rất nhiều người, nhiều giới ở trong và ngoài nước, nhất là trong thời điểm mà Thầy Tuệ Sỹ phải gánh vác trách nhiệm và sứ mệnh nặng nề với rất nhiều nghịch duyên và chướng duyên... mà Giáo Hội Phật Giáo Việt Nam Thống Nhất đã giao cho.

Cuốn sách này được xuất bản nhanh chóng, kịp thời, đúng lúc và được chăm chút kỹ lưỡng về nội dung, về kỹ thuật, mỹ thuật như thế này là nhờ sự khích lệ đầy ưu ái, sự giúp đỡ đầy thương tưởng và hiệu quả của Hòa Thượng Thích Như Điển, cùng với quá trình làm việc nghiêm túc, miệt mài với tinh thần trách nhiệm và tính chuyên nghiệp cao trong việc xuất bản sách của Nguyên Đạo Văn Công Tuấn và Nguyên Minh Nguyễn Minh Tiến.

Chân thành biết ơn Hoa Lan và anh chị Phù Vân - Phương Quỳnh đã sửa kỹ lỗi trong cuốn sách này và có nhiều góp ý quý giá.

Nhị vị Hòa Thượng Tuệ Sỹ và Như Điển đã căn dặn chúng tôi phải xin phép các tác giả trước khi đưa bài vào cuốn sách này. Chúng tôi cung kính vâng lời. Xin được bày tỏ

LỜI THƯA

trước sự thâm tạ chân thành và lòng mong muốn được các tác giả lượng thứ cho việc chúng tôi, vì nhiều lý do không thể liên lạc được với Quý Tác giả khi đưa bài và in ấn cuốn sách này.

Chúng tôi cũng rất mong nhận được những ý kiến phê bình của quý vị độc giả để khi tái bản chúng tôi có thể sửa chữa những sai sót.

Nguyên Tánh Nguyễn Hiền-Đức

Cẩn bút
Santa Ana, CA
Trung tuần tháng 6 năm 2020

HÒA THƯỢNG THÍCH PHƯỚC AN

THAY LỜI DẪN NHẬP

CỤ QUÁCH TẤN, CỤ ĐÀO DUY ANH VÀ THẦY TUỆ SỸ

Vào những tháng cuối năm 1975 và tiếp đến những năm 1976 và 1977, theo chỗ tôi biết, đó là những năm tháng buồn bã nhất trong cuộc đời của Quách Tấn. Bạn bè cũ, một số đã ra đi, một số còn ở lại thì sợ "tai vách mạch rừng" nên ít ai dám lui tới để trò chuyện, tâm sự, mặc dù có quá nhiều chuyện để mà tâm sự với nhau.

Lúc ấy anh Tuệ Sỹ vẫn còn ở Nha Trang, chùa lúc ấy cũng chẳng còn chuyện gì để làm, nên anh Tuệ Sỹ và tôi vẫn thường xuống nhà thăm Quách Tấn, thỉnh thoảng ông cũng lên chùa thăm lại. Những lần viếng thăm như vậy đã an ủi tâm hồn ông rất nhiều, nhất là trong hoàn cảnh cô đơn và đầy bất an như lúc ấy. Một bữa nọ ông có trao cho anh Tuệ Sỹ và tôi một bài thơ:

Bạn thơ nay chẳng còn ai,
Tới lui trò chuyện chỉ vài nhà sư.
Chung trà hớp ngụm vô tư,
Chia tay nhìn bóng thanh hư gởi lòng.

Riêng với Tuệ Sỹ, mặc dù tuổi tác khá chênh lệch nhau. Tuệ Sỹ đến sau Quách Tấn gần nửa thế kỷ, nhưng Quách Tấn vẫn một mực quý trọng tài hoa và nhất là tư cách của Tuệ Sỹ.

Tôi nhớ có một lần ông đã nói với tôi rằng, ở Việt Nam có hai tác phẩm viết về Tô Đông Pha (một đại thi hào nhà Tống của Trung Quốc), một của Nguyễn Hiến Lê và một của Tuệ Sỹ. Nhưng theo ông, Nguyễn Hiến Lê chỉ mới đứng từ xa mà nhìn ngọn Lô Sơn, còn Tuệ Sỹ thì mới đích thực là kẻ đã vào được "thâm xứ" ấy. Quách Tấn là một nhà thơ, mà nhất là một nhà thơ rành rẽ về thi ca Trung Quốc, thì lời nhận định của ông tất nhiên phải có giá trị lớn rồi. Nhân đó, tôi cũng cho ông biết rằng, vì Tuệ Sỹ là một nhà thơ, một nhà thơ mà viết về một nhà thơ thì tất nhiên phải hay hơn một học giả viết về thi ca vậy. Quách Tấn rất đỗi ngạc nhiên khi biết Tuệ Sỹ cũng có làm thơ. Vì từ lâu ông chỉ biết Tuệ Sỹ là một nhà Phật học, một dịch giả vậy thôi.

Khi Đào Duy Anh lần đầu tiên từ Hà Nội vào Nha Trang đến thăm Quách Tấn, ông hỏi ý kiến Quách Tấn là ai là người mà ông nên đến thăm? Quách Tấn trả lời ngay: Tuệ Sỹ, chỉ có Tuệ Sỹ là người đáng thăm nhất. Và ông Đào Duy Anh đã leo núi lên chùa Hải Đức để thăm Tuệ Sỹ.

Trong cuộc trò chuyện hơn hai tiếng đồng hồ tại chùa Hải Đức. Tôi vẫn còn nhớ là Đào Duy Anh đã tỏ ra rất tiếc khi ở ngoài Bắc mấy chục năm mà ông vẫn không có tác phẩm Essay Zen Buddhism của D.T. Suzuki để đọc, đến khi vào Nam thì ông mới đọc được bộ Thiền luận do Tuệ Sỹ dịch từ tiếng Anh của D.T. Suzuki, trong khi ông biết là tác phẩm đó đã chinh phục thức giả Tây phương từ lâu rồi. Ông công nhận là một sự muộn màng đáng tiếc.

Khi tiễn Đào Duy Anh xuống núi, ông cứ đi một đoạn là dừng lại bắt tay anh Tuệ Sỹ, những cái bắt tay rất chặt. Cứ như vậy ông bắt tay cho đến khi xuống cuối dốc chùa mới thôi. Điều ấy chứng tỏ rằng Đào Duy Anh rất trân trọng cuộc gặp gỡ này.

Sau đó, có lẽ không chịu đựng nổi không khí ngột ngạt ở thành phố nên Tuệ Sỹ đã đi làm rẫy tại một khu rừng hẻo lánh ở thị trấn Vạn Giả, gần đèo Cả, cách Nha Trang khoảng sáu mươi cây số. Đây là thời gian anh làm thơ nhiều nhất. Hầu hết những bài thơ nói lên tâm sự u uẩn của chính mình và cho cả quê hương đất nước đều được anh làm tại nơi núi rừng heo hút này. Tỷ như:

Quê người trên đỉnh Trường Sơn,
Cho ta gởi một nỗi hờn thiên thu.

Hoặc:

Trong mắt biếc mang nỗi buồn thiên cổ,
Vẫn chân tình như mưa lũ biên cương.

Đúng là tâm hồn của kẻ sĩ, nếu có hờn có trách thì chỉ hờn và trách mình thôi, còn đối với con người, đối với cuộc đời thì vẫn yêu thương nồng nàn.

Làm rẫy một thời gian thì bỏ vào Sài Gòn, dấn mình vào một cuộc "lữ" khác. Cuộc "lữ" này trầm trọng hơn những cuộc "lữ" trước đó. Ít lâu sau, Quách Tấn cũng rơi vào trường hợp tương tự, nhưng ông chỉ bị một thời gian ngắn thôi, có lẽ nhờ đến tuổi *"thất thập cổ lai hy"*.

Quách Tấn hiện đang đi chơi xa và không bao giờ trở về nữa. Tôi cứ tưởng tượng ông đang đứng nhìn một cây mai nở rộ trên một hòn núi cao nào đó, điều mà khi còn sống ông rất khát khao nhưng không bao giờ thực hiện được, như có lần ông đã đọc cho tôi nghe hai câu thơ của ông:

Tìm về núi cũ xem hoa nở,
Mộng bén ngàn xa hạc điểm canh.

Những lúc ngồi một mình nhớ Quách Tấn và Tuệ Sỹ, tôi cứ bâng khuâng tự hỏi: Tại sao có những người muốn đem hết cả tấm lòng của mình để hiến dâng cho cuộc đời mà họ vẫn cứ bị cuộc đời đối xử một cách bất công? Vì tài hoa của họ chăng? Chữ tài đi với chữ tai một vần, như xưa nay ai cũng nghĩ vậy. Theo tôi, quan niệm đó chỉ đúng một phần thôi, vì có biết bao nhiêu người tài hoa ở những nơi khác trên đời này, họ vẫn có hoàn cảnh, có điều kiện để đem tài hoa của họ ra mà hiến dâng cho cuộc đời? Có một bài thơ của Quách Tấn, mà tôi nghĩ có thể tạm giải thích được. Ít nhất là trong trường hợp Quách Tấn và Tuệ Sỹ. Bài thơ ấy như thế này:

Bao phen bến hẹn đổi dời,
Làng phong tao vẫn con người thủy chung.
Gió lau thổi lạnh sóng tùng,
Hương xưa thắm lại cụm hồng ngày xưa.

Phải chăng chỉ vì muốn *"thủy chung"* với *"cụm hồng ngày xưa"* ấy, mà Quách Tấn và Tuệ Sỹ phải chấp nhận số phận lao đao của mình?

THÍCH PHƯỚC AN

Nha Trang, mùa mưa 1996
Tạp chí Hoa Sen,
số 27 - tháng 2/1996, tr. 28

Ghi chú về bức ảnh trang bên

Bức ảnh này được lưu hành khá phổ biến, nhưng không phải chụp trong xe tù như nhiều người nói, mà là trên xe lửa tại nhà ga Nha Trang vào năm 1998. Chúng tôi đã hỏi và được Hòa Thượng Phước An giải thích như sau:

"Bức ảnh được chụp vào tháng 9 năm 1998, năm thầy Tuệ Sỹ được trả tự do từ nhà tù ở Nghệ An. Trên đường về Sài Gòn thầy ghé lại Hải Đức, Nha Trang ở chơi hơn 10 ngày. Tôi

*Từ trái sang: Hòa thượng Phước An,
Hòa thượng Tuệ Sỹ và Hòa thượng Phước Viên*

và thầy Phước Viên ở Huế vào thăm rồi cùng đưa thầy Tuệ Sỹ về lại Sài Gòn bằng xe lửa. Đó là lúc tàu sắp chuyển bánh, cả ba người cùng đứng nhìn xuống sân ga Nha Trang để chào từ giã tăng ni và Phật tử đến tiễn rất đông.

Tấm hình này không biết ai chụp nhưng được đăng trong một tập san bằng hai thứ tiếng Việt và Anh ở Úc. Ban biên tập đã tặng cho nhạc sỹ Tuấn Khanh. Khi Tuấn Khanh gởi ra hỏi tôi ai đứng cạnh tôi và thầy Tuệ Sỹ tôi cũng rất ngạc nhiên. Mình đâu có bị bắt mà đứng trên xe bịt bùng như thế nhưng mấy phút sau tôi mới nhớ lại buổi chiều thu cách đây đã hơn 20 năm...

(Nguyên Đạo - 05/2020)

MỘT SỐ BÀI VIẾT CỦA THẦY TUỆ SỸ

TỰA THẮNG MAN GIẢNG LUẬN

Bản kinh Thắng Man này được dịch và giải vào một thời điểm mà dấu ấn của nó sẽ mãi mãi không phai mờ trong tâm trí của những chứng nhân lịch sử. Mỗi cá nhân nhìn theo góc độ nhãn quang của mình. Bằng hữu thiện tri thức có thể tìm thấy đâu đó, giữa hai hàng chữ dịch và giải, dấu ấn mơ hồ của thời gian. Một cọng cỏ non yếu, cố vươn mình đón bắt ánh sáng cho lẽ sống, dưới sức nặng tàn bạo của khối đá vô tri lầm lì.

Bản dịch và giải chỉ mới hoàn tất phần đại cương. Nhưng cũng phải tạm thời xếp vào góc tối của giá sách. Người viết đi theo định nghiệp của mình. Hay của cả dân tộc?

Rồi có một bằng hữu thiện tri thức bất chợt tìm thấy nó trong lớp bụi quên lãng của thư viện chùa. Anh ấn hành, với những cái xong và chưa xong.

Từ đó cho đến nay, một, hoặc nhiều thế hệ đã ra đi, biến mất trong bóng tối của đêm dài sinh tử, nhiều thế hệ ra đời. Phôi bào trong Như Lai Tạng vẫn liên tục kết rồi rã, thành rồi hoại. Dòng tương tục vẫn tiếp nối không ngừng.

Năm tháng vẫn như nụ cười trong mộng.

TUỆ SỸ

Am Thị Ngạn, PL. 2543.
Tuệ Sỹ - Thắng Man Giảng Luận
NXB Phương Đông 2012, tr.7

SUY NGHĨ VỀ HƯỚNG GIÁO DỤC
ĐẠO PHẬT CHO TUỔI TRẺ

Phật giáo Việt Nam đang chứng kiến những xáo trộn và khủng hoảng chưa từng có trong lịch sử. Các mô hình tổ chức, những lễ tiết sinh hoạt, từ ma chay, cưới hỏi các thứ, được cố gắng rập khuôn theo mô hình phương Tây một cách vội vã đã làm xói mòn phần nào truyền thống tâm linh của dân tộc. Thêm vào đó, dưới tác động của xã hội tiêu thụ, và sức ép của quyền lực chính trị làm nảy sinh những tâm trạng bệnh hoạn do bởi quan điểm thế quyền và giáo quyền thiếu nền tảng giáo lý. Tình trạng đó tất nhiên đã có những tác động tiêu cực lên đường hướng giáo dục thanh niên Phật tử Việt Nam.

Ngày nay, nói đến tuổi trẻ Việt Nam, có lẽ nên tượng hình như hai đường thẳng mà điểm hội tụ là một điểm trong xã hội tiêu thụ. Đó là hai bộ phận tuổi trẻ trong nước và ngoài nước. Tuy tất cả cùng được giáo dục theo mô hình giáo dục phương Tây, nhưng do khác biệt định chế xã hội dựa trên quyền lực chính trị chứ không phải do xu hướng phát triển tự nhiên. Đó là sự khác biệt, giả tạo như vũng sình, không biết đâu là chỗ chắc thật để bám vào mà thoát thân. Tuổi trẻ Việt Nam đang bị bật rễ, do đó có nguy cơ mất hướng, hay thực sự dã mất hướng. Tuổi trẻ của đạo Phật Việt Nam cũng không ngoại lệ, và không dễ dàng vượt qua tình trạng mất hướng này. Ở đây tôi nói mất hướng là nhìn từ điểm đứng dân tộc. Tuổi trẻ ở nước ngoài chỉ cần quên, hay tạm thời quên, nguồn gốc Việt Nam của mình, thì hướng đi cho nhân cách được xác định ngay từ khi vừa bước chân vào cổng Đại học. Nói cách

Thầy Tuệ Sỹ quan sát các Oanh Vũ đang thi Phật Pháp

khác, tuổi trẻ Việt Nam hải ngoại không phải hoàn toàn bị bật rễ, nhưng ở trong tình trạng di thực. Quýt phương Nam đem trồng trên đất phương Bắc, có thể ngọt hơn, có thể chua hơn, và cũng có thể èo uột vì không hợp phong thổ. Tuổi trẻ trong nước là thân cây còn dính chặt với gốc rễ trên bản địa. Nhưng để sinh tồn, và muốn phát triển nhanh chóng, bị sức hút của sự thăng tiến tác động từ bên ngoài, nên có nguy cơ bật rễ. Đại bộ phận tuổi trẻ Việt Nam ngày nay biết rất ít về quá khứ ông cha mình, đã yêu nhau như thế nào, đã suy nghĩ như thế nào để bắt kịp những giá trị tâm linh phổ quát của nhân loại.

Tuổi trẻ của đạo Phật Việt Nam tuy có thể được tin tưởng là còn cố bám chặt lấy gốc rễ truyền thống để vươn lên, nhưng do sự thiếu trách nhiệm hoặc thiếu nhận thức về hướng đi thời đại của những người đang đứng trên cương vị giáo dục, vô tình chẳng khác nào bác sỹ không còn biết liệu pháp nào hay hơn là cho uống thuốc ngủ để người bịnh quên đi những nhức nhối của thời đại mà tuổi trẻ cần phải biết để chọn hướng đi tương lai cho đời mình. Mặt khác, do sức ép chính trị mà tuổi trẻ cần phải được tập hợp thành lực lượng tiền phong và hậu bị để bảo vệ chế độ, do đó việc giảng giải đạo Phật cho tuổi trẻ không được phép vượt qua các cổng chùa. Bên trong cổng chùa, tuổi trẻ chỉ được giảng dạy những ý nghĩa vô thường hay vô ngã, không như là quy luật vận động để tồn tại, phát triển và hủy diệt của thiên nhiên và xã hội, mà như là một bức tranh toàn xám của cuộc đời được tô trét bởi những người mà tuổi đời đã mệt mỏi với những thành công và thất bại đã làm thui chột ý chí.

Trong một xã hội mà các giá trị tâm linh truyền thống đang bị băng hoại, một số thanh niên tác quái tại các đô thị lớn dựa vào quyền lực chính trị của cha chú, hay tiền của bất chính của bố mẹ; một số khác miệt mài học chỉ để làm thuê, làm những người nô lệ kiểu mới, trung thành với những ông chủ giàu sụ. Một số khác, cam chịu thân phận nghèo đói, thất học, cam chịu tất cả nhục nhã của một dân tộc nghèo nàn lạc hậu. Trong tình trạng đó, sự hiện diện của các đoàn sinh Gia Đình Phật Tử, những đơn vị tập hợp các thanh niên biết tìm lẽ sống cho bản thân, thật sự là một thách thức xã hội, mà quyền lực chính trị cảm thấy như một đe dọa nếu không vận dụng được để phục vụ cho tham vọng đen tối, mà vì tham vọng ấy có khi sẵn sàng mãi quốc cầu vinh. Như thế thì, tất nhiên là ảo tưởng khi nói rằng, chúng ta chỉ tập hợp tuổi trẻ để dạy đạo, không cần biết cái gì khác nữa. Nói thế chẳng khác nào lùa những nai con vào một chỗ để cho cọp dữ dễ dàng thao túng.

Tất nhiên, đất nước cần tuổi trẻ để xây dựng. Đạo pháp cũng cần tuổi trẻ để thể hiện bản hoài tiếp vật lợi sinh của mình. Theo bản hoài đó, giáo dục đạo Phật cho tuổi trẻ không chỉ có mục đích chiêu dụ họ vào trong bốn vách tường nhà chùa để cách ly những phòng trà, hộp đêm, những môi trường cám dỗ, sa đọa. Tuy nhiên, cơ bản giáo dục đạo Phật vẫn phải là rèn luyện đạo đức, phát triển trình độ nhận thức tâm linh.

Trước hết, hãy nói về rèn luyện đạo đức. Ở đây hoàn toàn không có vấn đề nhồi nhét những tín điều đức lý. Nghĩa là, không nói với tuổi trẻ không được làm điều này, không được làm điều kia. Tuổi trẻ có thể làm bất cứ điều gì mà họ tự thấy thích ứng với thời đại. Nhưng không để cho tuổi trẻ bị lôi cuốn bởi những yếu tố độc hại của thời đại, không bị lệch hướng nhận thức bởi các phong trào thời thượng, do đó cần thiết lập một không gian an toàn và di động. Không gian an toàn đó là bồ đề tâm. Tính di động, đó là vô trụ xứ của Bồ Tát. Chúng ta cần nói thêm hai điểm này.

Lớn lên tại các đô thị phồn vinh, rồi bước vào xã hội với học vị cao, mức sống ổn định, một bộ phận tuổi trẻ ít khi trực tiếp sống với những đau khổ của các bạn trẻ khác ở những vùng đất tối tăm xa lạ. Thiếu đồng cảm về những khổ đau của đồng loại, do đó cũng thiếu luôn cả nhận thức về thực chất của sự sống, không thể hiểu hết tất cả ý nghĩa thiết cốt của khát vọng sinh tồn. Cho nên, đưa đạo Phật đến với tuổi trẻ, phải có nghĩa là đưa tuổi trẻ đến giáp mặt với thực tế của sinh tồn. Đó là làm phát khởi bồ đề tâm nơi tuổi trẻ: Ở nơi nào hiểm nạn, tôi nguyện sẽ là cầu đò. Nơi nào tối tăm, tôi nguyện sẽ là ngọn đuốc sáng. Đây có thể là ước nguyện xa vời, thậm chí sáo rỗng đối với một số người. Nhưng đó chính là mặt đất kim cang để trên đó tuổi trẻ tự vạch hướng đi cho mình, tự quy định những giá trị sống thực cho chính đời mình.

Về tính di động, đó là tính mở rộng, không tự câu thúc vào trong một không gian xã hội chật hẹp, để có thể có tầm nhìn xa hơn, vượt ngoài thành kiến và truyền thống khép kín của xã hội mình đang sống. Nói cụ thể hơn, tuổi trẻ được giáo dục để luôn luôn ở trong tư thế sẵn sàng lên đường. Đến bất cứ nơi nào trên trái đất này, nơi mà đau khổ được sống thực hơn, hạnh phúc được trắc nghiệm chân thực hơn. Trong một ý nghĩa khác, tính di động như vậy đồng nghĩa với tính phiêu lưu. Từ khi sống tại những đô thị được xem là ổn định, nhân loại đã dập tắt đi tính phiêu lưu nơi tuổi trẻ, nhưng khơi dậy tính du lịch nơi người lớn đi tìm những lạc thú mới để thay đổi khẩu vị thường nhật.

Tinh thần vô trụ xứ tất nhiên có nhiều điểm khác biệt. Vô trụ xứ nói, không trụ sinh tử, không trụ Niết-bàn. Đó là tinh thần khai phóng, không bị buộc chặt vào bất cứ giá trị truyền thống nào. Tuổi trẻ cần được học hỏi để sống với tinh thần khai phóng và bao dung, để tự mình định giá chuẩn xác giá trị các nền văn minh nhân loại, tự mình chọn hướng đi thích hợp trong dòng phát triển hài hòa của tất cả các nền văn minh nhân loại, tuy khác biệt tín ngưỡng, khác biệt tập quán tư duy, khác biệt cả phong thái sinh hoạt thường nhật.

Về sự phát triển trình độ nhận thức tâm linh nơi tuổi trẻ, ở đây chúng ta nói đến sự học tập thông qua Kinh điển truyền thống. Tam tạng Thánh điển là kho tàng kiến thức bao la. Dựa trên những lời dạy căn bản của đức Phật về giá trị của sự sống, bản chất của đau khổ và hạnh phúc, trên đó nhiều quy luật về thiên nhiên, về xã hội, về tâm lý, ngôn ngữ, của con người lần lượt được phát hiện qua nhiều thời đại trong nhiều khu vực địa lý có truyền thống lịch sử khác nhau. Tuy nhiên, chúng ta cũng biết rằng, trong toàn bộ lịch sử các nền văn minh nhân loại, đang tồn tại hay đã biến mất, không một học thuyết nào mà không từng bị nhận thức của người đời sau vượt qua. Có học thuyết bị vượt qua và bị đào thải luôn. Có học thuyết bị vượt qua, rồi được phục hoạt. Nhưng có rất ít học thuyết được phục hoạt mà bản chất không bị biến dạng. Biến dạng cho đến mức nếu so sánh với quá khứ, nó như là quái thai. Giáo lý của Phật khẳng định quy luật vô thường, nên vấn đề là khế lý và khế cơ, chứ không phải là vấn đề bị hay không bị vượt qua và đào thải.

Tuổi trẻ học Phật không có mục đích trở thành nhà nghiên cứu Phật học, mà học Phật là tự thực tập khả năng tư duy bén nhạy, linh hoạt, để có thể nhìn thẳng vào bản chất sự sống. Cho nên, sự học Phật pháp không hề cản trở sự học thế gian pháp; kiến thức Phật học không xung đột với kiến thức thế tục. Duy chỉ có điều khác biệt, là học Phật khởi đi từ thực trạng đau khổ của nhân sinh để nhận thức đâu là hạnh phúc chân thật. Bi và trí là đôi cánh chắc thật sẽ nâng đỡ tuổi trẻ bay lượn vào suốt không gian vô tận của đời sống.

ĐẠO PHẬT & THANH NIÊN

Các anh chị thân mến,

Đề tài thảo luận của chúng ta hôm nay là "Đạo Phật và thanh niên". Tiêu đề như thế thường gây ấn tượng rằng có nhiều hình thái đạo Phật khác nhau; và mỗi hình thái cho từng lứa tuổi, hay tùy theo thành phần xã hội khác nhau. Nhưng cũng có thể hiểu, chỉ có một đạo Phật mà thôi, và nội dung thảo luận của chúng ta hôm nay sẽ xem xét đạo Phật ấy có những đặc điểm gì được xem là cơ bản, rồi từ đó rút ra kết luận rằng, đạo Phật trong ý nghĩa như vậy có phù hợp với tuổi trẻ hay không? Tất nhiên, các Anh Chị ở đây đều là Phật tử, do đó câu trả lời đã có sẵn từ bao lâu rồi. Dù nói theo ý nghĩa nào, hay nhìn vấn đề từ góc cạnh nào, chúng ta sẽ không nêu ra bất cứ định nghĩa, và cũng không quy chiếu đạo Phật vào những yếu tính hay đặc tính nào.

Nói thế, có khi cũng hơi khó cho các Anh Chị thấy rõ vấn đề. Chắc ở trong đây cũng có nhiều Anh Chị đã từng đọc sách Thiền, và có thể đã nghe nói đến công án Thiền, đại khái như thế này. Một người hỏi Thiền sư: Phật là gì? Thiền sư đáp: 'Ba cân gai'. Không phải là câu chuyện bông đùa, cũng không phải Thiền sư muốn đưa ra một mệnh đề triết học siêu nghiệm rắc rối. Bởi vì, ở đây chúng ta đi tìm ý nghĩa của đời sống, tìm để phát hiện những giá trị của đời sống. Nói theo cách nói của một nhà văn hay nhà thơ, chúng ta không định nghĩa, không mô tả, vì chúng ta không đi tìm kiến thức bách khoa về sự sống, mà đi tìm hương vị đích thực của nó. Như con ong đi tìm hoa, không phải chỉ tìm hương sắc của hoa. Hương sắc của hoa chỉ là tín hiệu của giá trị tồn tại. Nó tìm hoa để hút mật, làm dưỡng chất cho sự tồn tại của mình và cho tất cả nòi giống của mình.

Tuổi trẻ thường được nhắc nhở, khuyên bảo rằng cần phải học hỏi để sống cho đáng sống. Ca dao cũng nói rằng 'làm trai cho đáng nên trai, xuống đông đông tĩnh lên đoài đoài yên', và các bạn trẻ hiểu rằng, ta sẽ phải làm nên sự nghiệp hiển hách nào đó kẻo không thì sẽ uổng phí cuộc đời. Rồi bạn ấy làm nên sự nghiệp lớn thật, và người đời thán phục. Chúng ta cũng hết sức thán phục. Nhưng hãy nhìn sâu vào đôi mắt của bạn ấy một chút, nếu có ai trong chúng ta đây có vinh dự được nhìn. Chúng ta thấy gì? Những phương trời cao rộng, để cho 'cánh hồng bay bổng tuyệt vời', hay một phương trời tiếc nuối, 'khi ngoảnh lại ngắm màu dương liễu, thà khuyên chàng đừng chịu tước phong'?

Cả hai. Người đuổi bắt ảo ảnh để tìm ảnh thực vĩnh cửu của chính mình. Vị ngọt của đời ở đâu, trong cả hai? Bây giờ chúng ta hãy tạm rời bức tranh lãng mạn ấy, để nhìn sang một hướng khác. Có hình ảnh nào đáng chiêm ngưỡng hơn hay không? Cũng còn tùy theo điểm đứng nghệ thuật của người nhìn.

Thuở xưa, có một Vương tử, mà ngai vàng đã dọn sẵn, vó ngựa chinh phục cũng đã sẵn sàng yên cương. Rồi một đêm, khi cả cung đình đang ngủ say trong giấc ngủ êm đềm của uy quyền, danh vọng, giàu sang, Vương tử gọi quân hầu thắng cho Ngài con tuấn mã trường chinh. Nhưng vó ngựa trường chinh của Ngài không tung hoành chiến trận. Thanh gươm chinh phục của Ngài không đánh gục những chiến sĩ yếu hèn. Gót chân vương giả từ đó lang thang khắp chốn sơn cùng thủy tận: cô đơn bên bờ suối, dưới gốc cây. Ngài đi tìm cái gì? Ta hãy nghe Ngài nói: 'Rồi thì, này các tỷ-kheo, một thời gian sau, trong tuổi thanh xuân, khi tóc còn đen mượt, với sức sống cường tráng; mặc dù cha mẹ không đồng ý với gương mặt đầm đìa nước mắt, Ta đã cạo bỏ râu tóc, khoác áo cà-sa, lìa bỏ gia đình, sống không gia đình. Ta trong khi ra đi như vậy, làm người đi tìm cái gì đó chí thiện, tìm con đường hướng thượng, tìm dấu vết của sự tịch mịch tối thượng.' Ngài đi tìm và khai phát con đường dẫn về thế giới bình an và hạnh phúc vĩnh cửu.

Rồi con đường ấy được công bố, được giới thiệu cho những ai như những đóa sen tuy sinh trưởng từ bùn sình, nước đọng, nhưng đã có thể vươn lên khỏi bùn sình, bản thân không bị nhiễm mùi tanh hôi của bùn sình. Tuy vậy, không phải ngay từ đầu con đường vừa được khám phá và công bố ấy được tiếp nhận một cách đầy tin tưởng bởi tất cả mọi người. Số người chống đối không phải ít. Khi đức Đạo sư trẻ tuổi đến Magadha, vương quốc hùng mạnh nhất thời bấy giờ, nhiều thanh niên con nhà gia thế, như Yasa cùng các bạn bè, và các thanh niên trí thức hàng đầu như Sariputta và Moggallana, và nhiều thanh niên quý tộc, vương tôn công tử, tiếp nối nhau từ bỏ gia đình, từ bỏ địa vị xã hội sang cả, chọn con đường vinh quang của Chân lý. Từ một góc độ nào đó mà nhìn, sự ra đi của họ tạo thành một khoảng trống lớn cho xã hội, làm đảo lộn nếp sống đã thành thói quen của quần chúng. Dân chúng lo ngại. Họ thì thầm bàn tán, rồi phiền muộn, rồi thất vọng, và rồi giận dữ. Dư luận gần như dấy lên đợt sóng phản đối: 'Sa-môn Gotama làm cho những người cha mất con, những bà vợ trẻ trở thành góa bụa. Sa-môn Gotama làm cho các gia đình có nguy cơ sụp đổ.' Dư luận phản đối ấy không kéo dài đủ để gây thành làn sóng phản đối. Chẳng mấy chốc, những người cha, những bà vợ trẻ ấy nhận thấy không phải họ bị phản bội hay bị bỏ rơi cho số phận cô đơn, mà họ được chỉ cho thấy hương vị tuyệt vời của tình yêu và hạnh phúc mà trong một thời gian dài họ không tìm thấy. Như thế, trong những ngày đầu tiên khi vừa được công bố, con đường chí thiện, con đường tối thắng và tối thượng của thế gian, dẫn đến thế giới bình an vĩnh cửu không phải bằng sức mạnh chinh phục của gươm giáo, mà bằng sức mạnh của từ bi và trí tuệ; con đường ấy được nồng nhiệt tiếp nhận bởi những con người rất trẻ, bởi tầng lớp ưu tú nhất của xã hội, tầng lớp định hướng tương lai của xã hội.

Có lẽ chúng ta nên dừng lại ở đây. Hình ảnh ấy đối với nhiều người quá cao xa, nhìn lâu tất choáng ngợp. Dù vậy, tự thâm tâm của mình, không một bạn trẻ nào, dù là nam hay nữ, không cảm nhận rằng mình đang được thúc đẩy bởi một động lực không thể cưỡng, đó là khát vọng chinh phục. Chinh phục tình yêu, chinh phục danh vọng, chinh phục địa vị. Dù nhìn từ góc độ nào, dù tiến theo hướng nào; chúng ta như những trẻ nít đuổi theo cánh bướm. Khi đã nắm được xác bướm trong lòng tay, ít ai tự hỏi: Chinh phục và chiến thắng này có ý nghĩa gì? Và ta vẫn mải miết đuổi theo những cánh bướm này rồi đến cánh bướm khác. Trong lịch sử loài người, có bao nhiêu nhà chinh phục vĩ đại, sau chiến thắng, lại cảm thấy ta cũng chỉ là một con đường yếu đuối trước sức mạnh bao dung của tình yêu nhân loại?

Vó ngựa của Thành-cát-tư-hãn không chùn bước trước bất cứ kẻ thù nào, nhưng tâm tư của Đại Hãn cảm thấy bất an khi nhìn sâu vào cuối con đường chinh phục một bóng dáng đang thấp thoáng đợi chờ. Đó là kẻ thù cần phải chinh phục sau cùng. Đại Hãn cũng biết rằng dẫu cho tập hợp sức mạnh của trăm vạn hùng binh cũng không thể đánh bại kẻ thù ấy, chinh phục vương quốc ấy. Ông cho đi tìm một người trợ thủ, tìm cố vấn thông thái nhất và khôn ngoan nhất để tập hợp được sức mạnh siêu nhiên. Sứ giả của Đại Hãn đi vào núi Chung Nam thỉnh cầu Đạo trưởng Khưu Xứ Cơ. Đạo trưởng khởi hành, băng sa mạc, đến tận đại bản doanh của Đại Hãn, để giảng giải cho Đại Hãn ý nghĩa trường sinh bất tử, những ẩn nghĩa huyền vi từ quyển thiên thư năm nghìn chữ của Thái thượng Lão quân. Cuối quyển thiên thư, khi tất cả ẩn ngữ coi như đã phơi bày ý nghĩa thâm sâu, Khả Hãn chỉ xác nhận được một điều: Ta sẽ là người chiến bại trong cuộc chiến cuối cùng ấy.

Vậy, ý nghĩa của chinh phục là gì? Mỗi người trong chúng ta sống và đi tìm một cái gì đó, một ý nghĩa nào đó, cho sự sống hay lẽ sống của mình. Với tuyệt đại đa số, tình yêu và hạnh phúc là lẽ sống, hoặc là tài sản, hoặc danh vọng, hoặc quyền lực, là lẽ sống. Người ta tự đày đọa tâm trí mình, làm khổ nhọc hình hài mình, để đuổi bắt những gì được coi là tinh hoa của đời sống. Người ta cũng biết rằng ngoài những cái lẽ sống phù du, ảo ảnh của hạnh phúc, còn có những phương trời cao rộng, còn có con đường chí thiện; nhưng chỉ một số rất ít người bước theo hướng đó, và lại rất ít người đến đích. Vì sao thế?

Có một nhà nghiên cứu văn học, khi viết về nhà thơ Lý Bạch, không tiếc lời ca ngợi con người tài hoa và đời sống phóng khoáng ấy. Rồi nhà nghiên cứu kết luận: "Nhưng chúng ta không sống như Lý Bạch được, vì chúng ta còn có gia đình vợ con, và nhiều thứ ràng buộc khác." Phải chăng tất cả chúng ta đều sinh ra với một dây thòng lọng treo sẵn nơi cổ, còn Lý Bạch thì không? Phải chăng chúng ta chỉ được phép chiêm ngưỡng, thán phục những cuộc đời và những nhân cách cao thượng, như người hành khất đói rách chỉ được phép từ xa đứng nhìn một cách thèm thuồng những ngọc ngà châu báu trên thân thể một công nương mỹ miều? Lý Bạch không thể sống như ta, và ta cũng chẳng cần phải trở thành người như Lý Bạch để được người đời thán phục. Mỗi người ẩn chứa trong tự thân một kho báu vô tận. Cần gì phải vay mượn hay ăn cắp giá trị của tha nhân. Không nên tự đánh giá mình quá thấp kém.

Người cùng tử trong kinh Pháp Hoa, không dám vọng tưởng bản thân là con trai và cũng là người thừa kế duy nhất của vị trưởng giả giàu sang, mà thế lực có khi còn lấn lướt trên hàng khanh tướng của triều đình. Anh chàng trai trẻ này cảm thấy sung sướng khi người ta nhận mình làm một tôi tớ hèn mọn, và rất lấy làm vinh dự được là tôi tớ hèn mọn của gia đình sang cả ấy. Vinh dự với công việc quét dọn các hố xí. Vinh dự được nằm ngủ trong chuồng ngựa. Thế nhưng, tự bản chất, trong huyết thống, và như một định mệnh quái dị, nó phải là người thừa kế duy nhất của gia đình ông trưởng giả. Nó chỉ được công nhận tư cách thừa kế khi nào tự nhận ra nguồn gốc huyết thống của mình, tự khẳng định giá trị cao sang của mình. Không thể rằng một kẻ tự xác nhận giá trị con người của nó không cao hơn giá trị con ngựa nòi của ông chủ, mà kẻ đó lại có ý nghĩ muốn khẳng định mình là kẻ thừa kế duy nhất. Đó không phải là thừa kế, mà là âm mưu sang đoạt. Chắc chắn nó sẽ phải bị trừng phạt vì tham vọng điên rồ.

Ở đây, trong khi chúng ta không tự khẳng định được phẩm chất cao quý của mình, không nhìn thấy những giá trị cao cả của đời sống; những giá trị không cao hơn các hàng ghế và các nấc thang xã hội đã được cố định như là trật tự không thể đảo lộn; ấy thế mà nghĩ rằng "Ta là Phật tử", nghĩa là kẻ thừa tự hợp pháp của gia tộc Như Lai, há chẳng phải là một sự soán nghịch chăng?

Trong số những người bạn trẻ của tôi, không ít người cố vươn lên, tự khẳng định giá trị bản thân; tự cho rằng khi cần và nếu muốn thì có thể khoác lên mình phẩm phục sang nhất, ngồi ở địa vị cao nhất trong xã hội không phải là khó; và khi không cần thiết thì cũng có thể "vứt bỏ ngai vàng như đôi dép rách". Những người bạn ấy, sau một thời gian vật lộn với đời để tự khẳng định giá trị của mình, có bạn "may mắn" leo lên được chiếc ghế cao, bỗng chợt thấy tất cả ý nghĩa và giá trị của đời sống đều được vẽ vời, được khắc chạm lên chiếc ghế này. Từ đó, họ cố buộc chặt mình vào đó, và quyết tâm bảo vệ nó "với bất cứ giá nào".

Cũng có người bạn, sau cuộc tình đổ vỡ, chợt thấy hạnh phúc trong vòng tay chỉ là ảo ảnh. Anh tìm đến tôi sau những ngày lang thang, đau khổ. Không phải anh đến tìm nơi tôi một nguồn an ủi, mà đến để giảng cho tôi một bài pháp rất hay về ý nghĩa của tình yêu và vĩnh cửu; hạnh phúc chân thật và lẽ sống cao cả, chí thiện. Trong khi lặng lẽ nghe anh nói, tôi cảm thấy như mình đang uống từng giọt nước cam lồ ngưng tụ từ những giọt nước mắt nóng bỏng; và thầm tự hỏi: bạn mình đã "chứng ngộ Niết-bàn" rồi chăng? Phải thú nhận rằng, bây giờ, đã ba mươi năm sau, tôi vẫn không quên được "bài thuyết pháp" tuyệt vời ấy. Nhưng chỉ một thời gian ngắn thôi; anh lại lao mình chạy theo những cuộc tình mới. Tôi hỏi. Anh nói, hương vị ngọt ngào của mối tình đầu ấy không nhạt mờ theo năm tháng được. Nó vĩnh viễn ẩn kín ở một góc tối nào đó trong trái tim anh. Anh đuổi theo những mối tình hời hợt, thoáng chốc; chạy theo danh vọng phù hoa; tất cả chỉ vì muốn quên đi những gì đã đi và đi mất mà không bao giờ níu kéo lại được. Thỉnh thoảng, nhớ lại anh, tôi tự hỏi, bây giờ thực tế anh đang gặt hái những thành công trên đường đời, nếu nghĩ lại những năm tháng của tuổi trẻ ấy, anh có thấy mình dại dột chăng? Là đuổi bắt ảo ảnh chăng? Và giữa hai quãng đời ấy, thật sự đâu là ảo ảnh?

Người ta nói, tuổi trẻ các bạn đang đứng trước ngưỡng cửa cuộc đời; vậy hãy chuẩn bị hành trang mà vào đời. Tôi muốn nói cách khác. Bằng tuổi trẻ của mình đã đi qua, tôi muốn nói rằng, tuổi trẻ các bạn đang được đặt trước hai câu hỏi cần phải trả lời dứt khoát, hay trước hai ngã đường cần phải lựa chọn không lưỡng lự: tình yêu và sự nghiệp. Trước mặt các bạn là con đường thăm thẳm, đang ẩn hiện mơ hồ dưới ánh sao mai. Chưa phải là buổi bình minh để các bạn thấy rõ mình đang đứng đâu và con đường mình sẽ đi đang dẫn về đâu. Và trước mắt có thật sự là hai ngã đường phải lựa chọn, hay thực tế chỉ một mà thôi? Các bạn sẽ tiến tới theo hướng nào? Học tiến lên theo con đường công danh sự nghiệp, bởi vì 'đã sinh ra ở trong trời đất, phải có danh gì với núi sông'? Hay săn đuổi bóng dáng một mùa xuân vĩnh cửu? Cả hai ý nghĩa, các bạn trẻ đều hiểu rõ.

Chúng ta không cần biện giải dài dòng. Có điều, sự hiểu biết của các bạn về con đường trước mắt không phải do chính mình đã nhìn thấy, như thấy rõ con đường mình đang đi, khi ánh bình minh xuất hiện; mà do dấu vết của nhiều thế hệ đi trước. Dễ có mấy ai tự vạch cho mình một lối đi riêng biệt, không giẫm theo bất cứ lối mòn nào? Lần bước theo những vết mờ của người đi trước, tuổi trẻ định hướng cho tương lai của mình. Trong số họ, rất ít người bước ra khỏi bóng đêm của rừng rậm, để bằng chính đôi mắt của mình, nhìn thấy rõ con đường đang đi đang chạy theo hướng nào, dưới mặt trời rực sáng của ban mai.

Chúng ta hãy đi tìm một người trong số rất ít người ấy. Người không xa lạ với chúng ta. Tôi muốn nhắc các bạn vua Trần Nhân Tông. Tuổi trẻ, lớn lên giữa cung đình xa hoa, đầy lạc thú, nhưng người thiếu niên vương giả lại sống như một ẩn sỹ ngay giữa hoàng thành. Trường trai, khổ hạnh. Không biết người ta có nhìn thấy phong độ hào hoa nơi thiếu niên vương giả này hay không, nhưng vua cha nhìn thân thể gầy còm của người kế vị ngai vàng mà khóc: Biết con có đủ nghị lực để giữ vững giềng mối giang sơn chăng?

Tuy vậy, con người ấy, về sau, khi ngự trị trên ngai vàng, làm chủ một đất nước, không chỉ đã tự khẳng định giá trị bản thân, mà còn khẳng định ý nghĩa sinh tồn của một dân tộc. Dù ngồi trên bệ rồng cao vời vợi; dù xông pha chiến trận; hay dù trên vó ngựa khải hoàn, từ những chiến thắng oanh liệt; mà cho đến nay, trong bóng đèn khuya, trong bóng đêm tịch mịch của lịch sử, chúng ta vẫn mường tượng nhịp mõ công phu và giọng kinh man mác nhưng vẫn rành rọt khí phách anh hùng của bậc quân vương vốn coi ngai vàng như đôi dép bỏ: "Nhất thiết hữu vi pháp, như mộng huyễn bào ảnh." Làm sao trong con mắt nhìn, thế giới này chỉ tồn tại như hạt sương trên đầu cỏ, lại có thể định hướng không chỉ cuộc đời của riêng mình mà cho cả vận mệnh của dân tộc? Hy vọng các bạn trẻ có thể tự mình tìm thấy câu trả lời. Bởi vì, nếu các bạn có thể trả lời được câu hỏi ấy, các bạn cũng có thể định hướng cuộc đời của mình mà không e ngại rằng sẽ có điều nhầm lẫn.

Bây giờ, chúng ta hãy trở lại đề tài thảo luận. Rất nhiều Anh Chị khi nghe đọc lên đề tài, nghĩ rằng diễn giả sẽ nêu lên một hình thái đạo Phật như thế nào đó, sau đó nghiệm xét xem hình thái ấy có những điểm nào phù hợp với tuổi trẻ, ích lợi thiết thực cho tuổi trẻ. Cho đến đây, chưa có hình thái nào được giới thiệu. Có Anh Chị nào cảm thấy thất vọng không? Cũng nên thất vọng một ít. Như thế để chứng tỏ rằng chúng ta đến với đề tài không phải thụ động; ai nói sao nghe vậy. Nhất định, phải có sự lựa chọn; dù không phải là lựa chọn một cách tùy tiện. Khởi đầu của nhận thức, tất phải có sự lựa chọn. Hoạt động trí năng của tuổi trẻ, trước tất cả, là khả năng lựa chọn. Tuổi trẻ học tập để biết lựa chọn. Định hướng cho tương lai của mình bằng sự lựa chọn sáng suốt.

Vả lại, ở đây ta cũng không nên thất vọng nếu nói rằng không có một hình thái đạo Phật nhất định nào dành riêng cho tuổi trẻ. Chỉ có một mảnh trăng trên trời. Nhưng là trăng bạc màu tang tóc; hay trăng tươi mát hồn nhiên; hoặc là trăng thề làm chứng cho trái tim chung thủy; và cũng có khi là 'trăng già độc địa làm sao, xe dây chẳng lựa buộc vào như chơi'. Cũng có tuổi trẻ đến với đạo Phật, mong cầu giọt nước cảnh dương làm sống dậy một tâm hồn khô héo vì tình yêu bị phản bội. Cũng có tuổi trẻ đến với đạo Phật để gột rửa sạch 'gót danh lợi bùn pha sắc xám, mặt công hầu nắng rám mùi dâu'. Các bạn trẻ ấy tự tìm thấy hình thái đạo Phật thích hợp với mình. Nếu đạo Phật không đáp ứng được cho những tâm hồn đau khổ, chán chường cuộc sống ấy, chẳng khác nào y sĩ từ chối bịnh nhân. Vậy thì, các bạn trẻ cũng nên tự mình tìm cho mình một hình thái đạo Phật cho thích hợp; không phải là hình thái được lập thành khuôn mẫu do bởi các Anh Chị trưởng, do các Đại Đức, Thượng Tọa, hay do các nhà nghiên cứu uyên bác. Một thiền sư Việt Nam đã nói: 'Nam nhi tự hữu xung thiên chí, hưu hướng Như Lai hành xứ hành'. Ta hãy đi con đường do chính ta lựa chọn, không cần gì phải lắt nhắt theo dấu vết của Như Lai.

Khẩu khí này nhiều khi khiến ta sợ hãi, e rằng có quá tự phụ, quá ngạo mạn chăng? Đừng có phổ nhạc những lời ấy thành giai điệu với tiết tấu hành khúc dồn dập, mà hãy thử phổ thành một sonata nhỏ của mặt hồ tĩnh lặng, ta sẽ nghe được âm hưởng này: hãy bình thản tự chọn cho mình một hướng đi, sẵn sàng chịu trách nhiệm đối với hậu quả xuất hiện trên hướng đi mà ta đã chọn. Lời Phật cần ghi nhớ: 'Chúng sanh là kẻ thừa tự những hành vi mà nó đã làm.' Và còn có lời Phật khác nữa: 'Hãy là kẻ thừa tự Chánh pháp của Như Lai, chớ đừng là kẻ thừa tự tài vật.'

Các bạn trẻ đang học tập để chuẩn bị cho mình xứng đáng là kẻ thừa tự. Kế thừa gia nghiệp của ông cha, của dòng họ. Kế thừa sự nghiệp của dân tộc. Kế thừa di sản nhân loại. Dù đặt ở vị trí nào; bản thân của các bạn trẻ trước hết phải sẽ là người thừa kế. Thành công hay thất bại trong sự nghiệp thừa kế của mình, đó là trách nhiệm của từng người, của từng cá nhân. Hãy tự đào luyện cho mình một trí tuệ, một bản lãnh, để sáng suốt lựa chọn hướng đi, và dũng cảm chịu trách nhiệm những gì ta đã lựa chọn và gây ra cho bản thân và cho cả chúng sanh.

Không có đạo Phật chung chung cho đồng loạt tuổi trẻ. Mỗi cá nhân tuổi trẻ là biểu hiện của mỗi hình thái đạo Phật sinh động.

Chúc các Anh Chị có đầy đủ nghị lực để chinh phục những vương quốc cần chinh phục; để chiến thắng những sức mạnh cần chiến thắng.

TUỔI TRẺ LÊN ĐƯỜNG

Lời Giới Thiệu: *Bài này được viết từ những năm đầu thập niên 1980, khi tác giả vừa ra tù lần thứ nhất. Thời may, Ni sư Trí Hải lúc ấy mời ngài viết bài cho tờ tập san Phật học để Tăng Ni có tài liệu tu học, hàng Phật tử có kiến thức cơ bản về đạo Phật. Gọi 'tập san' là do thói quen mà gọi; đó chỉ là tập tài liệu gồm dăm bài viết, được quay ronéo, mỗi kỳ chừng vài mươi bản, được đóng tập, có trang bìa đàng hoàng, và được đặt tên "Pháp Luân". Lúc ấy độc giả gọi nó là "báo chui" vì không có phép xuất bản, bởi người làm chủ trương không bán mà chỉ lưu hành trong nội bộ tăng ni Phật tử. Báo ra được vài số, được đón nhận tích cực khiến những người cộng tác phấn chấn hớn hở, nhưng người quản lý thì không vui; họ nói, lưu hành nội bộ, mà cái 'nội bộ' này 'hơi bị to'! Kể ra cũng đúng. Xét cho cùng trên thế giới có lẽ trừ vài nước Phi châu xa xôi, ở đâu mà không có Phật giáo để gọi là 'nội bộ'?! Thế là công an cử người đến gặp Ni sư Trí Hải, không cho ra báo. Tờ báo chết yểu, bài báo nửa chừng phải chết theo; người viết báo tắt tịt cảm hứng, người đọc báo thì tiếc: Thiện Tài đồng tử mới lên đường ra tới cửa ngõ Thái Bình Dương, coi như đã bị cắt passport, cấm xuất ngoại!*

Từ ấy... đã hơn 30 năm trôi qua, nhiều việc đã đổi thay. Ni sư nay không còn nữa. Nhưng những người làm báo thì còn, để cho một Thiện Tài lại có thể tiếp tục lên đường du học....

Hạnh Viên

Xuân đã qua mà cành mai vẫn còn nở rộ. Gió lay núi lớn mà gió vẫn lặng. Nước dồn sóng cả mà nước không trôi. Bản chất đến và đi, đi và đứng, mất và còn của vạn vật là thế.

I. CHUẨN BỊ HÀNH TRANG

MỘT VẬN HỘI MỚI CỦA ĐẠO PHẬT

Tinh xá Kỳ Viên là nơi thường lai vãng của các tỳ-kheo từ các phương xa đến thăm viếng đức Đạo sư để nghe Ngài nói về những sự thật của đời người, đến bản chất tồn tại của vạn hữu. Một số đông các tục gia đệ tử cũng thường đến để nghe pháp, để giúp đỡ các tỳ-kheo những phương tiện cần thiết cho đời sống tu tập của họ. Không ngày nào vắng khách; và số khách đến, với xe ngựa, với những đoàn tùy tùng tấp nập, thật không phải là ít. Nhưng tất cả mọi người dù là tăng hay tục, đều đến trong im lặng và đi trong im lặng. Tinh xá lúc nào cũng giữ vẻ cô tịch của một cõi đời, ở ngoài tất cả mọi cõi đời, của những sự sống đang cố vươn mình lên trên những định luật khắt khe chi phối sự sống.

Và một hôm, không biết từ đâu đến vô số khách lạ chưa bao giờ thấy. Họ đến từ phương đông, từ phương tây, từ mọi phương, từ những thế giới thật xa xăm diệu vợi. Họ khoác những chiếc áo sặc sỡ đủ mọi màu sắc, ngự trên những cỗ xe lộng lẫy, với những tàn lọng làm bằng các thứ tơ lụa của thiên thần. Con số những người khách lạ này không chỉ hàng trăm hay hàng nghìn. Thật là vô số kể. Hàng trăm triệu, hàng trăm tỷ. Hơn thế nữa, nhiều không thể đếm. Nhiều đến mức không thể tưởng tượng nổi một con số gần với cụ thể. Dù vậy, dù với số vô tận ấy, dù với những hiện tượng kỳ diệu chưa từng thấy ấy, tất cả đều không gây sự ngạc nhiên đáng chú ý nào đối với các tỳ-kheo đang ngụ ở Kỳ Viên. Họ vẫn im lặng như mọi ngày. Vẫn thực hiện những bổn phận như mọi ngày. Thậm chí, họ như không biết có sự hiện diện của vô số khách lạ này; không biết đến những gì đang xảy ra và đang làm thay đổi khung cảnh u tịch của tinh xá này. Nhưng, những người khách lạ kia đến đây để làm gì nhỉ? Vâng, họ đến theo dấu hiệu triệu của Phật. Dấu hiệu ấy là tâm đại bi tràn đầy khắp cả hư không vô tận. Đức Phật đã rải tâm đại bi ấy bằng thiền định, được mệnh danh là thiền định của con sư tử vươn mình. Họ nhận được dấu hiệu triệu ấy từ hư không, qua những làn ánh sáng chói ngời đức tính đại bi và đại trí. Họ đến để tham dự một hội nghị thảo luận về chương trình hóa đạo và hành đạo do hai vị Bồ Tát thượng thủ chủ trì: Bồ Tát Phổ Hiền, Viện trưởng viện Hành đạo, và Bồ Tát Văn Thù, Viện trưởng Viện Hóa đạo.

Trước hết, ngài Viện Trưởng Viện Hành đạo, Bồ Tát Phổ Hiền, giới thiệu một chương trình hành đạo thật vô cùng vĩ đại. Phạm vi hành đạo bao gồm từ một thế giới nhỏ xíu bằng hạt cát, thậm chí nhỏ hơn nữa: bằng một nguyên tử, cho đến những thế giới bao la trải rộng từ vô cực này đến vô cực khác. Thời gian hành đạo có thể chỉ trong vòng khoảnh khắc một sát na, và có thể lâu dài đến vô lượng vô số đại kiếp. Người hành đạo có thể hành đạo dưới mọi hình thức; hoặc bằng những đoàn thể mà con số đoàn viên nhiều như những đám mây lớn che kín cả vũ trụ, hoặc độc nhất chỉ một mình; có thể là một thầy tu, có thể là thương gia, có thể là một ẩn sĩ khổ hạnh, hay một y sĩ, một nghệ sĩ, một chính khách, v.v…

Sau khi cương lĩnh thống nhất của cả hai Viện được thông qua, Bồ Tát Văn Thù rời khỏi Thiên Trụ lâu các, nơi diễn ra đại hội nghị, cùng với vô số Bồ Tát đồng hành, đi về phương nam để thực hiện chương trình tuyên giáo của Viện Hóa Đạo.

Dù sao, kết quả của đại hội cũng đã gây được sự chú ý của một vị tỳ-kheo lão thành của tinh xá Kỳ Viên; Tôn giả Xá Lợi Phất nhận thấy nghi biểu trác việt siêu quần của Bồ Tát Văn Thù, Tôn giả Xá lợi Phất xin phép Phật được theo dõi cuộc vận động tôn giáo của Viện Hóa Đạo. Tôn giả dẫn theo sáu ngàn tỳ-kheo. Họ dừng lại giữa đường. Tôn giả Xá Lợi Phất ca ngợi với sáu ngàn vị tỳ-kheo trẻ tuổi này về cốt cách của một con người siêu việt với một tâm hồn siêu việt như Bồ Tát Văn Thù. Các tỳ-kheo trẻ tuổi yêu cầu được hướng dẫn đến diện kiến con người siêu việt đó. Theo lời yêu cầu này, tôn giả Xá lợi Phất giới thiệu họ với Bồ Tát Văn Thù. Như tư thái của một con voi chúa khi quay đầu nhìn lại, Bồ Tát quay nhìn các vị tỳ-kheo trẻ ấy, khuyến khích họ, giới thiệu với họ mười điều tâm niệm cao cả để có thể trở thành một nhân cách tuyệt vời. Đó là mười tâm nguyện không bao giờ biết mệt mỏi:

1. Tâm nguyện mong cầu được tham kiến, được gần gũi và phục vụ hết thảy tất cả chư Phật mà không bao giờ biết mệt mỏi.

2. Tâm nguyện tích tập hết thảy tất cả những thiện căn mà không bao giờ biết mệt mỏi.

3. Tâm nguyện mong cầu học hết tất cả Phật pháp mà không bao giờ biết mệt mỏi.

4. Tâm nguyện thực hành tất cả các ba la mật mà không bao giờ biết mệt mỏi.

5. Tâm nguyện thành tựu tất cả tam muội của Bồ Tát mà không bao giờ biết mệt mỏi.

6. Tâm nguyện lần lượt thâm nhập hết tất cả tam thế mà không bao giờ biết mệt mỏi.

7. Tâm nguyện làm trang nghiêm thanh tịnh thế giới Phật trong cả mười phương mà không bao giờ biết mệt mỏi.

8. Tâm nguyện giáo hóa và điều phục hết thảy chúng sinh mà không bao giờ biết mệt mỏi.

9. Tâm nguyện thành tựu Bồ Tát hạnh trong hết tất cả cõi Phật qua suốt vô số chu kỳ thời gian vô tận mà không bao giờ biết mệt mỏi.

10. Tâm nguyện thực hiện tất cả vô số ba la mật nhiều bằng vô số hạt bụi trong vô số thế giới Phật, thành tựu tất cả mười uy lực của Như Lai với mục đích là để thành thục tất cả chúng sanh, mà không bao giờ biết mệt mỏi.

Sau khi khích lệ sáu ngàn tỳ-kheo trẻ này nêu cao chí nguyện Phật đà, Bồ Tát Văn Thù tiếp tục đi về phương nam.

MỘT NHÂN CÁCH LÝ TƯỞNG CỦA THANH NIÊN PHẬT TỬ

Bồ Tát Văn Thù và đoàn tuyên giáo của ngài dừng lại phía đông Phước thành, ngụ trong rừng cây Sa-la có tên là Trang nghiêm tràng. Ở đó có một ngôi tháp cổ to lớn, là nơi mà trước kia đức Thế Tôn đã từng ở đó tu Bồ Tát hạnh, cho nên được nổi tiếng khắp cả mọi thế giới Phật. Tại đây, Bồ Tát Văn Thù cũng thuyết giáo cho vô số cư sĩ nam, cư sĩ nữ, vô số thanh niên và thiếu nữ. Trong số những thanh niên đến nghe thuyết giáo này, Ngài chú ý đến một thanh niên có tư cách đặc biệt, đó là Thiện Tài đồng tử. Thiện Tài, nghĩa là một nhân cách có một đức tính nội tại phong phú, được ghi nhận ngay từ khi mới thụ thai qua những dấu hiệu mà người ta có thể biết được. Đó là những giá trị có thể hình dung một cách cụ thể bằng bảy loại mỏ quý: mỏ vàng, mỏ bạc, mỏ lưu ly, mỏ pha lê, mỏ trân châu, mỏ mã não, mỏ xa cừ, và những cá tính nội tại của vị đồng tử vừa thụ thai này đã chói sáng chung quanh như sự ngời sáng của bảy loại mỏ ấy.

Nhận thấy nơi người thanh niên này những cá tính ngời sáng, Bồ Tát Văn Thù giới thiệu tính cách bao la hoằng vĩ của Phật pháp, sự thành tựu cao cả của Phật thừa, chí nguyện bao la không cùng tận của Bồ Tát đạo, gợi lên nơi mọi người tâm nguyện tự giác vô thượng, chí nguyện vị tha vĩ đại. Sau đó Bồ Tát bỏ đi.

Thiện Tài nhìn theo, và do sự thúc đẩy mãnh liệt của lý tưởng Phật thừa và chí hướng Bồ Tát đạo vừa được khơi dậy, vội vã theo gót Văn Thù, mong mỏi được chỉ dạy con đường học hỏi và thực hành Bồ Tát hạnh.

Như tư thái một con voi chúa nhìn lui, Bồ Tát Văn Thù quay lại nhìn Thiện Tài, ca ngợi lý tưởng cao cả và chí nguyện vĩ đại của người thanh niên này, rồi Bồ Tát chỉ giáo vắn tắt: "Gần gũi và phụng sự các thiện trí thức, đó là nhân duyên tối sơ để thành tựu trọn vẹn nhất thiết trí. Do đó, đừng bao giờ mệt mỏi với điều này."

Như vậy, một nền tảng sinh hoạt của thanh niên đã được nêu lên một cách cụ thể: một tình bạn chân thành với một trái tim rực cháy. Học đạo và hành đạo bằng trái tim nhiệt thành, bằng tình bạn thiêng liêng cao quý. Đi khắp mọi nơi, đến với mọi người, hướng tới sự nghiệp cao cả của Phật thừa. Từ đây về sau, trong cuộc lữ hành đơn độc, một mình một bóng như cánh nhạn giữa bầu trời bao la vô tận, Thiện Tài không bao giờ cảm thấy cô độc, không bao giờ biết mệt mỏi, trong bất cứ nghịch cảnh nào với muôn vàn gian khổ nào vẫn tìm thấy hương vị mặn nồng của tình bạn chân thành để có thể giữ vững ý chí ngoan cường tiến thẳng tới.

Bồ Tát Văn Thù còn dạy thêm: "Muốn thành tựu Nhất thiết trí, cần phải quyết định tìm đến với chân thiện tri thức, với những người bạn hiền. Không bao giờ biết mệt mỏi trong việc tìm bạn, không bao giờ cảm thấy đủ trong việc tìm bạn, không bao giờ xao lãng những điều khuyên bảo tốt đẹp của bạn hiền, và không bao giờ cố ý tìm tòi những khuyết điểm của bạn hiền." Và rồi Ngài chỉ đường cho Thiện Tài đi về phương nam để học hỏi những điều cần học hỏi với các chân thiện tri thức ở đó.

Vâng lời chỉ dạy, Thiện Tài từ giã ân sư lên đường, với tình cảm quyến luyến như không muốn rời khỏi vị thầy khả kính của mình, với nước mắt lưng tròng, và với ước ao gặp gỡ kỳ ngộ với người bạn đáng yêu chưa hề quen biết đang chờ đợi mình một nơi nào đó trong một thế giới xa lạ nào đó.

PHẦN THI TỤNG

Và rồi, cuối cùng Thiện Tài đã cất bước xuống núi, đi về phương nam. Và bấy giờ, chúng ta sẽ theo dõi cuộc hành trình này qua những bài thơ Đường luật của Phật Quốc Duy Bạch thiền sư (佛國惟白禪師), người đời Tống. Về tiểu sử, về lai lịch các bức minh họa và các bài thơ kèm theo, chúng ta sẽ chờ một dịp khác, nếu thuận tiện.[1] Vì đấy là công việc khảo cứu; nó không hấp dẫn chúng ta cho lắm. Về các bài thơ này, chúng ta cũng chỉ mới cố gắng dịch theo văn xuôi mà thôi. Để chờ một dịp thuận tiện nào đó, khi mà nguồn thi hứng bất thần hiện đến. Nhưng chúng ta hy vọng rằng nguyên văn chữ Hán cũng không phải là khó thưởng thức đối với đa số độc giả. Tuy nhiên, một số điểm cần được chú thích để có thể lãnh hội rõ ràng nội dung của mỗi bài thơ, và do đó, để có thể thưởng thức trọn vẹn ý vị của nó.

---

[1] Các bài thơ và hình vẽ này được Trương Thương Anh (张商英) ghi chép lại trong Phật Quốc Thiền sư Văn-thù chỉ nam đồ tán (佛國禪師文殊指南圖讚), Đại Chánh tân tu Đại tạng kinh, Tập 45, kinh số 1891, bắt đầu từ trang 793.

BÀI THƠ THỨ NHẤT

出林還又入林中
便是娑羅佛廟東
師子吼時芳草綠
象王回處落花紅
六千乞士十心滿
五眾高人一信通
珍重吾師向南去
百城煙水渺無窮

Xuất lâm hoàn hựu nhập lâm trung,
Tiện thị sa-la Phật miếu đông;
Sư tử hống thời phương thảo lục,
Tượng vương hồi xứ lạc hoa hồng.
Lục thiên khất sĩ thập tâm mãn,
Ngũ chúng cao nhân nhất tín thông;
Trân trọng ngô sư hướng nam khứ,
Bách thành yên thủy diệu vô cùng.

Dịch nghĩa

Ra khỏi rừng, rồi quay vào rừng trở lại,
Đấy là phía đông của miếu Phật, rừng sa-la.
Khi sư tử cất tiếng rống, cỏ non đâm chồi xanh biếc;
Trên lối về của voi chúa, những cánh hoa rụng trổ lại màu hồng,
Sáu nghìn khất sĩ đầy đủ cả mười tâm niệm;
Năm nhóm cao nhân đã thông suốt một niềm tin.
Ân cần từ giã Thầy, đi về phương nam,
(Trước mắt) hàng trăm thành thị trong bóng mờ khói nước diệu vợi vô cùng.

Bình giải

Nội dung mô tả sự việc mà chúng ta đã thuật ở trên. Theo quan điểm chú giải của các nhà Hoa nghiêm tông Trung Hoa, cuộc hành trình của Thiện Tài diễn qua 53 bối cảnh. Mỗi bối cảnh là một giai đoạn trong quá trình tu chứng của Bồ Tát gồm: Thập tín, thập trụ, thập hạnh, thập hồi hướng, thập địa, đẳng giác và diệu giác. Giai đoạn sơ khởi, Thiện Tài gặp Văn Thù, được nghe thuyết pháp và vượt qua địa vị thập tín. Trong bài thơ nói: nhất tín thông, là để ghi nhận điểm này. Tín ở đây có nghĩa là tin tưởng khả năng nhất định sẽ thành Phật của mình. Hai câu 3 và 4, nói đến tác dụng của đại trí và đại bi trong quá trình học đạo, hành đạo và hóa đạo. Chủ ý là ca ngợi sự thuyết giáo của Văn Thù. Do sự thuyết giáo này, sáu nghìn tỳ-kheo phát khởi tâm nguyện bồ đề. Trước đó, họ hướng đến sự giải thoát của bản thân với sự diệt trừ các ô nhiễm tâm. Tâm hồn họ bấy giờ như đống tro tàn nguội lạnh, nhìn đời bằng con mắt dửng dưng, không hàm chứa một tâm nguyện thiết tha nào đối với Phật thừa cao cả. Lý tưởng cuối cùng của họ là sau cuộc đời này không còn tái sanh vào một cuộc đời nào nữa, tự hưởng thọ riêng mình pháp lạc tối thượng của Niết-bàn. Tâm hồn họ như những cánh hoa đã rụng, đã héo úa. Nhưng, trên lối về của con voi chúa, nghĩa là qua lối nhìn "tượng vương hồi thị", như cái nhìn lui của voi chúa, của Bồ Tát Văn Thù, họ được khơi dậy niềm tin đối với Phật thừa. Tâm hồn như cánh hoa rụng của họ bỗng chốc trở lại màu hồng rực rỡ. Và thêm nữa, khi tiếng nói của đại trí cất cao như tiếng rống của sư tử, thì hạt giống giác ngộ có sẵn trong mỗi người bấy giờ bị chấn động và nứt chồi, như tiếng sấm đầu xuân cho cây cỏ trổi màu xanh biếc. Hai câu cuối, mô tả tình sư đệ quyến luyến của Thiện Tài trước khi từ giã Bồ Tát Văn Thù, và Thiện Tài nhìn vào bước đường phiêu lưu trước mắt thấy như là một thế giới bao la với vô số thị thành thấp thoáng sau màn khói nước mông lung, xa xôi và vô tận. Sau khi ân cần bái biệt sư phụ, Thiện Tài lên đường du học; một mình một bóng như cánh nhạn đơn độc giữa bầu trời vô tận. Nhìn ra xa, chỉ thấy một màu khói mây và sóng nước bao la, mà những bước đường học hỏi cũng bao la như vậy. Chí nguyện càng cao, tâm nguyện càng lớn, thì sở học cũng cao và lớn như vậy.

II. ĐI TÌM ẨN SỸ

Vâng theo những dặn dò của sư phụ, Thiện Tài theo hướng nam đảo Deccan, lần hồi đi đến nước Thắng lạc (Ràmàvarànta). Tại nước này, có một ngọn núi tên là Diệu phong (Sugrìva), đó là nơi tu dưỡng của tỳ-kheo Đức Vân (Meghasrì). Núi thì cao, mà rừng thì sâu, bóng người thiện hữu ấy biết tìm nơi đâu? Nhưng với ước vọng nồng nhiệt, mong gặp được bạn hiền như người khát mong tìm thấy nước. Thiện Tài leo khắp mọi đồi núi của dãy Diệu phong. Suốt một ngày, vẫn không tìm ra tông tích. Rồi ngày hai, cũng chỉ thấy mây trời phảng phất, lá rừng và suối nước rì rào, nhưng bóng người thiện hữu vẫn mù tăm. Rồi ngày ba, ngày bốn v.v...

Bóng người thấp thoáng rừng sâu,
Mây ngàn phủ lối biết đâu mà tìm?

Cho đến ngày thứ bảy, duyên hội ngộ cũng là duyên tình cờ ngẫu nhĩ, Thiện Tài trông thấy Đức Vân đang thong dong tản bộ trên một ngọn núi bên kia, vội vàng tìm sang ra mắt, nói lên tâm nguyện chí thành của mình và xin được thiện tri thức chỉ giáo.

Cùng với Đức Vân trên ngọn núi Diệu phong này, Thiện Tài dưới sự hướng dẫn chí tình cuối cùng đã học hết tất cả sở đắc của người Thầy và cũng là người bạn cao quý này. Ở nơi Đức Vân, trước hết Thiện Tài học hỏi được sự củng cố niềm tin kiên quyết. Với niềm tin đó, Thiện Tài lại học được pháp môn làm thế nào có thể ghi nhớ tất cả Chánh pháp của hết thảy các đức Phật. Sau khi công phu này đã được thành tựu. Đức Vân lại hướng dẫn Thiện Tài phát triển con mắt chánh tín. Bằng con mắt chánh tín thanh tịnh này, Thiện Tài lần lượt chứng kiến những sinh hoạt hy hữu của vô số Phật trong khắp tất cả mười phương thế giới, thấy những sắc tướng kỳ diệu của các Ngài, thấy những chúng hội đạo tràng trang nghiêm của các Ngài. Pháp môn thành tựu cuối cùng với thiện tri thức này là pháp môn Phổ kiến, nghĩa là có khả năng thấy suốt và ghi nhớ trọn vẹn hết thảy nguồn sáng trí tuệ vô biên của cõi Phật. Thế nhưng, con đường học hỏi Phật pháp không phải đến đây là thỏa mãn. Đức Vân cho biết, giới hạn sở học của mình chỉ có như thế, và khuyến khích Thiện Tài nên nỗ lực tìm kiếm các thiện tri thức khác để học hỏi thêm nhiều hơn nữa, rồi giới thiệu Thiện Tài đến nước Hải môn mà học tập với tỳ-kheo Hải Vân.

THI TÁN

德雲長在妙高峯
行遶峯頭不定蹤
七日既云尋未見
一朝何故却相逢
發心住處師緣合
普見門中佛境容
回首夕陽坡下望
白雲青嶂萬千重

Đức Vân trường tại Diệu cao phong,
Hành nhiễu phong đầu bất định tung;
Thất nhật ký vân tầm bất kiến,
Nhất triêu hà cố khước tương phùng.
Phát tâm trụ xứ sư duyên hợp,
Phổ kiến môn trung Phật cảnh dung;
Hồi thủ tịch dương pha hạ vọng,
Bạch vân thanh chướng vạn thiên trùng.

Dịch nghĩa

Đức Vân sống mãi trên đỉnh Diệu phong,
Tản bộ đầu non, hành tung bất định;

Qua suốt bảy ngày đã tìm chẳng thấy,
Vì sao một sớm lại tương phùng?
Duyên sư đệ gặp nhau nơi Phát tâm trụ,
Trong pháp môn Phổ kiến, cõi Phật xuất hiện trùng trùng;
Quay đầu nhìn xuống sườn non trong bóng chiều,
Mây trắng núi xanh muôn vạn lớp.

Bình giải

Sau khi đã được Bồ Tát Văn Thù khai đạo, Thiện Tài vượt lên địa vị Thập tín của một Bồ Tát sơ cơ. Ở địa vị này, niềm tin đối với Phật thừa đã được xác lập, tin tưởng nhất định vào sự giác ngộ cuối cùng của mình và biết rằng sự nghiệp duy nhất của đời mình là hướng đến sự giác ngộ đó. Khi niềm tin đã có thì cần phải tu tập để được củng cố. Do đó, tiến thêm bước nữa, với mười giai đoạn trong quá trình tu chứng tiếp theo là địa vị Thập trụ. Đầu tiên là Phát tâm trụ, nghĩa là an trụ vững vàng trong chí nguyện Phật thừa. Mặc dù đây chưa phải là đạt đến địa vị một Thánh giả, nhưng cũng là vị trí cao cả vượt lên trên thế gian. Vì vậy để học hỏi Phát tâm trụ, Thiện Tài được giới thiệu lên đỉnh núi. Đức Vân là biểu tượng của đám mây lành che mát thế gian. Đỉnh núi càng cao thì tầm nhìn càng rộng, nhờ đó mà Thiện Tài học được Pháp môn Phổ kiến. Sự kiện phải tìm kiếm bảy ngày mới gặp Đức Vân, được giải thích là trước khi bước vào Phát tâm trụ cần phải trải qua bảy phương tiện, hoặc phải học tập bảy giác chi. Cách học của Thiện Tài là không học bằng từ chương mà bằng vào sinh hoạt thực tiễn, như Tổ Huệ Năng học đạo Thiền bằng các công phu gánh nước, đốn củi, giã gạo. Do đó, mỗi biến cố trên bước đường hành hương là một vấn đề cần phải học hỏi, và mỗi thành tựu đều là thành tựu của Phật pháp, bởi vì, hết thảy pháp thế gian đều là Phật pháp.

Ở đây, cũng nên sơ lược về cách bố cục chung các bài thơ của Phật Quốc. Trong cách tu chứng của Bồ Tát có hai trường hợp quan trọng, đó là nhập vị tức giai đoạn tu tập để chứng ngộ và xuất vị là giai đoạn cần phải vượt qua sở chứng hiện tại để tiến lên địa vị cao hơn. Mỗi bài thơ đều mở đầu và kết thúc tương xứng với hai giai đoạn hệ trọng này. Phần giữa của bài thơ mô tả sở chứng của từng vị một.

Bài thơ trên đây diễn ra theo bố cục như vừa nói. Phần kết của nó nói đến sự xuất vị của Thiện Tài, đượm màu sắc thi ca. Khi Thiện Tài từ giã Đức Vân để tìm một thiện tri thức khác như đã được giới thiệu, bấy giờ nắng chiều đang ngã dài lên sườn non, và từ trên đỉnh núi Thiện Tài có thể thấy con đường trước mắt chập chùng muôn vạn lớp núi xanh mây trắng. Viễn tượng một thế giới bao la đã được chứng kiến nhưng chưa được sống thực trong đó. Đoạn đường tới của Thiện Tài sẽ là sống thực trong đó, sống với cái Một mà đồng thời là sống với Tất cả cái bao la hoằng vĩ. Cái được nhìn thấy, và cái được sống thực, không phải là hai thế giới riêng biệt, chia cách nhau giữa những ý niệm trừu tượng hay ấn tượng mơ hồ với thực tại cụ thể luôn sung mãn.

Cho nên, cuộc hành trình của Thiện Tài cũng được gọi là cuộc hành trình chứng nhập Pháp giới, nghĩa là đi vào thế giới của sự vô ngại: Sống vĩnh cửu trong từng sát-na, và nhìn thấy vô biên trong từng hạt cát.

III. ĐẠI DƯƠNG CHÀO ĐÓN

Từ núi lạnh đến biển im muôn thuở,
Đỉnh đá này và hạt muối đó chưa tan...

Hết núi cao rồi lại đến biển rộng mù khơi, con đường xuất thế cũng là con đường nhập thế. Cái học Bồ Tát đạo là học từ những âm thanh u tịch của núi rừng cho đến những gào thét của muôn trùng sóng biển. Thiện Tài sau khi từ giã Đức Vân, tìm đường về phía nam đi ra cửa biển. Vừa đi vừa suy nghĩ những gì đã học được từ thiện tri thức ấy, vừa chiêm nghiệm trong ánh sáng bao la của trí tuệ về những con đường đưa đến giải thoát và giác ngộ của Bồ Tát, suy niệm về thế giới và sự nghiệp của chư Phật, về phương tiện vô biên của các Ngài. Lần hồi ngày tháng, đến một quốc độ nằm ngay trên cửa biển, được gọi là nước Hải môn (Sàgaramukha) và tìm đến tham bái với tỳ-kheo Hải Vân (Sàgaramegha). Hải Vân tiếp đón Thiện Tài với niềm cao hứng về tâm nguyện chí thành mà Thiện Tài khẩn thiết bày tỏ và yêu cầu về mục đích tối thượng của mình. Hạt giống Bồ đề đã gieo xuống đất lành rồi, còn chờ ngày vươn cao khỏi mặt đất để làm bóng mát cho thế gian. Do vậy, cần phải nỗ lực tinh tấn không ngừng để tài bồi cho hạt giống Bồ đề đó.

Trước khi truyền thụ cho Thiện Tài tất cả sở đắc của mình, Hải Vân hướng dẫn Thiện Tài bồi dưỡng thêm tâm nguyện Bồ đề cho được vững chắc. Gốc rễ thiện phải được gieo trồng một cách rộng rãi, không phải chỉ thiện cho bản thân, mà thiện cho tất cả mọi loài chúng sinh. Ánh sáng trí tuệ phát sinh từ các tam muội phải được phát triển rộng lớn bao la như đại dương. Nuôi lớn pháp bạch tịnh không bao giờ biết mệt mỏi. Phụng sự thiện tri thức cũng không bao giờ biết mệt mỏi. Không hề biết tiếc rẻ thân mệnh mình. Tâm địa phải bao la bình đẳng như mặt đất, nâng đỡ hết thảy mọi sinh vật. Luôn luôn tìm thấy vui thú trong sự chiêm nghiệm về những cảnh giới của Như Lai. Chẳng mấy chốc, Thiện Tài đã học xong tất cả những giáo huấn ấy. Bài học nhập môn để củng cố Bồ đề tâm này sau khi đã được thành tựu, Thiện Tài lại được hướng dẫn để phát triển tâm nguyện Bồ đề đó rộng lớn thêm nữa.

Các tâm nguyện phải được phát triển ở đây là: Tâm đại bi, cứu khốn phò nguy cho hết thảy chúng sinh; Tâm đại từ, bảo vệ sự an lành cho hết thảy; Tâm an lạc, luôn luôn đem đến niềm vui cho tất cả; Tâm nhiêu ích, hướng dẫn tất cả tránh xa con đường dữ để được lợi ích; Tâm ai mẫn, bảo vệ cho những ai đang sợ hãi; Tâm vô ngại, xả ly tất cả; Tâm quảng đại, rải tâm nguyện đến khắp cả pháp giới; Tâm vô biên, tâm lượng bao la như hư không vô biên; Tâm khoan bác, chiêm nghiệm hết thảy các Như Lai; Tâm thanh tịnh, trí tuệ tương ứng với bản tánh thanh tịnh của các pháp; Tâm trí tuệ, thâm nhập toàn diện vào trong tất cả biển trí.

Sau khi nhận xét Thiện Tài đã phát triển đầy đủ các tâm nguyện như thế để có thể tiếp thu sở chứng của mình, Hải Vân lần lượt chỉ điểm cho Thiện Tài qua kinh nghiệm tu tập bản thân. Sau mười hai năm Thiện Tài ngồi nhìn mặt biển chiêm nghiệm tính chất bao la và sâu thẳm của nó, với những đặc tính riêng biệt của nó. Khám phá và chứng nghiệm một đặc tính cá biệt của nó. Đồng thời cũng là chứng nghiệm được một đặc tính của tâm và của tất cả những gì đang tồn tại, bởi vì, một là tất cả và tất cả là một. Tính chất của biển được chiêm nghiệm theo thứ tự như sau: mặt biển bao la không cùng tận, lòng biển sâu thẳm không thể dò; độ sâu của lòng biển diễn ra từ từ cho đến mức sâu không thể dò; lòng biển chứa đựng vô số kỳ trân bảo vật; lượng nước của biển nhiều không thể hết; màu sắc của nước biển muôn vạn, bất đồng không thể mô tả; biển cả là nơi trú ngụ của vô số chủng loại chúng sinh, biển cả có vô số chúng sinh với thân thể cực kỳ to lớn; biển tiếp thu bất tận mọi nguồn nước mà lượng biển không hề tăng hay giảm. Như thế, tinh thể của biển cũng là tinh thể của hết thảy Phật pháp.

Qua mười hai năm chiêm nghiệm, một sớm nọ đột nhiên từ lòng biển dâng lên qua muôn vạn lớp sóng gào một đóa sen vĩ đại, mà tất cả bộ phận của nó đều là sự kết tinh của mọi thứ ngọc ngà vô giá. Các loại thiên long, tám bộ quỉ thần mang đến mọi thứ trân kỳ để chiêm bái đóa sen ấy. Nó xuất hiện từ sự huyễn hóa, từ bản chất mộng ảo của các pháp, từ nguyện thanh tịnh, cũng giống như sự xuất hiện của hết thảy chư Phật trong thế gian. Trải qua vô số trăm nghìn kiếp chiêm quan và ca ngợi mà vẫn không cùng tận những điều kỳ diệu và những lẽ mầu nhiệm chứa đựng nơi đóa sen này. Rồi bấy giờ, trên đài sen, xuất hiện một đức Như Lai ngồi kiết già, cao lớn cho đến tận chóp đỉnh của thế giới hữu tình, với muôn ngàn sắc tướng và đức tính bất khả tư nghì. Ngài đưa cánh tay mặt ra, sờ lên đỉnh đầu của Hải Vân tỳ-kheo, nói về pháp môn Phổ nhãn (samantanetra-dharmaparyāya) trong đó chỉ cho thấy cảnh giới của hết thảy Như Lai, mở rộng con đường hành động của hết thảy Bồ Tát, nêu rõ diệu pháp của hết thảy chư Phật. Văn từ chương cú được dùng để nói lên pháp môn này, giả sử lấy núi Tu Di làm ngọn bút và biển cả làm mực, viết cho đến bút cùn mực cạn, vẫn chưa chép hết một điều trong một môn của chỉ một phẩm. Ròng rã qua một ngàn hai trăm năm, Hải Vân thọ trì pháp môn này mỗi ngày bằng vào khả năng ghi nhớ tuyệt vời thâu nhận vô số phẩm; rồi đi sâu vào, phân tích, lãnh hội, khai triển, và nhuần nhuyễn đến mức có thể nói lại cho người khác hiểu. Khi Thiện Tài thành tựu xong pháp môn Phổ nhãn này, Hải Vân cho biết, những điều đã học và đã chứng đó thật sự chưa đi vào đại dương Bồ Tát hạnh, chưa đi vào biển cả đại nguyện, và giới thiệu Thiện Tài đến một thiện tri thức khác để học thêm.

THI TÁN

一入多門又到門
分明普眼照乾坤
十年觀海深深趣
千載聞經品品存
白浪涌花成異瑞
紅蓮現佛獨稱尊
須彌聚筆休云寫
萬頃滄波欲斷魂

Nhất nhập đa môn hựu đáo môn,
Phân minh phổ nhãn chiếu càn khôn;
Thập niên quán hải thâm thâm thú,
Thiên tải văn kinh phẩm phẩm tồn.
Bạch lãng dũng hoa thành dị thụy,
Hồng liên hiện Phật độc xưng tôn;
Tu di tụ bút hưu vân tả,
Vạn khoảnh thương ba dục đoạn hồn.

Dịch nghĩa

Vừa mới một phen đi vào bao nhiêu cánh cửa đó, nay lại đến một cánh cửa khác;
Ở đấy, con mắt toàn triệt soi sáng rõ ràng cả vũ trụ;
Qua mười năm hơn chiêm quán biển, với biển sâu hun hút,
Rồi qua hơn nghìn năm nghe kinh, mà từng phẩm vẫn được ghi nhớ rành rẽ.
Sóng bạc trào dâng cánh hoa, báo hiệu điềm kỳ lạ,
Trên đóa sen hồng xuất hiện Phật, được ca ngợi là đấng Chí tôn độc nhất;
Dù lấy ngọn Tu Di làm bút cũng không thể mô tả hết,
Hàng vạn lớp sóng biếc gào thét kinh hồn.

Bình giải

Theo các giải thích, ở đây giai đoạn tham bái thứ ba, chứng *Trị địa trụ*, thứ hai trong *Thập trụ*. Sau khi đã an trụ trong sự phát tâm đối với Phật thừa, bấy giờ cần phải đào trị tâm ấy cho thuần thục để đưa đến tự lợi và lợi tha. Ở *Trị địa trụ*, Bồ Tát phát mười tâm, học mười pháp. Mười tâm: tâm lợi ích, tâm đại bi, tâm an lạc, tâm an trụ, tâm lân mẫn, tâm nhiếp thọ, tâm thủ hộ.[1]

Câu 1 của bài thơ, giới thiệu sự chuẩn bị, từ phát tâm trụ chuyển sang Trị địa trụ. Câu 2, giới thiệu pháp môn Phổ nhãn mà Thiện Tài sẽ học và sẽ chứng trong địa vị Trị địa trụ. Câu kết, mô tả uy lực của pháp môn Phổ nhãn và cũng là giới thiệu sự xuất vị: Thiện Tài từ giã Hải Vân trong tiếng sóng gào thét kinh hồn. Với pháp môn Phổ nhãn thành tựu do chiêm nghiệm, nghĩa là chỉ do thấy và nghe, cho nên muôn vạn lớp sóng bạc gào thét như thách thức những bước thâm nhập của Thiện Tài.

Một sớm gió mai ngát nụ hồng,
Còn chăng cánh nhạn quá trường không...

IV. TRÊN CỬA KHẨU LANKA

BỐI CẢNH

Trời đã quá chiều, mà con đường thiên lý thì kéo dài suốt cả chân trời vô tận. Cát bụi dồn chân lữ khách. Hoa rừng và mạch suối rì rào khúc hát. Người cảm thấy mình đang đi giữa quê hương thân thuộc tự ngàn đời. Nhưng người cũng

---

[1] Chúng tôi không hiểu sao ở đây nói 10 tâm nhưng thầy Tuệ Sỹ chỉ kể ra 7 tâm. Theo chúng tôi, 3 tâm còn lại có lẽ là tâm đại từ, tâm địa hỷ và tâm đại xả.

biết rằng, quê hương nào không là quán trọ, và quán trọ nào không là quê hương, nên người từ biệt ra đi mà vẫn như là đã trở về, và người đang trở về vẫn như là đã ra đi.

Chính thế, Bồ Tát khi đã phát khởi bồ đề tâm, cất bước ra đi hướng về những phương trời cao rộng, dấn thân vào lộ trình vô tận của luân hồi, khổ đau của vô lượng chúng sinh dồn dập bước chân, như cát bụi đường dài, không hề ghi đậm dấu vết nhọc nhằn trên gương mặt ngời sáng với đức tính đại từ bi, đại dũng mãnh. Bởi vì, người không chỉ biết đi mà còn biết dừng lại. Kìa như tướng cướp hung hãn Angulimàla, trong khi dốc hết khả năng phi hành đuổi theo Đức Phật, đuổi hoài vẫn không kịp những bước chân khoan thai của Ngài, chợt thấy ra rằng Như Lai đã dừng lại tự bao giờ, thì lưỡi gươm đầy máu trên tay đã trở thành lưỡi gươm trí tuệ.

Thiện Tài đồng tử sau khi nghe ra những lời kêu gọi hào hùng của đại dương, lôi cuốn bước chân đi vào biển cả bao la của Phật pháp, liền được Hải Vân chỉ điểm đi về hướng cửa khẩu Lăng-già để học hỏi nơi tỳ-kheo Thiện Trụ đường lối ra khơi. Vị thiện tri thức này đã thành tựu pháp môn vô ngại giải. Với pháp môn ấy, Ngài có thể đi suốt cả mười phương thế giới chỉ trong móng khởi một tâm niệm, không hề bị trở ngại, dù là hư không bao la, dù lửa dữ, dù nước lớn, dù vách đá kiên cố. Không những thế, tâm niệm của Ngài còn có thể đi suốt từ thời quá khứ, hiện tại, vị lai. Sở dĩ, vì Ngài biết rõ sự dừng lại.

Xuân đã qua mà cành mai vẫn còn nở rộ. Gió lay núi lớn mà gió vẫn lặng. Nước dồn sóng cả mà nước không trôi. Bản chất đến và đi, đi và đứng, mất và còn của vạn vật là thế.

Rồi Thiện Tài theo lời chỉ dẫn của thiện tri thức Hải Vân, đi về Lăng-già đạo, cửa khẩu dẫn ra Thái Bình Dương hoằng vĩ. Thời Thượng cổ, từ lục địa Ấn Độ nhìn ra, các chủng tộc ở đó không chỉ nhìn Thái Bình Dương như là nơi chốn dẫy đầy bất trắc, với hắc phong, với ác quỷ, với các đảo dữ của các loài ăn thịt người, Thái Bình Dương còn là kho tàng vô tận của các loại bảo châu vô giá. Thái Bình Dương là biển Tạng thức, bị xao động bởi gió nghiệp, tạo ra muôn vàn cảnh khổ của chúng sinh. Thái Bình Dương cũng là Như Lai Tạng, từ đó sản sinh vô biên tánh đức của Như Lai. Những người mạo hiểm muốn tìm Như ý bảo châu để thỏa mãn những khát dục không đáy đều tìm vào đấy. Những người đi tìm vô lượng nghĩa của Phật ngữ tâm, của Thánh trí tự chứng, cũng cần vào đấy. Thế Tôn đã một lần từ đáy sâu Thái Bình Dương, vượt lên muôn ngàn lớp sóng của Tạng thức hải này, để công bố mật nghĩa của Thánh trí tự chứng, trên đảo Lăng-già.

Khi Thiện Tài vừa đến cửa khẩu Lăng-già đạo, thì tại đây đang có một thịnh hội. Thiện Tài không quan tâm đến sự kiện rằng thịnh hội này là một dịp hy hữu mà mình được gặp tình cờ, hay luôn luôn ở đây giờ khắc nào cũng là thịnh hội. Khách vừa đến cũng là người đã trở về, đã thường trụ nơi đó. Từ xa, Thiện Tài trông thấy vây quanh Thiện Trụ có vô số đủ loại chúng sanh, đủ các chủng tộc, các sắc dân của loài người, đủ các loại quỷ, quỷ hiền, quỷ dữ, quỷ của âm nhạc, quỷ của bạo lực, quỷ ăn thịt người, cho chí đủ loại Thiên thần, Thiên chúa. Trên không, đầy khắp mặt đất, nơi nơi có vô số xe cộ, lâu đài, tàn lọng, đủ mọi hình thái, mọi màu sắc; mây trời vần vũ, sấm chớp xẹt giăng, như khói như bụi, long lanh, ngời sáng.

Thiện Trụ vẫn đứng yên một chỗ, mà đôi tay vẫn vươn bắt mặt trời, mặt trăng. Vẫn ở đó, mà từng sát-na, vẫn chu du suốt cùng mười phương cõi Phật, nghe, hiểu và ghi nhớ trọn vẹn vô lượng Phật pháp. Thiện Tài đồng tử, với lòng tràn đầy hỷ lạc, đến gia nhập đại hội, và được Thiện Trụ hướng dẫn tu tập và thành tựu pháp môn vô ngại giải thoát.

THI TÁN

迢迢一到海楞伽

遙望空中事可佳

念念遍遊諸佛剎

紛紛艷曳落天花

手摩日月三輪外

身出煙雲四面遮

若也更求生貴樂

禹門洪浪跳金蝸

Thiều thiều nhất đáo hải Lăng-già,
Diêu vọng môn trung sự khả giai;
Niệm niệm biến du chư Phật sát,
Phân phân diễm duệ lạc thiên hoa.
Thủ ma nhật nguyệt tam luân ngoại,
Thân xuất yên vân tứ diện già;
Nhược giả cánh cầu Sanh quý lạc,
Vũ môn hồng lãng khiêu kim oa.

Dịch nghĩa

Quanh co một phen đến cửa khẩu Lăng-già,
Từ xa trông thấy trong cửa nhiều sự lạ lùng;
(Thiện Trụ) trong từng sát na du hành khắp các cõi Phật,
Giăng giăng lộng lẫy, hoa trời rơi xuống.
Tay sờ mặt trời, mặt trăng ngoài ba vòng quỹ đạo,
Mình tỏa khói mây che kín bốn phía;
Nếu lại muốn tiến lên Sanh quý trụ,
Con nhái vàng vượt qua sóng cả nơi Võ môn.

Tạm dịch thơ

Quanh co chợt đến cuộc vui này,
Nhác thấy Lăng-già lớp lớp mây;

Phút phút dạo cùng muôn cõi Phật.
Giăng giăng tầm tã vạn hoa trời;
Tay nâng nhật nguyệt ngoài không giới,
Thân tỏa mù mây kín dặm dài;
Một bước hẹn lên Sanh quý trụ,
Nhái vàng sóng cả vượt trùng khơi.

Bình giải

Câu 1-2: Thiện Tài đến Lăng-già đạo, nhìn thấy thiên, long, quỷ, thần đang tập hội cúng dường, ca ngợi Thiện Trụ.

Câu 3-6: Thiện Trụ chỉ điểm Thiện Tài về sự thành tựu của pháp môn Vô ngại giải thoát.

Câu 7-8: Thiện Tài lại sửa soạn ra đi, sẽ tiến lên Sanh quý trụ.

Theo các Sớ giải, với Thiện Trụ, [Thiện Tài] học pháp môn Vô ngại giải thoát, thành tựu khả năng cúng dường phổ biến chư Phật, và chứng Tu hành trụ, thứ ba trong Thập trụ của Bồ Tát đang ở địa vị phàm phu.

V. VÀO TRƯỜNG NGỮ HỌC

Nhược dã cánh cầu Sanh quý lạc,
Vũ môn hồng lãng khiêu kim oa.
Một bước hẹn ngày Sanh quý trụ,
Nhái vàng sóng cả vượt trùng khơi.

Con nhái vàng tập nhảy nhót qua muôn lớp sóng cả chuẩn bị vượt Võ môn để hóa thành rồng. Cũng thế, Thiện Tài đã học được pháp môn dừng lại nơi Thiện Trụ tỳ-kheo, chuẩn bị những bước nhảy cao vời để sanh vào dòng họ Như Lai. Hiểu rõ phải dừng lại như thế nào, là hiểu rõ tự tánh của Đại thừa Bồ Tát giới. Thuở trước, có một thiện nam tử, sau khi được nghe Phật pháp, phát tâm xin được xuất gia làm tỳ-kheo. Các Đại đức trưởng lão giảng cho thiện nam tử ấy các điều khoản của giới luật tỳ-kheo: đây là một giới; đây là hai giới; đây là mười giới; cho chí, trăm giới, hai trăm giới, v.v... Sau khi nghe xong, thiện nam tử cảm thấy rối bời trước các điều khoản giới luật ly kỳ như vậy, không thể hiểu trọn, và không thể nhớ hết. Làm tỳ-kheo mà không rõ hết giới tỳ-kheo, thì hy vọng thành tựu được sở đắc gì. Thất vọng và buồn nản, thiện nam tử tỏ ý xin hoàn tục. Nhưng may thay, Đức Phật đã đến, Ngài chỉ cho vị tân tỳ-kheo đang thất vọng này rằng không cần phải học đến hằng trăm điều khoản giới luật. Chỉ cần giữ ba điều: thân không hành bất thiện, miệng không nói lời bất thiện và ý không nghĩ điều bất thiện. Dơn giản chỉ giữ ba điều ấy. Vị tân tỳ-kheo phấn khởi, hăng hái thọ trì ba giới chẳng bao lâu chứng đắc đạo quả Niết-bàn. Bồ đề tâm giới cũng vậy. Hành Bồ Tát đạo, đi trên con đường của Bồ Tát để đến Phật địa, là hành từ chỗ thiện trụ (supratisthita), đứng hẳn lại, đến vô trụ (apratisthita), không đứng hẳn lại. Đứng lại (pratisthita), cũng chính là đứng lên, là phát xuất, phát khởi, hay phát thú. Trưởng lão Tu-bồ-đề đã có lần hỏi Phật: Làm thế nào để đứng lên (samprasthita)? Câu hỏi ấy cũng hàm ngụ là làm thế nào để dừng lại, và cũng có nghĩa là để tiến tới thực hành lục độ, tiến lên Phật thừa. Phật trả lời: Bồ Tát không đứng lên (apratisthita) khi thực hành lục độ, nghĩa là không dừng lại, không tiến tới, v.v…

Tiến tới và dừng lại, hay không tiến tới và không dừng lại: đây là tự tánh sâu xa của Đại thừa Bồ Tát giới.

Sau khi đã thành tựu sở đắc như vậy trong Đại thừa Bồ Tát giới, Thiện Tài được Thiện Trụ giới thiệu sang học với Di Già (Megha). Di Già là một nhà ngôn ngữ học (dramida) ở một thị trấn về phía nam có tên là Kim cang thành (Vajrapura). Trường ngữ học của Di Già ở giữa chợ, ngay ngã tư đường phố. Chỗ đấy quả thật thích hợp cho một trường ngữ học. Bồ Tát ở ngay giữa ngã tư phố thị ồn ào của sanh tử để giáo hóa chúng sanh.

Bồ Tát sơ phát tâm, cũng như một hài đồng vừa lớn, đang tập sự vào đời, không chỉ học để biết đi và biết đứng, mà còn phải học ăn học nói. Biết tiếng nói của người khác, hiểu rõ sâu xa từng ý nghĩa trong các lời nói của người khác, để có thể biết rõ tâm tình và xu hướng, có như thế mới trở thành những người bạn tương giao, những thiện tri thức cho nhau. Bồ Tát nói pháp, không duy chỉ một mình mình nói, mà cần phải nghe người nói. Mỗi người và mỗi loại chúng sanh đều có tiếng nói riêng biệt, tiếng nói từ chỗ sâu thẳm của tâm tình. Khi Thiện Tài đến đó, thì Di Già đang có một khóa giảng cho mười ngàn học viên. Giảng khóa này có tên là "luân tự trang nghiêm" (cakrāksara-parivartavyūha), nghĩa là sự bố trí một cách trật tự theo sự luân chuyển của các tự mẫu như vòng bánh xe. Mỗi tự mẫu, như a, i, u, cho đến, y, r, l, v, h, đều mang trong nó những ẩn nghĩa vi diệu, chứa đựng những tâm tình cô đọng nhất và khát vọng nồng nàn nhất của người nói. Với chủng loại này thì sự đau khổ được phát hiện thành tiếng A, với chủng loại kia thì thành tiếng Ô; và với chủng loại khác nữa, khi tiếng AI, hay ÁI, hay ÔI được phát ra, người ta biết đó là tiếng kêu thống khổ. Đại khái là như thế.

Rồi nữa, tự mẫu này nối theo tự mẫu kia, khi chúng được phát lên, người ta biết đó là tiếng nói của tình yêu, hay của thù hận, hay của nhọc nhằn và tuyệt vọng; cho chí, tiếng nói từ tịnh lạc của Niết-bàn, của pháp tánh tịch diệt.

Và lại nữa, tiếng suối rì rào trong rừng núi hoang sơ, tiếng ve sầu rỉ rả đêm hè, tiếng cuốc kêu lạnh lùng giữa đêm đông băng tuyết. Như vậy thì cả đến thiên nhiên vẫn nghìn đời bất tuyệt phát lên những tiếng nói nhiệm mầu.

Thiện Tài bước đến dưới tòa sư tử, cúi đầu lễ sát chân Di Già, cầu xin chỉ giáo con đường đi đến Phật thừa. Di Già vô cùng cảm hứng, khi biết rằng Thiện Tài đã phát tâm bồ đề, liền rời tòa sư tử, bước xuống vội vàng lạy Thiện Tài, rải lên các thứ bông hoa bằng vàng, bạc, các thứ bột thơm vi diệu, phủ lên mình Thiện Tài những lớp thiên y vô giá, và ca ngợi sự phát tâm của Thiện Tài. Sự ca ngợi này tỏa ra thành các tia sáng rọi suốt Đại thiên thế giới. Vô số chúng sinh theo đó tập hợp về, được nghe giảng giải pháp môn "luân tự trang nghiêm" và đạt đến trình độ không thối chuyển nơi Vô thượng Bồ đề.

Sau đó, Di Già chỉ dạy Thiện Tài về ánh sáng của Biện tài đà-la-ni (sarasvatì-dharanyàloka), vốn là chân tánh vi mật của ngôn ngữ. Với sự thâm nhập của ánh sáng Đà-la-ni biện tài lưu loát ấy, Thiện Tài có thể nghe và hiểu rõ mật ngôn (mantra) từ tiếng nói của các loài thần linh, các loài rồng, rắn, các loài thần điểu, như ca-lâu-đà (garuda), khẩn-na-la (kinnàra), cho đến, mật ngôn của mọi chủng tộc loài người, mật ngôn của mọi loài súc sanh, mọi loài địa ngục v.v… trong mỗi một, hai, ba, cho đến trăm nghìn thế giới.

Từ vô lượng mật ngôn ấy, Bồ Tát có thể đi vào sâu trong vô lượng đại dương tư tưởng của vô lượng chúng sinh.

Để đạt đến sự thâm nhập này của Bồ Tát, Di Già giới thiệu Thiện Tài đi sang phương nam cầu học với Giải Thoát Trưởng giả (Mukta) tại nước Trụ Lâm (Vanavasì).

THI TÁN

檀末金花香寶珍
繽紛散後現威神
騰騰光照三千界
落落言分萬字輪
欝密林蠻處虎豹
深沈淵澤聚龍麟
妙音唱出陀羅語
辨盡胡人與漢人

Đàn mạt kim hoa hương bảo trân,
Tân phân tán hậu hiện oai thần;
Đằng đằng quang chiếu tam thiên giới,
Lạc lạc ngôn phân vạn tự luân.
Uất mật lâm man xử hổ báo,
Thâm trầm uyên trạch tụ long lân;
Diệu âm xướng xuất đà la ngữ,
Biện tận Hồ nhân dữ Hán nhân.

Dịch nghĩa

Bột trầm chiên đàn, hoa vàng y, châu ngọc thơm ngát,
Sau khi đã rải rắc tầm tã (những thứ này), rồi lại hiện thần uy;

Từng tia sáng chói ngời ba nghìn cõi,
Từng tiếng rành rọt bánh xe quay hàng vạn tự mẫu.
Cọp beo ở nơi rừng hoang rậm rạp,
Rồng lân tụ tập nơi đầm sâu thăm thẳm;
Bằng âm thanh vi diệu xướng lên ngôn ngữ đà-la-ni,
Phân biệt rõ ai là người Hồ, ai là người Hán.

Tạm dịch thơ

Bột trầm, châu ngọc, rộn hoa vàng,
Đã rải tung bay, hiện phép thần;
Chói chói sáng soi nghìn thế giới,
Rành rành tiếng chuyển vạn kim luân.
Um tùm rừng dại đầy beo cọp,
Thăm thẳm đầm sâu tụ rắn rồng;
Mật ngữ đà-la lời ảo diệu,
Đây Hồ, kia Hán, hiện toàn chân.

Bình giải

Câu 1, 2: Di Già tán dương Thiện Tài đã phát Bồ đề tâm.

Câu 3, 4: Di Già chuyển tự luân.

Câu 5, 6: Chúng hội nghe pháp của Di Già.

Câu 7, 8: Công năng của diệu âm đà-la-ni quang minh, hay ánh sáng của đà-la-ni về biện tài lưu loát.

Ở đây, với nhà ngữ học Di Già (Meghadramida), Thiện Tài học được pháp môn Biện tài đà-la-ni quang minh (sarasvatyà dhàranvàkaka), thành tựu trí tuệ thấu hiểu tất cả mọi mật ngôn hay chân ngôn (saryesam amntràhàm jnànam), chứng Sanh quý trụ. Hình ảnh ở hai vế trạng (câu 5, 6) do cảm hứng riêng biệt của nhà thơ, không có trong kinh văn. Hình ảnh man dại của rừng rậm và đầm sâu gợi lên ấn tượng bí mật, u uẩn của ngôn ngữ. Từ đó, dẫn tới hai câu cuối, luận và kết, cá tính của mỗi người hiện rõ nơi từng âm thanh được phát hiện.

NHỮNG GIÁ TRỊ PHỔ QUÁT CỦA BỒ TÁT HÀNH

I. LÝ TƯỞNG VÀ HIỆN THỰC

Khi nhà triết học khám phá ra quy luật biện chứng, hình ảnh thế giới thay đổi.

Trước khi học triết học, rồi tư duy trên cơ sở những gì được lưu truyền qua các thế hệ triết gia, nhà triết học cũng như mọi sinh vật khác bị ném vào một thế giới được biết là đã tồn tại từ một khởi điểm thời gian nào đó, hay không từ một khởi điểm nào cả. Thế giới ấy luôn luôn biến động. Cho đến một lúc, trong ông, và cũng là trong một kỷ nguyên nhất định của tư duy, một khát vọng thúc đẩy càng lúc càng sôi nổi. Khát vọng vĩnh cửu. Như một đứa trẻ khi biết rằng sau số một là số hai, và cứ thế con số lớn dần, nó bắt đầu đi tìm sự tồn tại của con số vô hạn. Cũng vậy, nhà triết học, trong quá trình tư duy, cho đến một lúc, nhận thức đằng sau những hiện tượng biến thiên bất định của thế giới tồn tại một thế giới vĩnh cửu. Có khi ông gọi đó là thế giới Ý niệm. Có khi ông gọi đó là Hữu thể, hay Tuyệt đối thể.

Thế nhưng, một phi lý kỳ dị luôn luôn sẵn sàng làm sụp đổ mọi công trình tư duy, dù đó là công trình được gầy dựng qua nhiều thế kỷ. Ông tưởng mình đã nắm được ý niệm như là lý tính bất biến. Nhưng cái ý niệm tuyệt đối và bất biến ấy kéo theo nó một tập hợp các ý niệm, như một đống hạt ác-xoa[1] luôn luôn dính chùm nhau. Ý niệm tam giác trong

---

[1] Ác-xoa tụ 惡叉聚. Skt, akṣa/ rudrākṣa: hạt kim cang. Thành duy thức luận thuật ký, quyển 2 (T43n1830, tr. 304b22): ác-xoa, giống như hạt vô thực 無食子, khi rụng thì gom thành đống.

thế giới của lý tính không tuyệt đối đơn nhất, mà là tập hợp của những điểm, đoạn, góc. Mỗi ý niệm là tập hợp của những ý niệm. Cho đến khi nào ý niệm ấy là một Nhất thể tuyệt đối, không là tập hợp của các ý niệm khác nữa, bấy giờ cái ý niệm tối hậu ấy bỗng nhiên biến mất. Chừng nào triết gia còn chiêm nghiệm thế giới của các ý niệm trong tính thể tĩnh tại, bấy giờ ý niệm, dù là tập hợp của các tập hợp con, vẫn được nhận thức như là tồn tại bất biến. Nhưng khi triết gia nhìn nó trong thế giới vận động không ngừng, ý niệm ấy tức thì tan rã, sụp đổ. Song, ngoài thế giới biến dịch vô thường ấy, không tồn tại thế giới tĩnh tại, thường hằng nào khác để làm căn cứ cho nhận thức phát khởi.

Như vậy, sau khi khám phá quy luật biện chứng, triết gia cũng khám phá tính hiện tượng của tồn tại. Nghĩa là, thức, như là chủ thể của nhận thức, không hề là thực thể độc lập và biệt lập ngoài đối tượng của nó. Thức tồn tại với yếu tính là vươn đến đối tượng của nó. Vả, cái gì không hiện thực, cái đó không có tác dụng. Cho nên, đối tượng của thức là thế giới biến dịch, vận động. Thăng hoa những gì tồn tại trong biến dịch thành thế giới thường hằng, đó là bản chất của trí phân biệt, nó nối những đốm lửa quay liên tục thành một vòng lửa. Không có thực tại thường hằng nào đằng sau hay bên dưới thực tại biến dịch, không ngừng vận động.

Vận động, cái đang tồn tại luôn là cái đang trở thành. Tất nhiên không phải biến dịch để trở thành cái khác, tự thể trở thành tha thể. Sự trở thành cái khác là ngoại hiện. Nó trở thành chính nó, để như là chính nó. Nhưng nó không tồn tại như một tự ngã bất biến. Vậy, nó là gì? Chỉ có thể nói, nó không là nó, hay không là gì cả, cho nên nó chính là nó. Cách trả lời thâm thiết nhất là sự im lặng. Chúng ta đã thấy sự im lặng của Duy-ma-cật như là đỉnh cao của quá trình đi tìm tuyệt đối thể, đi tìm cái bất nhị, không hai: Không phải nó, cũng không phải không là nó, nhưng chính là nó.

Từ chỗ im lặng đó, một câu hỏi có vẻ ngớ ngẩn được hỏi: Sau sự im lặng ấy là gì? Nghĩa là, thế giới của sự im lặng ấy là gì, khi mà ở đó mọi biểu hiện của ngôn ngữ bị cắt đứt, mọi hình thái tư duy đều vắng bặt?

Tất nhiên là không có câu trả lời minh nhiên. Nhưng chúng ta có thể hiểu được rằng đó là thế giới để sống. Như một người trầm mình trong dòng nước mát, để cho toàn thân được thấm nhuần cảm giác mát mẻ vi diệu, khi ấy không còn câu hỏi "nước là gì". Cũng vậy, sau sự im lặng của Duy-ma-cật, thế giới đột nhiên trở lại với những sinh hoạt nhật thường của chúng sinh.

Bậc Thánh giả đặt cái thế giới bất nhị ấy vào ngay trong sinh hoạt thường nhật không phải là Duy-ma-cật, không phải là Văn-thù, mà lại là Xá-lợi-phất. Khi mà Duy-ma-cật im lặng, Văn-thù tuyên dương và năm nghìn Bồ Tát bước vào cửa pháp bất nhị, liền ngay khi ấy Xá-lợi-phất tự hỏi: "Sắp đến giờ ăn, các Bồ Tát này sẽ ăn ở đâu đây?" Ngài không hỏi các Thanh văn, mà hỏi các Bồ Tát, những vị vừa thâm nhập thế giới Tuyệt đối bất nhị.[1]

Các nhà chú giải nhận thức ý nghĩa vi diệu trong sự im lặng của Duy-ma-cật và tuyên dương của Văn-thù mà liệt ý nghĩa của Xá-lợi-phất vào hạng căn cơ thấp kém.[2] Nhưng ở đây chúng ta nên nhìn vấn đề từ một góc độ khác. Trong

---

[1] Chỗ này Huyền Trang dịch khác với La-thập: "Sắp đến giờ ăn. Các vị Ma-ha-tát này thuyết pháp mà chưa đứng dậy, Thanh văn chúng ta cùng các Bồ Tát sẽ ăn ở đâu." La-thập dịch sát với Phạn bản hơn: **kālaḥ paryantībhūtaḥ/ ime ca mahāsattvā nittihanti kutraite paribhokṣyante**, thời gian sắp hết rồi, mà các vị Ma-ha-tát này không đứng dậy. Họ sẽ ăn ở đâu."

[2] Duy-ma kinh chú, quyển 8 (Đại Chánh Tạng, Tập 38, kinh số 1775, trang 399, tờ c, dòng 16-18): La-thập nói, độc nhất Xá-lợi-phất có ý nghĩ này vì ba lý do. Một, thể do nghiệp kết thành cần được nuôi dưỡng. Hai, tư tưởng đoạn tuyệt với cảnh giới quảng đại, tâm hướng đến pháp không sâu. Ba, suy từ những gì mình cần mà cho rằng người khác cũng vậy."

quá trình kiến thiết cõi Phật thanh tịnh, Bồ Tát tự trang bị cho mình một căn bản tư tưởng để hành đạo. Căn bản ấy là pháp môn bất nhị, mà ý nghĩa tinh yếu của nó là, thế giới của chúng sinh là tịnh độ của Phật. Vì uế và tịnh không là hai thực tại riêng biệt. Như Thiên nữ nói: "Tham dục, thù hận và ngu si, chính là giải thoát." Tất nhiên, đấy là nhận thức thuần lý. Vậy, phải bắt đầu từ đâu để thể hiện tư duy thuần lý ấy ngay trong sinh hoạt thường nhật? Câu hỏi của Xá-lợi-phất kéo tư duy thuần lý đang có cơ trở thành không tưởng trở về với thực tế thường nhật.

Sinh hoạt thường nhật ở đây trước hết phải nói đến sự ăn. Phật nói: "Tất cả chúng sinh đều tồn tại bởi thức ăn."[1] Vậy, khi Bồ Tát hành đạo giáo dưỡng các hữu tình để cho thành tựu các thiện căn, trước tất cả tất nhiên là sự cung cấp các loại thực phẩm để các chúng sinh tồn tại. Bởi vì sự nghiệp của Bồ Tát là "tịnh Phật quốc độ, thành tựu chúng sinh". Bằng lý tưởng "tịnh Phật quốc độ", Bồ Tát hành đạo cho một thế giới an bình, với tất cả điều kiện thuận tiện để khuyến khích ý chí hướng thượng, khích lệ tinh thần cầu học Vô thượng đạo. Đó hẳn là một thế giới mà thiên nhiên không đày đọa các sinh loại, không tàng ẩn các tai họa hay thảm họa bất ngờ. Ở đó thiên nhiên sẵn sàng cung cấp vật thực để chúng sinh duy trì sự sống, phát triển các quan năng; là những điều kiện cơ bản cho các tu tập thiền định. Trong bốn loại thức ăn mà Phật nói, đây là loại thức ăn thứ nhất, đoạn thực.

Nói tóm lại, để cung cấp đoạn thực cho chúng sinh, Bồ Tát xây dựng các cơ sở kinh tế, bao gồm cả việc xây dựng cầu đò, đường xá. Đây là phần tài thí và vô úy thí trong ba loại bố thí ba-la-mật của Bồ Tát.

---

[1] A-tì-đạt-ma Tập dị môn túc luận, quyển 8 (Đại Chánh Tạng, Tập 26, kinh số 1536, trang 400, tờ b, dòng 2). Saṅgīti, D.iii. 211, 228: sabbe sattā āhāraṭṭhitikā.

Ngoài đoàn thực, chúng sinh cũng cần được nuôi dưỡng bằng sự xúc chạm. Mắt cần nhìn sắc; tai cần nghe tiếng. Nếu không được tiếp xúc với cảnh, căn sẽ thoái hóa.[1] Nhưng nếu tiếp xúc với các cảnh đưa đến khổ thọ, tức những cảm giác xung đột, không như ý, căn sẽ bị tổn hại. Nếu thường xuyên nghe âm thanh chát chúa, tai có nguy cơ điếc. Các căn tổn hại, khuyết tật, các đối tượng để tu tập thiền định do đó không được tiếp nhận rõ ràng sẽ gây nhiễu loạn tâm trí. Cho nên, Bồ Tát xây dựng tịnh độ với thiên nhiên ưu đãi, cho đến tiếng chim hót, tiếng gió thổi, cùng các loại hoa, hương, thảy đều thuận tiện cho sự tu tập thiền định. Nói theo ngôn ngữ thông tục, tịnh độ của Bồ Tát, trong điều kiện tốt đẹp của xúc thực, là môi trường mỹ cảm, một thiên nhiên đầy cảm hứng nghệ thuật. Tất nhiên nó không đưa đến thác loạn, mà dẫn đến trạng thái tập trung tư duy thiền định, để làm nền tảng cho sự phát triển trí tuệ, quán sát yếu tính chân thật của tồn tại.

Loại thực phẩm thứ ba, ý tư thực, hay tư niệm thực. Thức ăn để duy trì sự sống là hy vọng. Một đám người bị đắm thuyền, chơi vơi giữa đại dương bao la, nhìn thấy đằng xa đống bọt nước mà tưởng là đất liền, họ cố bơi đến. Khi đến nơi, thấy rõ đấy chỉ là đống bọt nước, mất hy vọng, họ đuối sức, buông thả cho chìm lỉm, và chết đuối. Bồ Tát nuôi sống các chúng sinh trong cõi tịnh độ của mình bằng ý chí hướng thượng, bằng tâm bồ đề kiên cố.

Sau hết, thức thực, là thức ăn cho dòng tương tục tồn tại từ đời này sang đời khác.[2] Bởi vì tịnh độ của Bồ Tát là

---

[1] A-tỳ-đạt-ma Đại Tỳ-bà-sa luận, quyển 129 (Đại Chánh Tạng, Tập 27, kinh số 1545, trang 674, tờ a, dòng 3): Thức ăn trưởng dưỡng các căn, tăng ích các đại chủng (長養諸根增益大種).

[2] Tạp A-hàm 15, kinh 272: Phật bảo Phả-cầu-na (Pali: Phagguna): "Ở đây Ta nói thức là thức ăn, vậy ngươi nên hỏi như vầy: 'Do nhân duyên gì mà có thức ăn là thức?' Ta sẽ đáp: 'Thức ăn là thức, có thể chiêu cảm hữu trong vị lai khiến cho nó tiếp tục sanh; do có hữu nên có sáu nhập xứ; do sáu

thế giới tồn tại của chúng sinh, không phải dành riêng cho các Thánh giả. Các chúng sinh trong đó chết rồi tái sinh, lưu chuyển không ngừng. Bồ Tát hướng dòng tương tục ấy đến Đại Niết-bàn.

Với hai loại thực phẩm trước, Bồ Tát thực hành bố thí ba-la-mật với tài thí và vô úy thí. Với hai loại thực phẩm sau, Bồ Tát thực hành pháp thí. Nói cách khác, theo ngôn ngữ thông tục, với hai loại thực phẩm trước, tịnh độ Bồ Tát là thế giới tự nhiên hài hòa, mà sông, núi không là chướng ngại; đá sỏi, gai, thép các thứ không trở thành công cụ trừng phạt, không trở thành vũ khí để tàn sát. Với hai loại thực phẩm sau, tịnh độ của Bồ Tát là môi trường xã hội an bình, đạo đức, thuận tiện cho những phát triển tinh thần.

Bây giờ chúng ta quay trở lại phương trượng của Duy-ma-cật. Giả sử trong lúc các bậc đại trí giả đang thảo luận các đề tài đạo lý cao siêu, khi ấy chợt có một người nói đến chuyện ăn uống, người ấy tất bị xem thường. Song, chúng ta cũng biết rằng kinh Kim cang Bát nhã được thuyết sau khi Phật và các Tỳ-kheo đi khất thực và ăn xong như mọi ngày. Nhìn từ nội dung của Kim cang, tư tưởng Đại thừa không thể là những mạn đàm không tưởng. Tất cả bắt đầu từ thực tế sinh hoạt thường nhật. Cho nên, ở đây, ý nghĩ của Xá-lợi-phất lại mở ra một thế giới khác, thực tế và sinh động.

Duy-ma-cật trả lời cho ý nghĩ của Xá-lợi-phất: "Phật dạy tám giải thoát. Nhân giả đã thọ hành. Há còn lẫn lộn giữa sự muốn ăn và nghe pháp sao?" Tám giải thoát, bắt đầu bằng sự siêu việt Dục giới, không còn cần thiết đến đoạn thực. Cho đến cuối cùng, diệt tận định, ở đó vượt qua cả ba giới, không còn tồn tại bất cứ loại thức ăn mang tính hữu lậu

---

nhập xứ làm duyên nên có xúc.'" Pali, S. ii tr.13 Phagguna: viññāṇāhāro āyatiṃ punabbhavābhinibbattiyā paccayo, tasmiṃ bhūte sati saḷāyatanaṃ, saḷāyatanapaccayā phasso' ti.

nào nữa. Xá-lợi-phất là vị Thanh văn bậc nhất trong các vị chứng diệt tận định. Đối với Ngài, các thức ăn hữu lậu không còn cần thiết. Vả lại, ý nghĩ của Xá-lợi-phất chỉ nhắm đến đoạn thực, loại thực phẩm chỉ tồn tại trong Dục giới.[1] Các Thánh giả từ A-na-hàm trở lên vì sẽ không tái sinh Dục giới nữa, nên loại thực phẩm này không còn cần thiết. Đối với các Thanh văn, Phật dạy quán sát bốn loại thức ăn này để thoát ly chúng và như thế để chấm dứt khổ: "Có bốn loại thức ăn giúp ích chúng sinh, khiến được nuôi lớn và sống còn ở đời: một là đoàn thực, hai là xúc thực, ba là ý tư thực, bốn là thức thực. Nếu các Tỳ-kheo nào đối với bốn loại thức ăn này mà có tham, có hỷ, thì ắt phải có ưu bi, có trần cấu. Nếu đối với bốn loại thức ăn này mà không tham, không hỷ, thì ắt không có ưu bi, cũng không có trần cấu."[2]

Như vậy, điều rất có ý nghĩa là Xá-lợi-phất chỉ nghĩ đến "các Bồ Tát này" sẽ ăn cái gì, chứ không hỏi về các Thanh văn. "Các Bồ Tát này" là năm nghìn vị vừa mới chứng pháp nhẫn vô sinh, mà quả vị chứng đắc đang ở hàng kiến đạo, tức vừa mới thấy chân lý. Trong hàng Bồ Tát, họ là các Bồ Tát Sơ địa.[3] Trong hàng Thanh văn, họ tương đương các vị Tu-đà-

---

[1] A-tỳ-đạt-ma Đại Tỳ-bà-sa luận, quyển 130, sách đã dẫn, trang 676, tờ a, dòng 20 - 23: "Dục giới có đủ cả 4 loại thực phẩm mà chính yếu là đoạn thực. Sắc giới có ba, trong đó xúc thực là chính. Vô sắc giới cũng có ba mà ba bậc dưới tư thực là chính; phi tưởng phi phi tưởng xứ, thức thực là chính."

[2] Tạp A-hàm, quyển 15, kinh 375; xem thêm các kinh 372-379. Cf. Pal: S. ii. tr. 103 (Atthirrāga). Dẫn và giải thích của A-tỳ-đạt-ma Đại Tỳ-bà-sa luận, quyển 130, sách đã dẫn, trang 677, tờ a, dòng 17.

[3] Đại Bát-nhã Ba-la-mật-đa kinh (大般若波羅蜜多經), quyển 449, (Đại Chánh Tạng, Tập 7, kinh số 220, trang 264, tờ b, dòng 23 - 26: "Bồ Tát bằng tự tướng Không mà quán sát tất cả các pháp, đã nhập chính tính ly sinh của Bồ Tát (=chứng nhập Sơ địa), không có gì là khả đắc, không có gì được tạo tác, tuyệt đối không sinh khởi. Do tuyệt đối không sinh khởi, nên đắc pháp nhẫn vô sinh." (菩薩摩訶薩以自相空觀一切法,已入菩薩正性離生乃至不見少法可得,不可得故無所造作,無所造作故畢竟不生,畢竟不生故名無生法忍。)

hoàn. Tất cả những vị này đều còn tái sinh Dục giới. Hoặc do nghiệp báo, hoặc do bi nguyện. Còn trở lại Dục giới nên còn cần đến các loại thức ăn mà chính yếu là đoạn thực.

Dù do nghiệp lực hay bằng bi nguyện, dù ở hàng Sơ địa hay Thập địa, hết thảy Bồ Tát đều trở lại thế gian, do đó các ngài không khước từ giá trị dinh dưỡng của các loại thức ăn. Không như các Thanh văn quyết nhập Niết-bàn ngay trong đời này, không tái sinh nữa, thì thức ăn các loại là những thứ không còn cần thiết, nên chấm dứt.

Trong một giới hạn nhất định, sự gán ghép bốn loại thực phẩm với sự nghiệp xây dựng Phật quốc thanh tịnh của Bồ Tát có vẻ khiên cưỡng. Nhưng từ chỗ suy nghĩ đến sự ăn của Xá-lợi-phất mà những điều thần biến xảy ra tiếp theo đó, tất cả đều tập trung trên ý nghĩa của thức ăn; thế thì sự khiên cưỡng ở đây có thể chấp nhận được. Bởi vì giới hạn của ngôn ngữ, nên khi cần làm rõ một điều này không thể không nói đến một vài điều khác.

Để đáp ứng nghi vấn của Xá-lợi-phất, Duy-ma-cật giới thiệu một thế giới có tên là Chúng hương. Ở đó, tất cả mọi thứ, lâu đài, hoa viên, mặt đất, tất cả được tác thành bởi hương. Điều này quả thật khó nhận thức bởi chúng sinh trong quốc độ của chúng ta đây. Hương là đối tượng của tỉ căn hay khứu giác. Nó cũng được kể là một trong ba thành tố tạo nên đoạn thực.[1]

Thực phẩm nơi thế giới đó được mô tả là có mùi thơm cực kỳ vi diệu, lan tỏa đến vô lượng thế giới khác. Khi một phần cơm ăn dư của đức Phật Hương Tích của thế giới ấy được mang về trong phương trượng của Duy-ma-cật, cả thành Tỳ-da-ly đều được thưởng thức mùi hương chưa từng có. Những

---

[1] A-tỳ-đạt-ma Đại Tỳ-bà-sa luận, quyển 129, sách đã dẫn, trang 674, tờ b, dòng 22: Thể của đoạn thực gồm ba xứ (āyatanāni): hương, vị và xúc.

người thọ dụng cơm này, từ nhà Duy-ma-cật, rồi trở về trong vườn xoài nơi Phật đang ngự, mà mùi hương vẫn còn thơm phức. Duy-ma-cật nói cho A-nan biết công dụng của loại thực phẩm hương này: Với hạng phàm phu, cơm tồn tại đến 7 ngày mới tiêu hết. Hạng ấy chỉ hấp thụ được phần vật chất của nó, nhưng không thể tiến cao hơn nữa. Đối với các Thanh văn, nếu chưa bước vào chính vị tức chưa dự vào hàng Thánh giả, mà ăn cơm này, cho đến khi nào chứng nhập Thánh quả, rời địa vị phàm phu, bấy giờ cơm mới tiêu. Cho đến những vị đã chứng pháp nhẫn vô sinh mà ăn cơm này thì khi nào đạt đến vị nhất sinh bổ xứ tức còn một đời nữa sẽ thành Phật, bấy giờ cơm ấy mới tiêu. Loại thực phẩm như vậy quả là phương tiện hành Phật sự.

Diễn tả theo một hướng khác, thực phẩm như vậy là một loại hình ngôn ngữ chuyển tải tất cả ý nghĩa mầu nhiệm của đạo lý. Đối với thế giới của chúng ta, ngôn ngữ trước hết là sự kết hợp các âm vận,[1] hoặc đơn âm hoặc đa âm, từ đó quy ước ý nghĩa và nội hàm của sự vật hay sự việc.

Khi một đối tượng nhận thức được lưu trữ trong kho chứa của thức để sau này có thể truy cập như là hoài niệm hay kinh nghiệm, nó được lưu trữ với một tên gọi hay danh. Ảnh tượng được lưu trữ của nó bấy giờ là công năng tiềm thế, tồn tại ở đó cho đến khi hội đủ điều kiện thì tái hiện trở lại. Công năng ấy được gọi là danh ngôn tập khí, tức chủng tử được tích lũy dưới dạng danh ngôn.

Một người phàm phu, chưa hề nghe nói đến Thánh đạo. Đối với người ấy, trong kho chứa không hề tồn tại công năng

---

[1] Mỗi vật được chỉ định bằng một danh (nāma). Các danh kết hợp thành cú (pada). Các nhà Hữu bộ liệt danh vào hành uẩn. Các nhà Kinh bộ liệt trong sắc uẩn vì cho rằng thể của danh là thanh (śabda). Cf. A-tì-đạt-ma Câu-xá luận (阿毘達磨俱舍論), quyển 5 (Đại Chánh Tạng, Tập 29, kinh số 1558, trang 29, tờ a, dòng 23).

tiềm thế nào có thể tái hiện như là năng lực dẫn người ấy tiến đến Thánh đạo vô lậu. Nhưng sau một lần nghe nói đến một ý nghĩa nào đó liên hệ Thánh đạo; tất nhiên những gì liên hệ đến Thánh đạo được nghe đó chỉ thuần là danh ngôn. Một danh ngôn luôn luôn vẫn là kết hợp nhiều ảnh tượng nhận thức. Thánh đạo vừa được nghe là điều chưa hề xảy ra trong bất cứ quá trình nhận thức nào trước đó. Nhưng, cũng giống như một người chưa hề thấy, cũng chưa bao giờ nghe ai nói đến sư tử là gì. Một lần, lần đầu tiên, được một người khác nói đến danh sư tử, với những mô tả chi tiết. Sự mô tả trung thực và sống động, do người nói hiểu rõ các tính chất của sư tử, và cũng nắm vững nghệ thuật diễn tả, tức phương tiện thuyết giáo thiện xảo; bấy giờ các ảnh tượng rời rạc trong nhiều đoạn khác nhau từ ký ức của người nghe liên hệ đến ảnh tượng sư tử được ráp nối lại. Ảnh tượng ấy được lưu trữ bằng một danh ngôn. Từ đó về sau, nhiều lần nghe, nhiều lần tư duy về tồn tại của sư tử, về bản tính cũng như sinh hoạt của sư tử, nhiều lần như vậy, cho đến khi danh ngôn tập khí về sư tử đầy đủ điều kiện để tái hiện, người ấy có thể biết rõ sư tử là gì mà không cần tận mắt thấy.

Người được nghe về Thánh đạo cũng vậy. Luận Câu-xá nói: *"Pháp uẩn mà đức Mâu-ni nói, tính số đến 80 nghìn. Tùy quan điểm, hoặc thể của nó là ngữ tức thanh, mà liệt vào sắc uẩn; hoặc cho rằng thể của nó là danh, mà liệt vào hành uẩn."*[1] Điều này muốn nói bản chất của ngôn ngữ diễn đạt Thánh đạo trong thế giới này là âm thanh. Phật, Bồ Tát, các Thanh văn vận dụng ngôn ngữ như là phương tiện để đưa người đến giải thoát và giác ngộ. Nhưng trong các thế giới khác, phương tiện thuyết giáo, phương tiện để chuyển tải tư duy về Thánh đạo, không nhất thiết phải là ngôn ngữ. Cho

---

[1] A-tì-đạt-ma Câu-xá luận (阿毘達磨俱舍論), quyển 1 (Đại Chánh Tạng, Tập 29, kinh số 1558, trang 6, tờ a, dòng 29 và tờ b, dòng 1. (牟尼說法蘊,數有八十千,彼體語或名,此色行蘊攝。)

nên, sau khi được Duy-ma-cật giải thích thực phẩm được mang về từ cõi Chúng hương chính là phương tiện chuyển tải Thánh đạo, là một loại hình ngôn ngữ, thì A-nan tán thán là điều chưa từng có, chưa từng nghe. Nhân đó, Phật nói với A-nan: *"Có cõi Phật lấy ánh sáng của Phật làm Phật sự."* Ánh sáng như vậy là một loại hình ngôn ngữ khác chuyển tải Thánh đạo. Có cõi lấy y phục, ngọa cụ của Phật làm Phật sự. Có cõi lấy hoa viên, điện đài làm Phật sự. Cho đến, có bốn loại Ma, có tám vạn bốn nghìn cánh cửa phiền não; Phật lấy ngay các thứ đó làm Phật sự, như là phương tiện chuyển tải Thánh đạo để đưa tất cả đi vào cửa giác ngộ.

Sau khi giới thiệu loại thực phẩm vi diệu tối thượng từ thế giới Chúng hương, Duy-ma-cật hỏi trong số các Bồ Tát vị nào có thể đến đó thỉnh một phần cơm về cho đại chúng ở đây dùng. Tất cả im lặng. Nhân đó, có nhận xét đặc biệt của Duy-ma-cật mà qua văn dịch có vẻ khinh bạc: *"Nhân giả, đại chúng này há không đáng hổ thẹn sao?"*[1] Và câu trả lời của Văn-thù cũng là lời cảnh giác tương xứng: *"Phật dạy, chớ khinh người chưa học."* Chi tiết này quả thật thú vị nếu nhìn từ góc độ quan hệ xã giao thông thường, trong sự thù tiếp, trao đổi chủ khách. Bình giải sự kiện này, Khuy Cơ nêu lên bốn lý do: Thứ nhất, chủ đãi khách là lẽ thường; cho nên không có trường hợp khách đi lấy cơm về cho chủ đãi. Văn-thù ngạc nhiên về yêu cầu của Duy-ma-cật, nên khiến đại chúng im lặng.[2] Thứ hai, các Đại sỹ cầu pháp, không quan tâm đến chuyện ăn uống, nên không đáp ứng yêu cầu của Duy-ma-cật. Thứ ba, các Bồ Tát còn bị ô nhiễm bởi thức ăn, nên tuy được yêu cầu mà không đáp ứng. Sau hết, để Duy-ma-cật tự mình thể hiện thần thông du hý tam-muội.

---

[1] Bản Phạn gần nghĩa với La-thập. Bản dịch của Huyền Trang làm cho câu văn có vẻ hài hòa hơn.

[2] Trí Khải, Cát Tạng, cũng bình giải đồng quan điểm.

Dù sao, hai vị Đại sỹ này luôn luôn khiến các sinh hoạt thường nhật, xem có vẻ tầm thường, đều chuyển tải ý nghĩa chân lý siêu việt. Đó là mối quan hệ của hai phương diện nhìn về một thực tại, chân đế hay chân lý tuyệt đối, và tục đế hay chân lý quy ước.

II. NHỮNG GIÁ TRỊ PHỔ QUÁT

Long Thọ nói, giáo pháp của Chư Phật y trên hai chân lý, tương đối hay thế tục đế, và tuyệt đối hay thắng nghĩa đế. Những ai không phân biệt được hai chân lý này, không thể hiểu thấu giáo pháp thâm sâu.[1] Cho nên, từ chỗ quy ước trong mối quan hệ giao tiếp thường nhật, trao đổi của hai vị Đại sỹ mà phong cách ngôn ngữ có vẻ nghịch thường đối với hàng trưởng giả bấy giờ dẫn vào thế giới mà ở đó những giá trị cũng nghịch thường so với những gì được chúng ta nhận thức bằng các giác quan thường nhật.

Quả thật, chúng ta vốn chỉ quen với những giá trị được nhận thức bởi mắt, tai thường nghiệm. Vượt qua giới hạn đó, là thế giới huyễn hoặc, không tưởng. Chúng ta giống như những con cá trong câu chuyện cổ, nghe những gì con rùa kể sau chuyến du lịch dông dài trên đất liền, tất cả đều là bịa đặt. Giới hạn ấy còn khắt khe hơn nữa, khi những gì người khác nhận thức và tư duy khác với ta. Tất cả mọi nền văn minh đều cố nâng nhận thức cá biệt của các thành viên của nó lên tầm cao hơn, phổ quát hơn, những giá trị được chấp nhận bởi nhiều cá thể hơn. Một nhà thiên văn học Trung hoa khi nhìn lên những ngôi sao gần nhau bên kia bờ sông Ngân; ông liên kết chúng lại thành hình ảnh cô gái dệt lụa. Ông gọi đó là chòm sao Chức nữ. Ông có thể cười thầm, khi nghe một

---

[1] Trung luận, k. xxiv.8-9.

nhà Thiên văn Hy lạp, cũng nhìn chòm sao đó, gọi đó là một cây đàn Thất huyền. Cho nên, chúng ta không mong đợi tấm lòng bao dung quảng đại của một người mà suốt đời nhận thức không vượt qua khỏi lũy tre làng.

Người hành Bồ Tát đạo vì vậy thường được hướng dẫn chu du bằng trí tưởng tượng qua nhiều thế giới hệ khác nhau; để thấy vô vàn sai biệt nhưng cũng thấy tính bình đẳng qua vô vàn sai biệt ấy.

Trong kinh Hoa nghiêm,[1] Bồ Tát Kim Cang Tạng, nương oai thần của Phật, thuyết minh mười địa của Bồ Tát. Khi giới thiệu địa thứ nhất, trong đó Bồ Tát bắt đầu dự hàng Thánh giả, tự khẳng định mình là một thành viên trong gia tộc của Như lai, của tất cả Như lai chứ không phải chỉ một Như lai. Để đạt được điều đó, trước hết, Bồ Tát kia cần phải thành tựu mười đại nguyện, mà mỗi nguyện đều hướng đến tất cả Như lai, tất cả chúng sinh, tất cả đại dương thế giới, quảng đại như hư không. Tất cả chúng sinh, hoặc hữu hình hoặc vô hình, hoặc có tưởng hoặc không có tưởng, hoặc thai sinh, hoặc thấp sinh, vô lượng vô biên sai biệt. Tất cả mọi hình thái thế giới: hoặc thế giới cực kỳ nhỏ bé, hoặc cực kỳ to lớn, hoặc đứng thẳng, hoặc đứng nghiêng, hoặc lộn ngược, hoặc bằng phẳng, hoặc tròn, hoặc vuông, trùng trùng như trong mạng lưới của Đế Thích. Tất nhiên, lớn hay bé, thẳng hay nghiêng, hay lộn ngược, hay bằng phẳng, đều so với vị trí đứng của chúng sinh trong thế giới hệ này. Nguyện của Bồ Tát chỉ có thể lớn, tâm tư chỉ có thể bao dung, nếu vị ấy biết rằng từ vị trí đứng thẳng của mình mà ở nơi kia, trong thế giới phương trên hay phương dưới, tồn tại các chúng sinh đang di chuyển với trạng thái chúc đầu xuống; biết vậy mà

---

[1] Đại Phương Quảng Phật Hoa Nghiêm Kinh (大方廣佛華嚴經), bản 60 quyển (Đại Chánh Tạng, Tập 9, kinh số 278) quyển 23, trang 542, tờ c, bắt đầu từ dòng 18; bản 80 quyển (Đại Chánh Tạng, Tập 10, kinh số 279), quyển 34, trang 179, tờ b, bắt đầu từ dòng 14. Cf. Daśabhūmika, tr. R. 15.

vẫn không cho là nghịch thường, là điên đảo. Từ đó mới có thể chấp nhận những giá trị cá biệt ở đó cũng bình đẳng như ở đây; hết thảy bình đẳng như hư không.

Cho nên, khi Duy-ma-cật thị hiện thần thông du hý, khiến cho đại chúng từ nơi phương trượng của mình trông thấy thế giới Chúng hương, mà các vật liệu xây dựng đều là hương. Và rồi, một hóa thân Bồ Tát lại vượt qua vô số thế giới để đến đó; nếu khi nhìn hoạt cảnh ấy mà các đại chúng ở đây thảy đều ngạc nhiên, thấy điều chưa từng thấy, khó tin, khó biết, khó chấp nhận đó là hiện thực, điều cũng là tự nhiên.

Rồi trong thế giới kia, khi hóa Bồ Tát xuất hiện; các đại chúng ở đó cũng kinh ngạc, thấy điều chưa từng thấy: ở đâu, thế giới nào, lại tồn tại sinh vật tí hon, bé như một vi sinh vật so với thân thể cực đại ở đây? Tuy bé nhỏ như thế, nhưng sao lại có thần thông quảng đại như thế, vượt qua bao nhiêu thế giới hệ để đến đây, điều mà Bồ Tát cực đại thân ở đây không ai làm được? Sau khi biết được có thế giới như vậy, các Bồ Tát này muốn được hướng dẫn đến đó. Trước khi các Bồ Tát ấy lên đường, đức Phật Hương Đài của thế giới Chúng hương giáo giới họ: "Hãy thu lại mùi hương, hãy thu nhỏ thân thể, và cẩn thận chớ sinh tâm khinh mạn." Đó có thể là bài học khởi đầu cho việc giao lưu văn hóa liên vũ trụ cho các Bồ Tát. Nhưng thời đại chúng ta vẫn còn khó tin tồn tại những thế giới khác trong đó có sinh vật thông minh như ở trong trái đất này. Vậy, hãy gác qua không gian vũ trụ vô cùng tận ấy, mà xem đó chỉ là mô tả hình tượng, để hướng dẫn mở rộng tầm nhận thức vốn chật hẹp của chúng ta vì chỉ biết cái gì là tồn tại và chân lý, nếu cái đó phù hợp với quy luật nhận thức của ta.

Điều mà chúng ta có thể học được từ hoạt cảnh thị hiện thần thông của Duy-ma-cật, là hãy tưởng tượng một sứ đoàn truyền giáo, đi đến một địa phương xa lạ, trong đó sắc dân được đánh giá là xấu xí hơn, vì màu da không trắng trẻo, thân không cao lớn; tư duy cũng thấp kém hơn, vì không tín ngưỡng tồn tại đâu đó một đấng Chí tôn nhân từ nhưng đôi khi cũng hung bạo nếu loài người chống lại ý định của Người bất kể ý muốn ấy là thế nào, nghịch lý hay thuận lý đối với nhận thức người thường. Trong cách đánh giá ấy, cái gì sẽ xảy ra? Những cuộc tàn sát không thương tiếc, do bên này hay bên kia. Chấp nhận những giá trị dị biệt trong những nền văn hóa dị biệt, đó là điều kiện cơ bản cho một thế giới hòa bình. Đó là bài học lịch sử viết bằng máu của nhân loại.

Thế thì, điều cần thiết với một vị Bồ Tát, sau khi đã đi vào cánh cửa bất nhị, bấy giờ điều cần làm là làm sao để mở rộng tâm tư bình đẳng đến mọi chúng sinh trong vô vàn thế giới sai biệt? Cho nên, Phật Hương Tích sau khi căn dặn các Bồ Tát những điều cần làm để đến tiếp xúc với thế giới Ta-bà, Ngài kết luận: *"Bởi vì mười phương quốc độ đều như hư không."* Hư không vốn quảng đại, vô hạn, bình đẳng; tâm tư của Bồ Tát cũng vậy, quảng đại, vô lượng, bình đẳng. Bằng tâm tư đó mà đi trên Thánh đạo.

Trong thế giới bên kia, bài học cho các Bồ Tát lên đường đi vào thế giới vô tận là vậy. Bên này, Duy-ma-cật cũng khuyến giáo đại chúng: *"Đừng ăn cơm này với ý hữu hạn; vì như vậy sẽ khó tiêu."* Ông lại nói thêm: *"Đừng lấy đức trí nhỏ mà đo lường phước huệ vô lượng của Như lai. Nước của bốn đại dương còn có thể khô cạn, chứ cơm này vô tận... Tại sao? Vì đó là thức ăn còn dư của người đã thành tựu công đức của vô tận giới, định, huệ, giải thoát, và giải thoát tri kiến."*

Vượt qua định kiến hình thành từ nhận thức thường nghiệm, giới hạn của các quan năng, để tiến tới những giá trị tâm linh phổ quát; đó là thuận tự trong quá trình tu dưỡng để khai phóng tâm tư. Cho nên, tiếp theo sau đó, Duy-ma-cật hỏi các Bồ Tát từ nước Chúng Hương về sự thuyết pháp và tu tập trong thế giới đó. Các Bồ Tát này thuyết minh: *"Như Lai ở quốc độ chúng tôi không thuyết pháp bằng ngôn ngữ, mà chỉ dùng các hương thơm khiến cho tất cả trời và người có thể thâm nhập luật hành. Mỗi Bồ Tát ngồi dưới những cội cây hương, cảm nhận mùi hương vi diệu của cây mà chứng nhập tam-muội Nhất thiết công đức tạng. Ai chứng được tam-muội này tất đầy đủ các phẩm chất mà Bồ Tát có."*

Sự nghe pháp, và sự tu tập như vậy quả thật đơn giản. So với thế giới của chúng ta, có quá nhiều điều cần phải học, quá nhiều điều cần phải làm. Như thuyết minh của Duy-ma-cật cho các Bồ Tát từ cõi Chúng hương: *"Chúng sinh trong cõi này cang cường, khó chuyển hóa, nên Phật giảng thuyết bằng ngôn ngữ cứng rắn để điều phục. Ngài nói: Đây là địa ngục. Đây là súc sinh... Đây là tà hành của thân; đây là quả báo của tà hành của thân... cho đến... Đây là hữu lậu, đây là vô lậu. Đây là chính đạo, đây là tà đạo. Đây là hữu vi, đây là vô vi. Đây là thế gian, đây là niết-bàn..."*

Do cách ăn và những gì được dùng làm thức ăn; do biểu hiện ngôn ngữ mà những gì cần học, nhiều điều cần tu không giống nhau; từ đó hình thành những giá trị cá biệt. Nhưng không vì vậy mà có sự phân biệt hơn kém. Không phải cao đẹp hơn, hay cao thượng hơn, vì nhỏ bé mà xinh xắn dễ thương, hay to lớn mà thô kệch; không phải hay vì lời nói khắc khổ, dài dòng, hay nhẹ nhàng mà ngắn gọn. Mọi giá trị sai biệt đều bình đẳng. Từ đó phát hiện, qua những giá trị sai biệt, tồn tại những giá trị phổ quát giữa các thế giới hệ khác nhau. Cho nên, nghe xong, các Bồ Tát từ cõi Chúng Hương đều cất tiếng ca ngợi: *"Thật chưa từng nghe. Đức Thế Tôn Thích-ca Nâu-ni Phật đã ẩn đi vô lượng khả năng tự tại, hóa độ chúng sinh bằng pháp mà người nghèo ưa thích. Các Bồ Tát ở đây cũng nhẫn nại những khó nhọc, bằng vô lượng đại bi mà sinh nơi cõi Phật này."*

Thật vậy, các vị này thoạt tiên nhận xét chúng sinh ở cõi Ta-bà thuộc loại *"nghèo khó nhưng ương ngạnh"*. Sau đó tỏ ra hối hận vì nhận xét này, khi được nghe Phật Thích-ca thuyết pháp. Họ nói: *"Bạch Thế tôn, lúc mới nhìn thấy thế giới này chúng con có ý tưởng nó thấp kém, bây giờ hối hận, chẳng còn ý đó nữa. Vì sao? Vì các phương tiện diệu dụng của chư Phật thật là bất khả tư nghị."*

Phát biểu này mang ý nghĩa xác nhận giá trị phổ quát. Giá trị phổ quát đó là tính bình đẳng giữa tất cả mọi quốc độ trong tất cả mười phương thế giới. Như Phật đã nói với A-nan: *"Hết thảy Chư Phật đều bình đẳng về hình sắc, uy quang, vẻ đẹp, tướng hảo, chủng tộc, giới, định, huệ, giải thoát, giải thoát tri kiến..."*

Tính bình đẳng được ví dụ như hư không. Hư không ở đây không phải là khoảng không gian trống không giữa các vật thể hữu hình mà mắt thường có thể phân biệt hoặc sáng hoặc tối. Tính bình đẳng của hư không không có nghĩa là xóa hết tất cả dấu vết sai biệt để còn lại một thực tại trống không. Tất cả vẫn tồn tại ở đó; khi mọi vật xuất hiện, hư không không tăng; khi các thứ biến mất, hư không không giảm. Không sinh, không diệt, không tăng, không giảm, là những yếu tính để có thể nhận biết hư không.

Để đạt đến tính bình đẳng như hư không đó, đức Phật Thích-ca Mâu-ni đã thuyết minh cho các Bồ Tát Chúng Hương về môn giải thoát của Bồ Tát gọi là *"Tận-Vô tận"*.[1] Tận, tức kiệt tận, xóa sạch hết mọi thứ cho đến khi tất cả không còn gì.

Thế nào là tận? Các pháp hữu vi đều có xu hướng suy hao, tàn hoại, kiệt tận. Hoặc tuổi thọ cạn hết, hoặc phước đức cạn hết, như có hạng chư thiên kia, do sự kiệt tận ấy mà

---

[1] Skt. kṣayākṣayo nāma bodhisattvānām vimokṣaḥ.

chết nơi đó để tái sinh nơi đây. Hoặc tỳ-kheo kia tu tập cho đến khi dứt sạch hết các lậu hoặc ô nhiễm, vị ấy trở thành vô lậu, tâm giải thoát, huệ giải thoát, ngay trong đời này bằng thắng trí, tự thân chứng ngộ và an trú.[1] Nói tóm lại, để đạt đến Niết-bàn giới vô vi, tỳ-kheo cần phải làm cạn kiệt tất cả khát ái, ly dục. Pháp như vậy được gọi là tối thượng trong tất cả các pháp hữu vi và vô vi.[2] Nghĩa quy ước của tận và vô tận là như vậy.

Theo nghĩa đó, Khi Duy-ma-cật được Văn-thù hỏi, *"Bồ Tát nên nhìn đời như thế nào?"*; đáp: *Bồ Tát nhìn đời như nhà ảo thuật nhìn vật ảo hay người ảo mà mình tạo ra.*[3] Thanh văn hay Bồ Tát đều khởi đi từ một thế giới quy ước như vậy. Bởi thế gian này chỉ là tuồng huyễn hóa, không thực, nên Bồ Tát đi tìm một cái gì đó chân thực không hư dối. Khởi điểm như vậy là chối từ thế giới đang tồn tại trước mắt. Như người đi tìm lõi cây, bóc dần các lớp vỏ ngoài, cho đến khi tìm thấy cái gì là lõi cây chắc thực.

Đó là cái nhìn lạnh lùng về thế giới, nhân sinh. Bởi vì, mọi pháp trong thế giới Ta-bà này, có vị ngọt của sắc thì đồng thời cũng có tai họa của sắc. Cho nên, đức Phật dạy: *"Biết thân này như bọt nước, các pháp, như quáng nắng, như ảo ảnh; ai hiểu rõ điều đó, thoát khỏi cảnh giới của Tử thần."*[4] Trên giường bịnh, Duy-ma-cật cũng giảng giải cho khách đến thăm bịnh chân lý như vậy về nhân sinh: *"Thân này như đống bọt, không thể vốc nắm. Thân này như bong bóng*

---

[1] Định cú Pali, nói về tỳ-kheo đắc A-la-hán: idha, bhikkhave, bhikkhu āsavānaṃ khayā anāsavaṃ cetovimuttiṃ paññāvimuttiṃ diṭṭheva dhamme sayaṃ abhiññā sacchikatvā upasampajja viharati.

[2] Cf. A. ii. 34: yāvatā, bhikkhave, dhammā saṅkhatā vā asaṅkhatā vā, virāgo tesaṃ aggamakkhāyati, yadidaṃ ... taṇhākkhayo virāgo nirodho nibbānaṃ.

[3] Phẩm VII: "Quán chúng sinh."

[4] Dhp. 46. (Kinh Pháp Cú, kệ 46.)

nước, không tồn tại lâu dài. Thân này như quáng nắng bốc từ khát vọng yêu thương. Thân này như cây chuối, ruột không lõi chắc. Thân này như huyễn, hình thành bởi ý nghĩ điên đảo..."¹

Dù vậy, thân này đang tồn tại, và cần được nuôi dưỡng để tồn tại. Nó được nuôi dưỡng bởi bốn loại thực phẩm, mà chính yếu ở đây là đoạn thực, thực phẩm vật chất. Thực tế là, loại thực phẩm ấy sau khi được hấp thu nó bài tiết ra những thứ ghê tởm. Cho nên Phật thí dụ, người thâu nạp đoạn thực, như kẻ lữ hành qua hoang mạc phải ăn thịt đứa con duy nhất thân yêu để sống. Sau khi ăn thịt con, người ấy vừa đi vừa kêu khóc: *"Con tôi đâu? Con tôi đâu?"*²

Nhưng trong thế giới Chúng Hương, loại thực phẩm được hóa thân Duy-ma-cật mang về cho đại chúng, không để lại hậu quả đáng tởm như vậy. Mà thực phẩm ấy, tuy cũng là loại đoạn thực, dù được ăn bởi kẻ phàm phu, vẫn lưu lại mùi hương vi diệu, không đáng nhàm tởm. Đoạn thực ở đó được nhận thức như là phương tiện thuyết pháp của Phật.

Giữa hai thế giới, giá trị của cùng loại thực vật không giống nhau. Vậy thì, trong mỗi thế giới riêng biệt, các pháp tồn tại với giá trị riêng biệt, đặc thù của chúng. Để vượt lên những giá trị quy ước này, Duy-ma-cật khuyến cáo đại chúng không nên ăn cơm từ cõi Chúng Hương bằng ý hữu hạn, bằng tâm ý bị ràng buộc trong giới hạn phương vực. Vượt lên giới hạn cá biệt của thế giới là để tiến lên nhận chân giá trị phổ quát, nhận thức tính bình đẳng của tất cả.

Nền tảng để đạt đến giá trị phổ quát, tính bình đẳng ấy là gì? Đức Phật Thích-ca nói với các Bồ Tát từ cõi Chúng Hương: *"Bồ Tát không kiệt tận hữu vi, không an trú vô vi.*

---

¹ Phẩm II: "Phương tiện."
² Tạp A-hàm 15, kinh 373, tr. 102b18. Pāli, Puttamaṃsa, S.ii.98.

Thế nào là không kiệt tận hữu vi? Không rời đại từ, không xả đại bi, sâu sắc phát tâm cầu Nhất thiết trí không quên lãng; giáo hóa chúng sinh không hề biết mệt mỏi..."

Cũng như trong đời sống thường nhật, ta đến với một người bằng tất cả tấm lòng yêu thương chân thật, thì cá tính dù thế nào cũng không là bức tường ngăn cách giữa ta và người ấy. Ở đây cũng vậy, bằng tâm đại bi, Bồ Tát đến với thế gian không phải để cào bằng mọi giá trị của thế gian; nhưng để tự mình thấy và chỉ cho mọi người thấy đâu là giá trị chân thực. Như vậy cho nên Bồ Tát không giữ chặt cái thấy của mình để cưỡng đặt lên những người khác. Chúng sinh trong thế giới Chúng Hương có thân thể cao lớn, đồ sộ, luôn luôn toát ra mùi hương vi diệu. Chúng sinh trong thế giới Ta-bà này thân hình bé xíu, lại thường tiết ra mùi hôi hám. Nhưng chân lý của cái đẹp không thuộc về thế giới kia hay thế giới này. Không san bằng hết mọi dị biệt của hữu vi để đạt đến cái vô vi bình đẳng. Như vậy Bồ Tát không tận hữu vi, không trụ vô vi.

Từ thế giới Chúng Hương xa xôi kia, mà mọi thứ được làm bằng hương kia, đến nơi Ta-bà ô trược này, để học môn giải thoát Tận-Vô tận, để rồi trở về quốc độ kia với tâm tư như hư không, vì Phật tính vốn bình đẳng như không trong tất cả mọi loài, mọi quốc độ, với sự tôn kính vô cùng đối với đức Phật ở đây, đồng cảm vô hạn với các Bồ Tát thị hiện trong thế giới này, và yêu thương không cùng tận hết thảy chúng sinh chìm ngập trong cõi Ta-bà đầy thống khổ nhưng cũng cực kỳ ương ngạnh này.

Không tận hữu vi, Bồ Tát chấp nhận sự tồn tại của dị biệt giữa các loại chúng sinh mà kiến thiết quốc độ thanh tịnh. Không trụ vô vi, Bồ Tát nhận thức tính bình đẳng như hư không trong tất cả các loại chúng sinh, nên mọi giá trị cá biệt đều được kính trọng như là giá trị phổ quát. Không tận hữu vi, nên Bồ Tát xây dựng quốc độ thanh tịnh không bằng hận thù tranh chấp. Không trụ vô vi, nên Bồ Tát xây dựng quốc độ thanh tịnh bằng tình yêu và sự kính trọng giữa các loài chúng sinh.

III. NHÂN CÁCH SIÊU VIỆT

Bài pháp mà đức Thích Tôn giảng cho các Bồ Tát Chúng Hương về môn giải thoát gọi là *"Tận-Vô tận"* là nội dung mà Bồ Tát cần học tập để theo đó sống và hành động với tâm tư mở rộng, bao dung, vượt lên mọi giới hạn quốc giới, chủng tộc, thiết lập những giá trị phổ quát để tất cả mọi cộng đồng sinh loại cùng tồn tại trong ý nghĩa bình đẳng, tương thân và tương kính. Tuy nhiên, những giá trị phổ quát cũng vẫn còn là giá trị quy ước. Chúng được nhận thức trong mối quan hệ giữa bên này và bên kia, dù được nói là siêu việt cả hai bên. Chân lý được nhận thức từ mối quan hệ là chân lý tương đối. Đó là hiện thực được nhìn từ những mặt đối lập: tịnh và uế, chết và tái sinh... Các triết gia tư biện suy lý sẽ đưa các mặt đối lập của thực tại này đi đến một chỉnh thể thống nhất bằng quá trình biện chứng. Hiện thực tự phủ định chính nó để trở thành phi thực. Hiện thực không tự phủ định, không là một mâu thuẫn nội tại, hiện thực ấy sẽ không trở thành cái gì cả. Nó không trở thành cái khác với nó đang hiện hữu. Hiện thực như vậy là im lìm bất động, không trở thành. Cái gì không đang trở thành, cái đó không đang là gì cả. Thực và bất thực, cặp mâu thuẫn này được nâng lên thành tổng đề, là Thực tại Tuyệt đối bất nhị.

Long Thọ nói: "Cái gì là duyên khởi, tôi nói cái đó là tính Không. Tính Không ấy y trên giả danh, chính nó cũng là trung đạo."[1]

---

[1] MK. xxiv. 18: yaḥ pratītyasamutpādaḥ śūnyatāṃ tāṃ pracakṣmahe/ sā prajnaptir upādāya pratipat saiva madhyamā. Hán dịch của La-thập: 眾因緣生法, 我說即是無, 亦為是假名, 亦是中道義. Cách dịch khiến

Mỗi xã hội bao gồm nhiều cá thể. Mỗi cá thể quan hệ hỗ tương cùng tồn tại. Quy luật tồn tại đó phù hợp với điều mà Long Thọ nói là tính Không. Tính Không ấy vẫn là khái niệm quy ước, tức giả danh. Nhưng nhìn từ điểm thống nhất của hai mặt thực tại, hay của mọi tồn tại, hỗ tương quan hệ, thì tính Không ấy là giá trị phổ quát mà trên nền tảng đó mọi thành viên xã hội cùng tồn tại trong hỗ tương quan hệ. Giá trị phổ quát đó, nói một cách rộng rãi, là nền tảng cho mọi xã hội dị biệt cùng tồn tại, là điều mà Long Thọ nói là Trung đạo.

Giá trị phổ quát của xã hội ấy luôn luôn được biểu hiện nơi một người, hiện thân nơi một nhân vật lịch sử. Đó là kinh nghiệm lịch sử. Do đó để nhận thức một cách minh nhiên và thâm nhập giá trị phổ quát, người ta chiêm nghiệm lịch sử qua từng nhân vật đại biểu. Ở đây, nếu ta nói, giá trị phổ quát là điều mà Long Thọ gọi là Trung đạo; thì Trung đạo ấy được nhân cách hóa, được hiện thân như là Như Lai. Như Lai là Tuyệt đối thể của tồn tại. Nhưng cứ từng thời điểm đặc thù Như Lai xuất hiện để biểu trưng giá trị đặc thù của thời điểm lịch sử ấy. Bởi vì, Như Lai, trước hết là nguyên lý Như thực của tồn tại nó như là chính nó. Cái gì tồn tại nó như là nó, cái đó luôn luôn như vậy là như vậy, không biến đổi.[1]

Đây là ý nghĩa cho đoạn kinh, sau khi các Bồ Tát Chúng Hương trở về quốc độ của mình, ở đây đức Phật Thích-ca hỏi Duy-ma-cật: *"Khi ông muốn thấy Như Lai, ông thấy Như Lai như thế nào?"*[2] Duy-ma-cật trả lời: *"Khi con muốn thấy Như*

---

các nhà giải thích phổ thông hiểu rằng: Pháp sinh bởi nhân duyên, pháp ấy là không, là giả danh, và trung đạo. Nhưng trong Phạn bản, không phải pháp duyên khởi là giả danh và trung đạo; mà tính Không là giả danh và trung đạo. Bởi, đại từ **sā** trong nửa tụng dưới là giống cái, không thể thay thế từ pratītya-samutpādaḥ (duyên khởi) vốn là giống đực. Tất nhiên nó (**sā**) thay thế từ śūnyatām (tính Không) trong nửa tụng trên), vì từ này giống cái. Xem giải thích của **Candrakīrti**, Prasannapada.

[1] Candrakīrti, Prasannapadā, tr. 265: tathābhāvo'vikāritvaṃ sadaiva sthāyitā.

[2] VKN: yadā tvaṃ kulaputra tathāgatasya darśanakāmo bhavasi kathaṃ tvaṃ tathāgataṃ paśyasi?

Lai, khi ấy con thấy Như Lai bằng sự không thấy. Con thấy Như Lai không sinh từ tiền tế, không đến từ hậu tế, không tồn tại trong hiện tại."[1]

Ông nói tiếp: *"Bởi vì tự tính Như của sắc là phi sắc; tự tính Như của thọ là phi thọ. Cho đến, tự tính Như của thức là phi thức."*

Như Lai như vậy là thực tại của thắng nghĩa, chân lý tuyệt đối. Tùy nhân duyên, tùy điều kiện thích hợp, bởi thời gian và phương vực, Như Lai xuất hiện trong muôn vàn sai biệt. Thì ở đây, trong thế giới quy ước, Duy-ma-cật là ảnh chiếu từ cảnh giới thắng nghĩa ấy. Cho nên, không phải ngẫu nhiên hay vô tình mà Xá-lợi-phất lại hỏi Duy-ma-cật: *"Ông thác ở đâu mà tái sinh nơi này?"* Duy-ma-cật hỏi trở lại: *"Pháp mà Thượng tọa tự thân chứng ngộ, pháp ấy có chết đi và tái sinh chăng?"*[2]

Đoạn đối đáp này cũng có ý nghĩa đặc thù. Trước hết, Xá-lợi-phất hỏi Phật: *"Cư sỹ Duy-ma-cật này chết từ cõi Phật nào mà tái sinh đến cõi Phật này?"* Phật không trả lời mà bảo Xá-lợi-phất nên hỏi thẳng Duy-ma-cật. Rồi hỏi đáp xảy ra như đã dẫn.

Bởi vì trong đoạn dịch của La-thập không có việc Xá-lợi-phất trước hỏi Phật, cho nên các bản chú giải Trung Hoa dựa trên bản dịch này không biết đến ý nghĩa trực tiếp và gián tiếp trong vấn đáp này.

Đối với hàng Thanh văn, thân Phật là thân ngũ uẩn, chịu chi phối của quy luật sinh diệt. Vì vậy mới có sự kiện Phật bịnh và A-nan đi xin sữa bò và nhân đó mà được Duy-ma-cật

---

[1] VKN: yadāhaṃ bhagavaṃs tathāgatasya darśanakāmo bhavāmi tadā tathāgatam apaśyanayā paśyāmi pūrvāntato 'jātam aparāntato saṃkrāntaṃ pratyutpanne dhvany asaṃhitaṃ paśyāmi.

[2] VKN: sthavireṇa dharmaḥ sākṣātkṛtaḥ kaccit tasya dharmasya cyutī upapattir vā?

chất vấn.¹ Cũng theo ý nghĩa đó mà Xá-lợi-phất muốn biết Duy-ma-cật chết ở đâu mà sinh ở đây, có sinh có chết.

Được Phật khuyến khích, Xá-lợi-phất hỏi thẳng ý nghĩ của mình với Duy-ma-cật, nhưng lại không nhận được câu trả lời tương ứng với câu hỏi. Nhưng ông giải thích: *"Chết là tướng gián đoạn của các hành. Sinh là tướng tiếp nối của các hành."*² Điều đó khẳng định sống và chết là những hiện tượng tiếp nối như những con sóng trên đại dương. Khẳng định này được thấy trong tất cả kinh điển Phật giáo, Nguyên thủy cũng như Đại thừa. Tuy nhiên, trong khẳng định của Duy-ma-cật còn hàm chứa tính đồng nhất giữa hai thế giới mặc dù trên mặt hiện tượng cả hai cách biệt bởi không gian, và cả thời gian. Cho nên, trong ý nghĩa cứu cánh, Duy-ma-cật không thuộc về thế giới này, cũng không thuộc về thế giới kia.

Trong đối thoại này, chúng ta cần có nhận thức về quan điểm Ba thân trong giáo nghĩa Đại thừa. Nếu hỏi về Pháp thân, thì như Duy-ma-cật đã trả lời Phật: *"Thấy Phật bằng sự không thấy."* Bởi vì Như tính của sắc là phi sắc. Pháp thân Phật là Như tính. *"Không thể nhìn Phật bằng sắc; không thể nghe Phật bằng âm thanh; ai hành như vậy là hành tà đạo, không thể thấy Phật."* Phật được thấy từ Pháp thân; vì thân Phật là Pháp thân. Nhưng Pháp tính thì vượt ngoài nhận thức. Trong kinh Kim cang, Phật nói như vậy.³ Thân Phật, như là Pháp tính, như vậy là thân tịch diệt, tuyệt đối vắng

---

¹ Xem phẩm III: "Chúng đệ tử."

² Các bản Hán dịch có hơi khác với Phạn, VKN: cyutir iti... abhisaṃskāralakṣaṇapadam etat upapattir ity abhisaṃskāraprabhanda ..., chết là hình thái của các tác hành; sự tiếp nối của các tác hành.

³ Vajracchedikā: ye māṃ rūpeṇa cādrākṣurye māṃ ghoṣeṇa cānvayuḥ |mithyāprahāṇaprasṛtā na māṃ drakṣyanti te janāḥ ||1|| dharmato buddhā draṣṭavyā dharmakāyā hi nāyakāḥ |dharmatā ca na vijñeyā na sā śakyā vijānitum ||2|| Bài kệ thứ hai trong Phạn bản, không có trong bản dịch của La-thập. Hán dịch của Huyền Trang: 應觀佛法性即導師法身法性非所識故彼不能了.

lặng, không dao động như đại dương không chút gợn sóng. Thân như vậy không thể thấy, không thể diễn đạt. Bồ Tát là con chân thật của Phật, lưu xuất từ thân như vậy, từ pháp tính như vậy, nên Duy-ma-cật không thể trả lời ngài Xá-lợi-phất là sinh ở đâu và chết ở đâu.

Thế nhưng, như mặt trăng bất động giữa hư không, mà ảnh của nó hiện khắp nơi; nơi nào có nước, nơi đó có trăng; tỏ hay mờ tùy theo nước trong hay đục, nước lặng hay nước sóng. Cũng vậy, Pháp thân Phật bất động, tịch tĩnh, nhưng tùy theo cơ cảm, tùy thời và tùy chốn, được thấy xuất hiện, rồi biến mất. Đó là thân Ứng hóa tùy theo loại, tùy theo thời. Đó là thân mà hết thảy phàm phu có thể thấy, có thể nghe; nhờ đó mà được biết pháp, thấy được đạo, để dẫn đến chứng đắc giải thoát, Niết-bàn. Cho nên, tuy Duy-ma-cật không trả lời, thì Phật trả lời thay: *"Duy-ma-cật từ một thế giới có tên là Diệu Hỷ; ở đó có Phật hiệu là Vô Động. Ông ấy từ đó mà đến nơi này."*[1] Để minh giải ý nghĩa đến và đi, từ cõi Phật này đến cõi Phật khác, Duy-ma-cật nói với Xá-lợi-phất: *"Ánh sáng mặt trời luôn luôn đến nơi nào có bóng tối, không phải vì ánh sáng mặt trời có xu hướng cộng tồn với bóng tối. Nhưng nơi nào bóng mặt trời xuất hiện, nơi đó bóng tối đi mất. Đó là ý nghĩa Bồ Tát từ tịnh độ đi đến uế độ."*

Dù là tịnh độ hay uế độ, dù ở đây hay ở kia, thảy đều là biểu hiện từ phương tiện trí của Phật. Cho nên, thân Phật và quốc độ Phật cùng tương ứng, như trăng với nước. Thế giới Diệu hỷ, được giả thiết là bản nguyện bản khởi của Duy-ma-cật, trong tự tính, tồn tại như là pháp tính, thì thế giới đó không đến, không đi, không sinh, không diệt. Nhưng khi thế giới được thị hiện cho chúng sinh thấy; nơi đó cũng có sự hiện diện của loài người, loài trời; cũng có các hàng Thanh văn,

---

[1] Khuy Cơ, tr. 1107a: "Phật hiệu A-súc, đây dịch là Vô Động. Tám gió không nhiều, bốn ma không xâm, thường an trú, không biến đổi, nên gọi là Vô Động. Vì để hóa độ chúng sinh, ông từ đó tái sinh nơi đây."

Bồ Tát; thì nơi đó, một cách tương ứng, cũng tồn tại những núi, những sông, mặt trời, mặt trăng, các vì sao, v.v… Thế giới có đến, có đi. Nếu Duy-ma-cật tự thân đã từ đó mà đến, thì ông cũng có thể mang cả thế giới ấy đến nơi đây. Khi ấy, cả thế giới Diệu Hỷ to lớn, huy hoàng tráng lệ kia, bỗng chốc nằm gọn trong lòng tay của ông, và tất cả đại chúng đang hiện diện trong vườn xoài của kỹ nữ Am-ba-bà-lị đều có thể chứng kiến. Trong khi đó, những ai trong cõi Diệu Hỷ mà có thần thông, đều cảm nhận thế giới này bị lệch ngoài quỹ đạo của nó; tất cả đều kinh sợ. Như vậy, dù thế giới Diệu Hỷ là cõi tịnh độ, nhưng đó không phải là thế giới vĩnh hằng. Nó có thể bị chuyển dịch, tất bị chi phối bởi quy luật sinh diệt, vô thường. Các Thanh văn, Bồ Tát trong đó chợt kinh sợ, cho nên các vị ấy cũng không phải đang tồn tại trong cảnh giới vô vi. Họ cũng chịu quy luật sinh diệt như thế giới mà họ đang sống.

Duy-ma-cật từ đó đến. Các đại chúng ở đây cũng có thể tái sinh đến đó, nếu nhân duyên thích hợp. Đến điểm này thì ý nghĩa bình đẳng giữa các quốc độ được nâng lên một tầng nhận thức nữa. Và ở trong ý nghĩa đó, giá trị phổ quát bấy giờ được nhận thức từ bản thể luận, từ trong tự tính bản nguyên của nó.

Cho đến đây, lý tưởng Bồ Tát đạo, kiến thiết một thế giới Phật tính, mà tự tính là bình đẳng như hư không, đã được trình bày đến điểm tận cùng lý tính của nó.

Vậy rồi, vườn xoài của kỹ nữ, và những vương tôn công tử đến tìm lạc thú kia, tất cả sẽ trở thành là cái gì, trong khoảng không gian vô cùng, thời gian vô tận này? Mỗi người lại quay trở lại bên giường bịnh của Duy-ma-cật để tự tìm cho mình một câu trả lời. Một câu trả lời quyết định cho đời này và cả nhiều đời sau.

PHƯƠNG NÀO CÕI TỊNH

Viết từ cảm hứng sau khi đọc sách
"Cõi Phật Đâu Xa" của Đỗ Hồng Ngọc

Ta hỏi kiến[1] nơi nào Cõi Tịnh,
Ngoài hư không có dấu chim bay?
Từ tiếng gọi màu đen đất khổ,
Thắp tâm tư thay ánh mặt trời.

(Mộng ngày - Tuệ Sỹ)

Lần đầu tiên tôi tình cờ gặp bản dịch Duy-ma-cật sở thuyết của ngài Huệ Hưng; hành tung ly kỳ và chuỗi lý luận của Duy-ma-cật khiến tôi đọc say mê, nhiều đoạn học thuộc lòng. Có thể không *"choáng ngợp"* như anh Cao Huy Thuần vì trình độ nhận thức của tôi bấy giờ chỉ là của một cậu bé 14 tuổi, không thể sâu sắc như vị giáo sư trẻ tốt nghiệp Đại học Luật khoa Huế. Một chú tiểu tu chùa Việt nhưng học kinh điển theo hệ Theravāda với các Sư người Lào, do đó cực kỳ kính trọng các A-la-hán, và vì vậy không có cảm giác Duy-ma-cật đã có thể triệt hạ địa vị các Đại Thanh văn. Lớn lên chút nữa, qua nhiều năm học thêm nhiều kinh luận Đại thừa, đọc thêm các nhà luận giải Trung Hoa chê bai tư tưởng các vị Thanh văn thấp kém, tâm tư nhỏ hẹp, và kết án khá nặng là *"hạng tiêu nha bại chủng"*, hủy diệt mọi thứ mầm non và hạt giống tốt của giác ngộ.

---

[1] Bốn câu thơ này trích từ bài thơ Mộng ngày, mở đầu bằng câu "Ta cõi kiến đi tìm tiên động". Do vậy, chữ "kiến" ở đây là con kiến, vì tách ra khỏi ngữ cảnh bài thơ nên có thể bị hiểu nhầm.

Cùng với sự phát triển của loại "khẩu đầu Thiền", thuyết lý Thiền tông trên đầu môi chót lưỡi, phát sinh một lớp sư tăng "cuồng thiền": thỏng tay vào chợ, thanh lâu, hý viện, đâu chẳng là thanh tịnh đạo tràng. Nhưng với sự huân tập từ hồi còn là tiểu nhóc, tôi chưa hề cảm thấy, mặc dầu với lý luận biện tài vô ngại, Duy-ma-cật đã lấn lướt vượt qua các vị Thanh văn như thế nào. Tuy nhiều vị luận giải Trung Hoa quả có chế giễu ngài Xá-lợi-phất, và nhiều vị Đại Thanh văn khác nữa, như khi ngài hỏi Duy-ma-cật các Thánh giả sẽ ăn cơm ở đâu, sẽ ngồi chỗ nào; dù vậy, tôi vẫn cảm thấy trong đó có ẩn ngữ mình chưa hiểu.

Cho tới một lúc, lớn thêm chút nữa, giữa xã hội xô bồ đảo điên, tăng đồ như một cộng đồng ô hợp, riêng Phật riêng thầy, riêng tông môn pháp phái, bấy giờ bỗng xuất hiện những cư sỹ lão thành cự phách, mà trình độ thâm hiểu giáo lý không nhường các bậc trưởng lão trong sơn môn. Bên trong, hiểu và hành sâu xa nội điển; bên ngoài, nhạy bén trước các biến cố đảo điên của xã hội; hiểu đạo sâu mà hiểu đời rộng, tài và trí ấy, hiểu và hành ấy, đã góp phần rất lớn trong những đoạn đường khơi lại nguồn mạch tư duy.

Không chỉ một Duy-ma-cật, mà có rất nhiều Duy-ma-cật, khoác nhiều hành trạng khác nhau trong nhiều địa vị xã hội khác nhau, đã từng xuất hiện ở đây, sống giữa chúng ta. Họ lăn lóc trong bụi đời, nếm đủ thứ "mùi tục lụy" nhưng vẫn không ngừng vươn lên theo chiều cao của Đạo Pháp. Trong một thời đại mà không còn tìm thấy thấp thoáng bóng dáng của Duy-ma-cật, Phật pháp đạo lý có thể chỉ như món hàng trong siêu thị; có lúc chỉ như gánh hàng rong trên hè phố.

Duy-ma-cật là ai mà được ví von như thế? Một nhân vật nửa lịch sử, nửa huyền thoại. Nhân cách ấy là tập hợp tất cả phẩm tính để được gọi là "đích tử", con chân thật, của các đấng Giác Ngộ. Mỗi nhân cách nổi lên trong một thời đại lịch sử riêng biệt, trong mỗi thời đại ấy là những nhân cách từ phẩm chất và phẩm trật trong từng xã hội cá biệt. Nhân cách ấy ẩn mình đơn độc trong rừng sâu, hoặc hiện diện giữa chợ đời huyên náo, mà không gian bao trùm bởi trực tâm và thâm tâm. Trực tâm, mà Huyền Trang gọi là "thuần ý lạc" (āśaya), đó chính là ý chí hướng thượng, nhìn đời bằng con mắt yêu thương, định hướng cho cuộc đời của mình và cùng với tất cả cùng đi lên bằng tình yêu và trí tuệ. Từ trực tâm ấy, với ý chí quyết định, kiên trì mục đích, đó gọi là thâm tâm, cũng nói là *"tăng thượng ý lạc"* (adhy-āśaya). Đó là nhân vật mà ta có thể gặp đâu đó.

Bằng thuần ý lạc địa, từ cơ sở đó mà bảy bước phát khởi tâm bồ đề, khởi từ tình yêu thâm thiết đối với Mẹ thân sinh, vì sự an lạc của Mẹ mà phát nguyện hành bồ-đề. Rồi với tình Mẹ bao la mà tâm nguyện bồ-đề cũng theo đó mà rộng lớn lên, theo một đường thẳng như tấm lòng ngay thẳng. Từ tâm tư thuần ý lạc địa ấy mà kiên định chí hướng, in sâu trong tận cùng tâm khảm, trong thâm tâm.

Thế nhưng có thể chúng ta dễ bị choáng ngợp bởi những từ ngữ mang tính triết học, do đó mà thấy Duy-ma-cật là một nhân vật cao diệu, xa vời. Vậy, chúng ta bắt đầu từ diễn tả bằng ngôn ngữ đời thường, như Đỗ Hồng Ngọc viết trong Cõi Phật Đâu Xa. Anh viết về Kinh dễ dàng và cũng rất thận trọng cân nhắc, y như bác sỹ viết toa thuốc:

"Lòng ngay thẳng - trực tâm - chính là sự bình đẳng, không phân biệt, không kỳ thị... Không kỳ thị, không phân biệt đối xử mới có lòng tôn trọng như Thường Bất Khinh, mới có lòng từ bi, thấu cảm như Quán Thế Âm, mới có lòng chân thành để 'ai thấy cũng vui, ai gặp cũng mừng' như Dược Vương. Tôn trọng, chân thành, thấu cảm phải dựa trên điều kiện tiên quyết không phân biệt, là bình đẳng. Đó chính là Bất nhị."

Tránh vỏ dưa gặp vỏ dừa cũng sợ; chúng ta lại gặp một từ ngữ triết học rắc rối hơn nữa: "bất nhị". Đó là nguyên lý chỉ đạo cho tư duy và hành động của Duy-ma-cật, khi ông nói với ngài Xá-lợi-phất: *"Hiện các oai nghi (đi, đứng, nằm, ngồi) mà vẫn không xuất tưởng thọ diệt định, đó mới chính là tĩnh tọa."* Hoặc khi ông chào đón Bồ-tát Văn-thù đến thăm bệnh, và ở đó, trong "Cõi Phật Đâu Xa", ta cũng nghe rõ như lời bệnh nhân chào đón y sỹ: *"Lành thay, Văn-thù mới đến! Tướng chẳng đến mà đến. Tướng chẳng thấy mà thấy."* Bệnh chứng, bệnh nguyên, tất cả các tướng ấy, chẳng đến mà đến, chẳng thấy mà thấy; bệnh nhân không tìm đến y sỹ, và y sỹ không đi đến bệnh nhân.

Trong đối thoại này, Duy-ma-cật cũng chào đón Văn-thù bằng ngôn ngữ thông thường: svāgatam: nghĩa đen được hiểu đã đến một cách khéo léo, tốt đẹp; đây là một từ chào hỏi tương đương chính xác với lời chào tiếng Anh: *"Welcome!"* Từ chào hỏi này liên hệ đến từ Tathāgata: Như Lai, mà Kinh Kim cang định nghĩa: *"Như Lai, vị khéo đến, vì không từ đâu đến, cũng không đi đến đâu."* Nó cũng liên hệ các từ Phạn gata, āgata, anāgata: đã đi, đã đến, không đến, chưa đến, đó là những từ mà chúng ta đọc hằng ngày trong Tâm Kinh: gate gate paragate parasaṃgate bodhi svāha. Đến mà không đến, đi mà không đi, là thể tính Như Lai: Tathāgata: tathā gata/āgata. Các vị Thánh giả chào nhau bằng ngôn ngữ đời thường mà trong đó vẫn bao hàm thế giới siêu việt.

Nhưng, tư tưởng bất nhị là căn nguyên tư tưởng của một nhánh trong triết học Vedānta, tiếng Phạn nói là advaita-vāda, dịch theo ngôn ngữ triết học quen dùng ngày nay, đó là chủ thuyết lý "Nhất nguyên Tuyệt đối". Đạt đến nhất nguyên tuyệt đối, là đạt đến giải thoát, bấy giờ Phạm-Ngã đồng nhất, Tiểu Ngã và Đại Ngã hiệp thành nhất thể tuyệt đối. Nói cách khác, Linh hồn và Thượng đế là Nhất thể Tuyệt đối.

Kinh Phật không nhận có Thật Ngã tồn tại, do đó không thừa nhận thuyết Nhất nguyên tuyệt đối này.

Để khỏi phải bối rối, choáng ngợp trước những từ ngữ và lý luận biện chứng siêu nghiệm, từ nhất nguyên tuyệt đối của Phạm-Ngã nhất thể, cho đến *"Như Lai đến mà không đến, đi mà không đi"*, chúng ta cũng có thể bắt đầu với nhận thức đơn giản hơn từ dẫn giải bởi Đỗ Hồng Ngọc, hiểu theo cách y sỹ chẩn đoán bệnh:

"Ở tại nơi sanh tử mà chẳng làm việc ô trược, trụ nơi Niết-bàn mà chẳng diệt độ mãi; hành tánh không mà vẫn trồng các cội công đức; hành vô tướng mà vẫn độ chúng sanh; hành vô khởi mà khởi tất cả thiện hạnh..."

Đây là đoạn dẫn tóm tắt khi Duy-ma-cật nói với Văn-thù về sở hành cảnh giới của Bồ-tát, môi trường hành đạo và đối tượng quán sát của Bồ-tát; trong đó nói hành tánh không (śūnyatā-gocara), hành vô tướng (animitta-gocara), là hai trong ba giải thoát môn mà một vị Thanh văn lập làm đối tượng quán sát để chứng nghiệm Niết-bàn. Ba giải thoát này là Không, Vô tướng, Vô nguyện (apraṇihita), hay nói là Vô tác theo La-thập. Chưa thấy và chưa biết Niết-bàn là gì thì chớ vội nói sinh tử và Niết-bàn là một, không hai. Thế nhưng, đây là những lời người bệnh nói với người thăm bệnh. Bệnh hay vô bệnh, sinh tử hay Niết-bàn, đây và đó qua lại trong ba ngõ: người bệnh vốn không, hiện tượng bệnh cũng không, cho nên không có gì để nói hy vọng hay tuyệt vọng.

Những điều như vậy cũng không phải dễ hiểu; do đó chúng ta nên nghe lời dẫn từ Cõi Phật Đâu Xa:

"Bồ-tát luôn đứng giữa hai bờ..." và tại đây ông giới thiệu lời trong ca khúc của Trịnh Công Sơn: *"Trên hai vai ta đôi vầng nhật nguyệt/ Rọi suốt trăm năm một cõi đi về."* Nếu đưa thẳng vào tư duy triết học thì lời nhạc của Trịnh Công

Sơn không liên hệ gì đến pháp môn bất nhị. Nhưng nó cũng khiến chúng ta nhớ đến câu chuyện một nhạc công của Thiên đế Indra thất tình với một thiên nữ, bèn tìm đến đức Phật, hát lên "Bản tình ca dâng Phật", với đoạn tả tình thắm thiết: *"Tôi yêu nàng như A-la-hán yêu Chánh Pháp."* Có lẽ chẳng có ca từ mô tả tình yêu chung thủy nào chân tình hơn thế. Lời nhạc đã lạ lùng với đôi tai người đọc kinh Phật nghiêm túc, mà câu trả lời của Phật cũng thật lạ lùng khó hiểu: *"Hay lắm, nhạc hòa hợp với lời, lời hòa hợp với nhạc; trong đó có ái dục mà cũng có Niết-bàn."* Ái dục là tình yêu hệ lụy sắc dục, và Niết-bàn là cảnh giới ly dục. Há lại có nghĩa, từ trong ái dục mà thấy Niết-bàn, từ Niết-bàn mà thấy rõ thể tính của ái dục? Đơn giản hơn, từ bùn lầy hôi thối mà tìm thấy hoa sen?

Rốt cục, cửa dẫn vào pháp bất nhị này là đâu, là cái gì?

Chuyện tình nhạc công của Thiên đế diễn thành kịch bản để nói những điều không thể nói, vì tính chất phản diện được cấu trúc trong đó. Cũng thế đó, người đọc Duy-ma-cật sở thuyết có thể dễ dàng nhận ra bản văn này được cấu trúc theo thể loại kịch. Trong kịch bản, tính phản diện của các nhân vật được sử dụng để diễn tả nội dung theo ý nghĩa muốn nói.

Trong đoạn dẫn của Đỗ Hồng Ngọc nêu trên, chúng ta thấy Bồ-tát tu tâm như một Thánh giả Thanh văn xuất thế, nhưng hành đạo như một phàm phu trong sinh tử: trong bùn mà chẳng hôi tanh mùi bùn. Đó là căn bản của tư duy bất nhị. Thánh nhân xuất thế, và phàm phu sinh tử, hai mặt phản diện mà lại đồng nhất thể tính. Người đọc nếu không nhìn ra những cặp phản diện trong Sở thuyết này tất sẽ thấy Duy-ma-cật đã "lấn lướt" các Thánh giả Thanh văn, đã "dồn dí" các ngài vào ngõ bí.

Trong kịch bản Duy-ma-cật sở thuyết, người ta nghe được những đối đáp tương xứng giữa Văn-thù và Duy-ma-cật, nhưng đây không phải là cặp nhân vật phản diện; mà trong đây Văn-thù chính là vai người dẫn kịch. Không có người dẫn kịch thì khó có thể hiểu nội dung của kịch bản. Đây là cấu trúc cổ điển của kịch. Như trong khi Văn-thù nói và hỏi, Duy-ma-cật im lặng; nếu không có Văn-thù như là vị dẫn kịch, thì sự im lặng của Duy-ma-cật chẳng có ý nghĩa gì; do đó đây không phải là cặp đối đáp phản diện.

Thực ra, Duy-ma-cật xuất hiện trong nhiều lớp áo khác nhau, nên đồng thời thủ vai phản diện cho nhiều vị Thánh giả, từ các A-la-hán cho đến các Bồ-tát. Khi ngài Xá-lợi-phất tĩnh tọa trong rừng vắng, Duy-ma-cật xuất hiện với lý luận sắc bén khiến cho vị Đại Thanh văn này không còn lời đối đáp. Dễ chừng người ta chỉ thấy một Tôn giả Xá-lợi-phất trong rừng vắng nhập tưởng thọ diệt tận định, thân tâm bất động, có thể lưu thọ hành để giữ cho thân thể tồn tại không mục rã qua một đại kiếp, hằng triệu năm của mặt trời; ấy thế nhưng lại không thấy ngài ôm bát lang thang trong hang cùng ngõ hẻm với cái bụng đói. Nếu để thọ hưởng an lạc tịch tĩnh chính mình qua hằng nghìn năm cho đến khi thân ấy mục rã nếu muốn, thế thì cần gì phải ăn để mà sống. Vậy ôm bát đi khất thực vì lẽ gì? Vì cơn đói sẽ hành hạ bản thân, hay vì để thức tỉnh thế gian đang trầm luân trong khổ lụy? Thế thì Duy-ma-cật đi vào đời để xây dựng cho đời an vui có cao quý hơn ngài Xá-lợi-phất ngồi trong tịch nhiên bất động? Phải chăng tượng Phật ngồi bất động trên bàn chẳng ích lợi gì cho ai, chẳng bằng sư trụ trì tụng kinh cầu siêu, cầu an cho bá tánh? Đấy là cặp phản diện làm hiện rõ bản chất của tồn tại.

Mặt khác, trong phong thái Thánh giả xuất trần Xá-lợi-phất lại xuất hiện trước một phản diện là cô thiên nữ cực kỳ diễm lệ. Với sắc đẹp vượt lên cả hàng thiên hương quốc sắc ấy, với vũ điệu thiên nữ tán hoa kỳ ảo hơn cả vũ khúc nghê thường ấy, cũng rất dễ khiến cho Đường Minh Hoàng mất ngôi mất nước. Nhưng sao nàng sống chung trong một căn phòng trống trải với lão cư sỹ Duy-ma-cật; rồi lại xuất hiện múa hát trước các Thánh nhân xuất thế, những vị mà tâm tư lắng đọng không hề gợn sóng dục tình; hiện diện với ý nghĩa gì? Đối đáp giữa thiên nữ và Xá-lợi-phất đã dẫn cặp phản diện ô nhiễm và thanh tịnh lên đến kịch tính gay cấn, khiến cho Xá-lợi-phất biến hình thành thiên nữ kiều diễm, và thiên nữ biến hình thành Thánh giả Xá-lợi-phất nghiêm trang.

Nhận diện được những cặp nhân vật phản diện trong Kinh thì cũng có thể bằng hình ảnh ấy mà chiêm nghiệm thế nào là ý nghĩa bất nhị, bằng cánh cửa nào để đi vào cảnh giới bất nhị ấy.

Thêm nữa, ngoài những nhân vật phản diện, cũng nên đi sâu vào những bối cảnh phản diện. Khu vườn xoài, sở hữu của kỹ nữ Am-la-bà-lị, nơi các vương tôn công tử buông mình thả trôi trong dục vọng, lại trở thành nơi tịnh tu của các Thanh văn xuất thế, trong ô nhiễm mà không ô nhiễm. Tư gia của Duy-ma-cật, nơi ông tiếp những chính khách đang lao mình trong đấu trường quyền lực, những thương gia đang cạnh tranh ráo riết trên thương trường, nhưng chỗ ấy lại cũng là nơi lai vãng của các Thánh giả xuất trần, Thanh văn và Bồ Tát. Tư gia của trưởng giả Duy-ma-cật, khu vườn xoài của kỹ nữ Am-la-bà-lị: cặp phản diện của náo nhiệt và tịch tĩnh, của ô nhiễm và thanh tịnh.

Giữa thế giới Ta-bà và cõi Phật Chúng Hương, tòa sư tử và thành Tì-la-da, cái vô cùng lớn đến trong cái vô cùng nhỏ, và cái nhỏ đi vào trong cái lớn: đây cũng là cặp phản diện bối cảnh làm lộ rõ thể tính tồn tại của thế gian, vũ trụ. Bằng hình ảnh đó mà tập luyện cho tư duy vượt ngoài khuôn sáo ước lệ, vượt qua thế giới thường nghiệm để vươn lên cảnh giới siêu nghiệm, bất khả tư nghị.

Như thế, đọc Duy-ma-cật sở thuyết như đang xem một kịch bản, với những nhân vật và bối cảnh phản diện, với những biến cố mang đầy kịch tính, đó là cách tự huấn luyện và tự trang bị cho mình một công cụ định hướng tư duy để vươn lên chiều cao của giác ngộ.

Trong khi chúng tôi cùng tìm hiểu ý nghĩa phản diện và kịch tính trong Duy-ma-cật sở thuyết, hai ông bạn cư sỹ Đỗ Hồng Ngọc và Thân Trọng Minh tỏ ra tâm đắc và cao hứng, cố ý muốn viết lại một kịch bản và dàn dựng sân khấu như thế nào đó để có thể hiểu rõ hơn điều mà Kinh muốn chỉ điểm; vì trình độ ngôn ngữ và năng lực tư duy của chúng ta vốn hữu hạn, cho nên bằng con đường nghệ thuật mà đi vào ngõ đạo có thể tương đối dễ hơn.

Hy vọng các bạn cư sỹ thành tựu như ý. Riêng tôi, trở về thảo am thơ thẩn, gởi lại hai bạn cư sỹ hai câu thơ:

Nhà tranh mái cũ quen chừng,
Chén trà lão Triệu mà chưng hoa ngàn.

TUỆ SỸ

Thị Ngạn Am,
tiết Lập xuân, Đinh Dậu
(3.2017)

Thư Đỗ Hồng Ngọc kính gởi Thầy Tuệ Sỹ

Vườn Chuối, 21.7.2019

Mới thôi mà đã hơn 2 năm, từ ngày Thầy gởi tôi bài *"Phương Nào Cõi Tịnh - Viết từ cảm hứng Cõi Phật Đâu Xa của Đỗ Hồng Ngọc"* và bảo để in vào sách khi tái bản.

Vừa rồi, máy vi tính của tôi bị hỏng toàn bộ ổ cứng, mất hết các dữ liệu. May sao người cháu "cứu" được một ít trong đó giữ lại được bản này. Tôi đọc lại mà rưng rức, nhớ Tết nào cùng Thân Trọng Minh đến thăm thầy ở Thư quán Hương Tích, trò chuyện thật vui, đặc biệt về vở *"nhạc kịch Duy-ma-cật"* vốn đầy kịch tính, từ những nhân vật *"phản diện"* cho đến bối cảnh, với những cao trào có thể mang tính nghệ thuật cao, với vai *"người dẫn truyện"* của Văn Thù, vai Thiên nữ tán hoa cùng tiếng đàn hát dìu dặt, thanh thoát...

Đỗ Hồng Ngọc, Thân Trọng Minh và Thầy Tuệ Sỹ
tại Thư quán Hương Tích

Tôi hiểu từ lâu thầy đã ấp ủ *"kịch bản"* này đâu đó sẵn rồi. Thân Trọng Minh và tôi chỉ đóng góp thêm vài ba ý cho thêm phần "hấp dẫn". Thầy biết đó, Thân Trọng Minh vốn là người viết kịch! Cao Huy Thuần bên trời Tây nghe được cũng hết lòng ủng hộ và nói sẵn sàng sắm một vai...

Tôi nay đã 80 tuổi, già nhanh rồi, mà vừa trải qua những ngày không vui vì mất hết dữ liệu trong ổ cứng máy tính. Nhờ người cháu tậu cho cái ổ cứng mới nên nay vội viết thư này xin phép thầy hoan hỉ cho phép tôi đưa bài "Phương Nào Cõi Tịnh" lên dohongngoc.com. Đây là trang web của riêng tôi, chỉ nhằm lưu trữ bài vở, và cũng in ra giấy để giữ.

Vừa rồi tôi nóng ruột, đã thử phone thầy và nhắn tin xin phép, mới hay Thầy và cả thầy Hạnh Viên đều đang nhập thất mùa An Cư Kiết Hạ.

Tôi hoàn toàn đồng ý với thầy: "Trình độ ngôn ngữ và năng lực tư duy của chúng ta vốn hữu hạn, cho nên bằng con đường nghệ thuật mà đi vào ngõ đạo có thể tương đối dễ hơn..."

Mong Thầy hoan hỷ nhấp một chung trà lão Triệu, với nụ cười rất "tuệ sỹ" vậy nhe.

Thân kính,

Đỗ Hồng Ngọc

DẪN VÀO THẾ GIỚI VĂN HỌC PHẬT GIÁO

I. GIỚI HẠN CỦA VĂN HỌC PHẬT GIÁO

Ý nghĩ đầu tiên của một người vừa bước đến văn học Phật giáo, tất nhiên sẽ coi đây chỉ là một nền văn học tôn giáo không hơn không kém, trong tính cách "văn dĩ tải đạo" của nó. Đối với ý nghĩ bàng quan này, một nền văn học như vậy chỉ có nội dung là đủ, còn hình thức diễn đạt chỉ là vấn đề phụ thuộc..., rượu ngon không hệ trọng ở bình chứa. Sự kết cấu của văn học không hệ trọng bằng chân lý tôn giáo đã có sẵn chân lý thành kiến. Bởi vì chỉ có nội dung, hình thức không cần thiết lắm, do đó, chân lý của tôn giáo sẽ tùy nghi được phô diễn bằng cách vay mượn bất cứ thể tài văn học nào đã được thông dụng. Người ta sẽ không đòi hỏi tác giả phải có một phong cách độc đáo trong đường lối phô diễn; y khỏi phải nỗ lực vận dụng mọi khả năng sáng tạo đến mức tuyệt động, vốn là giá trị đặc sắc của một tác giả văn học - thuần túy. Như vậy, một khi nội dung của kinh nghiệm tôn giáo càng được nới rộng, thể tài văn học càng bị thu hẹp lại. Cho đến một lúc nào đó, lúc mà kinh nghiệm tôn giáo được nới rộng đến vô hạn và tận cùng trong tuyệt đối bất khả tri, người ta bị bắt buộc phải khước từ mọi phương tiện diễn đạt qua các thể tài văn học. Đây là một song quan luận của phương tiện (văn học) và cứu cánh (tôn giáo). Khai triển phương tiện đến tận cùng thì cứu cánh sẽ vắng bặt. Ngược lại, nếu tiến đến chỗ tuyệt đối cứu cánh, phương tiện sẽ hết còn là phương tiện. Nói cách khác, hình như cứu cánh tôn giáo, với những chân lý thành kiến của nó, lúc nào cũng sẵn sàng phản bội mọi tính cách sáng tạo của văn học. Văn học không phải là phương tiện của bất cứ một chân lý cứu cánh nào, thành kiến hay không thành kiến, dù là chân lý về sự sống và cuộc đời; vấn đề sẽ mở sang một chiều hướng khác: Đâu là phương tiện, và đâu là cứu cánh của văn học?

Ở đây, chúng ta có hai lãnh vực mà sự diễn đạt của văn học có thể vươn tới. Trước hết, là hai trích dẫn điển hình, thường được nhắc nhở rất nhiều.

Thứ nhất, kinh Tương ưng bộ (Samytta-Nikaya): "Thánh nhân không tranh luận với thế gian. Những gì kẻ trí trong thế gian nói là không, ngài cũng nói là không. Những gì kẻ trí trong thế gian nói là có, ngài cũng nói là có."

Trong trích dẫn này, mọi diễn tả của ngôn ngữ không được phép vượt qua giới hạn của tri thức thường nghiệm. Chân lý chỉ tuyệt đối ở tự thân của nó, nhưng là tương đối ở lãnh vực diễn đạt của ngôn ngữ. Vì vậy, các tác giả của Phật học có thói quen mở đầu tác phẩm của mình bằng một thái độ khiêm tốn: những gì họ sẽ trình bày không liên hệ gì đến tự thân của chân lý mà họ muốn hướng đến. Người ta không thể nhầm lẫn giữa ngón tay và mặt trăng. Dĩ nhiên, ngôn ngữ ở đây tác động đến những tâm trí bình thường. Hậu quả của nó sẽ là khuôn mẫu để phân tích và phân loại các sự thực của kinh nghiệm. Tức là ngôn ngữ của triết lý.

Thứ hai, kinh Bát nhã (Praijnapamita-sutra): *"Bất hoại giả danh nhi thuyết thật nghĩa."* Do đó, muốn đạt đến chân lý tuyệt đối này, phải vượt qua mọi khả năng của ngôn ngữ và biểu tượng, như người ta cần lìa bỏ tầm mắt khỏi ngón tay để nhìn thẳng vào mặt trăng. Tuy nhiên, trích dẫn của chúng ta nói: Ngay nơi biểu tượng và ngôn ngữ mà thể nhận chính bản thân của sự thật. Và đây chính là lý tưởng của văn học Đại thừa. Bởi vì, theo lý tưởng này, vắn tắt, không phải do người nói đã nói ra như vậy, rồi người nghe theo đó mà nghe như vậy và sự thực được phô diễn như vậy nên có ý nghĩa như vậy; nhưng, chính sự thật là như vậy. Những vị đã từng làm quen với văn học Bát nhã sẽ không lấy làm thắc mắc quá đáng về lề lối diễn tả như vậy. Theo tinh thần này mà nói, cái cảm hứng đưa đến sự thành hình của một tác phẩm, bất kể dưới cách thức phô diễn nào, phải là một cảm hứng toàn diện, trong đó không có giới hạn phân biệt giữa một nhãn quan - một ý tưởng - cần được phô diễn và hình thức phô diễn. Tất cả, từ tác giả cho đến độc giả, phải được đặt trong mối tương quan vô phân biệt, như sự phản chiếu giữa các mặt kính đối diện nhau, phản chiếu trong một thế giới trùng trùng vô tận.

Trong ý nghĩa vừa nói, một tác phẩm xứng đáng với một kích thước rộng lớn, nó phải khởi lên từ cảm hứng của thực tại; vì rằng, ngay qua đó, người ta sẽ thấy một cách như thực đâu là tiếng nói của thực tại và đâu là tiếng nói của lòng người: thực tại tức là lòng người. Và cũng từ đó, người ta sẽ tìm thấy đâu là khát vọng sâu xa đang ẩn kín trong lòng người. Một tác phẩm mà không đủ sức chấn động lòng người để mở ra một thế giới như vậy không thể xứng danh là một tác phẩm văn học. Bởi vì, một tác phẩm tường thuật, về triết lý v.v..., chỉ cần ý tưởng, cần nội dung súc tích là đủ; những gì đáng nói đã được nói hết. Hình thức phô diễn chỉ là phương tiện tùy cơ duyên mà thôi. Nhưng một tác phẩm văn học phải đặt hết tâm tình và cảm xúc ngay ở hình thức phô diễn; đây không phải là tâm tình và xúc cảm được khơi dậy bởi một chân lý thành kiến nào đó. Như vậy ngay nơi tác phẩm văn học, nơi tính cách phô diễn đương trường của nó, là cả một thế giới sống thực triền miên. Y như Phật Quả Viên Ngộ Thiền sư (Bích nham lục): *"Ẩn mật toàn chân, đương đầu thủ chứng."* Đấy chính là khởi điểm và cũng chính là đích điểm của văn học Đại thừa Phật giáo.

Quan điểm của chúng ta sẽ được tóm tắt như sau:

1. Sơ khởi văn học Phật giáo không từ chối vai trò "truyền đạt" của nó. Tức là, chân lý của tôn giáo này, tùy trường hợp, được phô diễn tự do trong mọi thể tài văn học, và coi văn học chỉ như một phương tiện, thứ yếu, không quan trọng bằng nội dung.

2. Nhưng, chân lý ở đây mang tính chất nội tại và cá biệt nơi mỗi người, do đó, sự phô diễn của nó cũng bắt đầu như sự bắt đầu của một tác phẩm văn học, nghĩa là, khởi đi từ cảm hứng bộc phát trước một thế giới của kinh nghiệm tâm linh.

3. Trên khía cạnh tôn giáo, chân lý được chứng ngộ là phản ảnh của một thế giới sống động. Trên phương diện diễn đạt của văn học là cảm hứng tự phát của một tình tự cá biệt. Do đó, lấy tánh Không làm chất, lấy thế giới trùng trùng vô tận làm văn. Văn và chất phản chiếu lẫn nhau tạo thành thế giới toàn diện của văn học Phật giáo.

Như vậy, chúng ta có thể nhớ lại phát ngôn của Tăng Triệu (Tựa kinh Duy ma cật):

Thánh trí vô tri vạn phẩm câu chiếu
Pháp thân vô tượng như thù hình tịnh ứng
Chi vận vô ngôn nhi huyền tịch di bố
Minh quyền vô mưu nhi động dữ sự hội.

Hoặc giả, của Ngạn Hòa Thích Huệ Địa (Văn tâm điêu long):

Tịch nhiên ngưng lự, tứ tiếp thiên tài
Tiểu yên động dung, thị thông vạn lý
v.v...

II. KHỞI ĐIỂM CỦA VĂN HỌC PHẬT GIÁO: CẢM HỨNG TỪ ĐỜI SỐNG CÁ BIỆT

Đời sống cá biệt là hình ảnh nổi bật nhất trong các kinh điển của Nguyên thủy Phật giáo. Đó là hình ảnh lẻ loi của tăng lữ tại các núi rừng, bởi vì, luôn luôn, "một vị tỳ-kheo hãy đi cô đơn như một con tê giác". Chế độ tăng lữ không cho phép một thầy tỳ-kheo sống giữa đám đông, giữa các thành phố rộn rịp, và chứa đựng tư hữu. Họ không sống quá xa làng mạc, nhưng cũng không quá gần gũi. Tư hữu chỉ gồm một ít vật dụng cần thiết: ba chiếc y, một bình bát, một đãy lọc nước, một khăn ngồi, một dao cạo và kim chỉ. Trừ những trường hợp khẩn thiết, họ không định cư ở đâu hết; và hình ảnh của đức Phật được mô tả là: Một bình bát với cơm của thiên hạ. Một mình lẻ bóng lang thang trên khắp mọi nẻo đường. Một mục đích duy nhất của đời sống là giải quyết vấn đề sống chết. Một sứ mệnh duy nhất là cởi bỏ mọi ràng buộc cho chúng sinh:

Nhất bát thiên gia phạn
Cô thân vạn lý du
Kỳ vi sinh tử sự
Giải thoát độ quần mê.

Hình ảnh này là nguồn cảm hứng bất tận của văn học Phật giáo Nguyên thủy. Và cả nơi Đại thừa, nhưng với cường độ khốc liệt và cực đoan hơn: "Nhất thiết vô úy nhân, nhất đạo xuất sinh tử"; tất cả các bậc Vô úy, không còn sợ hãi, chỉ có một con đường độc nhất phải đi là qua bên kia bờ của sự sống và sự chết. Qua bên bờ kia là chứng ngộ tính tịch diệt của Niết-bàn, nơi đây chính là thế giới của cô liêu tuyệt đối. Thực sự, lối diễn tả rầm rộ của văn học Đại thừa sau này, với thế giới quan trùng trùng vô tận, với khả năng được nói là biện tài vô ngại, tất cả chỉ làm cho hình ảnh cô liêu của đức

Phật càng tuyệt đối khốc liệt. Kinh Pháp hoa (Saddharma-pundarika), một tác phẩm quan trọng của Đại thừa, là một thí dụ điển hình cho chúng ta. Đức Phật xuất hiện giữa thế gian như sư tử giữa đám thú rừng, không sợ hãi gì hết. Nhưng cũng cô đơn như người cha già cả sống giữa đám tùy tùng, chỉ mong đợi duy nhất ngày trở về của đứa con hoang. Khi hội diện, lại còn phải dùng bao nhiêu phương tiện, phải chờ đợi biết bao nhiêu cơ duyên, đứa con hoang mới nhận ra đây quả là cha già của nó.

Theo hình ảnh lý tưởng đó, một vị tỳ-kheo, trước khi thể hiện được chân lý tuyệt đối của sự sống, đã phải nỗ lực cho cuộc đời "lẻ bóng": *"Người ngồi một mình, nằm một mình, đi đứng một mình không buồn chán; người ấy ưa tìm sự vui thú trong chốn rừng sâu."*[1] Đây là một lối diễn tả, về đời sống cô liêu, độc đáo nhất trong văn học Phật giáo nguyên thủy.

Rồi ra, hương vị của chánh pháp là gì? Chính là sự cô liêu ấy. Chánh pháp là dòng suối mát và ngọt của sự sống, rửa sạch tất cả những uế trược của cuộc đời. Bởi vậy, một tâm hồn khi đã chứng nhập chánh pháp, cũng trong và mát như dòng suối ngọt ấy. Kinh Pháp cú (Dhammapada) có câu: *"Ai đã từng nếm hương vị của cô liêu, người ấy càng ưa nếm hương vị của Chánh pháp."* Bởi vì, Chánh pháp là Niết-bàn tịch tĩnh. Trong nguồn cảm hứng này, mọi luận biện về Niết-bàn, rằng đây là hư vô, đây là bất tử, đây là vân vân, thảy đều không quan hệ. Mà vắn tắt, có thể nói, Niết-bàn là gì? Là cõi miền trầm lặng sâu xa, nơi đó vắng bặt mọi uế trược và náo động tạp loạn, mọi tranh chấp thế tục của sự sống. Cố nhiên đây là hình ảnh Niết-bàn tịch tịnh hay tịch diệt trong nguồn cảm hứng văn học chứ không thể trong suy tư triết lý. Và, như vậy cùng một đoạn trong kinh Pháp cú: *"Như một hồ nước sâu, trong suốt và yên lặng; kẻ có trí sau khi nghe*

---

[1] Dhammapada (Pháp Cú), kệ 305.

Pháp thì cũng trầm lặng sâu xa như vậy." Sự trầm lặng này, nếu không phải là khí vị hiu hắt của cô liêu, thì là gì? Thế là, cô đơn trong hành đạo, những người theo đạo Phật trước kia, như một con tê giác, một mình lẻ bóng giữa cuộc đời trên một con đường cô đơn từ đầu đến cuối. Bàng Uẩn, một tục gia đệ tử của Thiền tông Trung Hoa, thời nhà Đường, đặt câu hỏi: *"Ai là kẻ trơ trọi không cùng vạn pháp làm bạn lữ?"*

Trong cuộc đời ấy, cô đơn là người bạn. Nhưng đồng thời nó lại là một kẻ thù sinh tử. Làm thế nào để chịu đựng đời sống cô liêu giữa núi rừng hoang dại? Câu hỏi này được đặt ra bởi một người Bà-la-môn tên Janussoni. Đức Phật trả lời rằng: *"Tất cả những ẩn sĩ, với những hành vi của thân, miệng và ý mà không trong sạch, khi họ sống trong sự cô liêu của núi rừng, vì những hành vi bất tịnh của họ, khiến họ nổi lên sợ hãi, run rẩy khôn cùng. Còn Tôi, mà các hành vi thảy đều trong sạch, Tôi sống trong sự cô liêu của núi rừng. Nếu có những bậc Thánh mà các hành vi thảy đều trong sạch, sống trong sự cô liêu của núi rừng, Tôi là một trong những vị đó. Này, Bà-la-môn, khi Tôi sống đời sống trong sạch của các hành vi của tôi thì hương vị của đời sống cô liêu thâm nhập trong tôi."*

Vậy ra, đời sống cô liêu không chỉ là con đường hành đạo, mà còn là kết quả của những hành vi đã rũ sạch mọi bất tịnh.

Chúng ta thấy rõ, phần lớn của nền văn học Phật giáo nguyên thủy bàng bạc những hình ảnh của đời sống cô liêu. Tuy nhiên, chủ đích không phải là trình bày một thứ cá nhân chủ nghĩa nào đó, mà đời sống của Tăng lữ phải rút lui khỏi thế gian, đắm mình trong hư vô chủ nghĩa. Nhưng vì chân lý được nhắc nhở trong các kinh điển nguyên thủy vốn được coi là sở đắc nội tại và cá biệt. *"Tự mình là ngọn đèn cho chính mình, tự mình là nơi nương tựa cho chính mình"*, đây là lời dạy cuối cùng của đức Phật, được ghi lại trong kinh Đại bát

Niết-bàn. Chúng ta có thể trích dẫn dài hơn một chút: Kinh chép, khi A-nan xin Phật để lại những lời dạy dỗ cuối cùng, Phật trả lời: *"Này A-nan-đa, Như Lai không nghĩ rằng: 'Ta sẽ là vị cầm đầu chúng tỷ-kheo, hay chúng tỷ-kheo chịu sự giáo huấn của ta', thời, này A-nan-đa, làm sao Như Lai có lời di giáo cho chúng tỷ-kheo... Vậy nên này A-nan-đa, hãy tự mình là ngọn đèn cho chính mình, hãy tự mình y tựa chính mình, chớ y tựa một cái gì khác."*

Văn học nguyên thủy hay Tiểu thừa không chỉ dừng lại nơi đây. Mặc dù, đây là thời kỳ mà đời sống của Phật giáo duy nhất là đời sống hành đạo của tăng lữ; tất cả mọi nỗ lực đều cốt chinh phục khổ não và hệ lụy nhân sinh; giải thoát và Niết-bàn là mục đích tối thượng; và đời sống của tục gia đệ tử không liên hệ gì đến Phật pháp, ngoại trừ công việc hộ đạo. Nhưng ở một vài nơi, kinh điển nguyên thủy cũng đã dành chỗ cho các sinh hoạt mang tính cách thế tục. Về điểm này, chúng ta phải kể đến trước tiên là văn học Jataka và kế đến là văn học Avadana.

Jataka hay Bản sinh truyện là những mẩu chuyện tiền thân của đức Thích tôn, trải qua nhiều kiếp với những hành vi như một anh hùng hiệp sĩ vĩ đại xuất hiện giữa thế gian, luôn luôn đem cả thân mạng làm lợi ích cho mọi người. Những mẩu chuyện này, ngoài ước vọng giải thoát để làm lợi ích toàn diện cho thế gian của đức Thích tôn, không chứa đựng cốt yếu nào hết. Vì ở đây, Bồ Tát (Bodhisattva) - một danh hiệu trước khi Thích tôn thành đạo, sống giữa thế gian, làm tất cả những gì mà thế gian cần có không phải vì giải thoát tối thượng, mà vì sự an lành trong cuộc sống bình nhật. Ngài là một mẫu hiệp sĩ cứu khốn phò nguy, giữa quần chúng bình dân, yếu đuối, bất lực dưới mọi bất công.

Đằng khác, văn học Avadana hay Thí dụ, vốn là những mẩu chuyện ngắn mô tả những xấu xa, ngu muội của mọi người trong đời sống bình nhật; cũng không liên hệ nhiều với giáo pháp cốt yếu của đạo Phật.

Đấy là hai nền văn học đặc trưng của Phật giáo trong sinh hoạt nhân gian. Chúng có cùng tính chất với loại văn chương bình dân. Vai trò của chúng không phải là không quan trọng. Bởi vì, trong nguyên thủy, đời sống tăng lữ vốn ở giữa nhân gian, không quá xa, cũng không quá gần; không mang tính chất của sinh hoạt thị thành. Tùy cơ duyên, các tăng lữ sáng tác những mẩu chuyện vừa tầm để nhắc nhở mọi người đời sống hướng thiện.

Đối với những người ít bị sinh kế quẫn bách, kinh điển dành cho họ vai trò hộ đạo tích cực hơn. Đời sống của họ, ngoài bổn phận của một người cha trong gia đình, công dân trong một nước, họ còn có bổn phận hộ trì Chánh pháp, và tìm những cơ duyên thuận tiện để học hỏi Chánh pháp, gieo hạt giống tốt trong Chánh pháp để một khi thời cơ đến họ sẽ hiến mình trọn vẹn cho mục đích tối thượng là giải thoát và Niết-bàn.

Đoạn kinh trích dẫn dưới đây cho thấy điều đó. Kinh mô tả cơ duyên theo đạo Phật của ông Cấp Cô Độc (Anathapindika), một phú hộ đương thời Thích tôn tại thế.

Trưởng giả Anathapindika, ở thành Rajagaha (Vương xá), nước Magadha (Ma kiệt đà). Một hôm, vào lúc tảng sáng, đến thăm một thân nhân. Vị này, thức dậy từ sáng sớm đang bận rộn với các tôi tớ, hình như đang sửa soạn một bữa tiệc gì đó. Anathapindika tự nghĩ: "Trước kia, khi ta thường đến đây, vị gia chủ này gác lại mọi công việc, không làm gì hết, trao đổi những lời chào hỏi với ta. Nhưng nay ông có vẻ bận rộn, đương vui vẻ với các tôi tớ, họ thức dậy từ sáng sớm và nấu nướng rất nhiều món. Họ đang làm tiệc cưới chăng? Hay đang sửa soạn một cuộc tế lễ lớn lao gì đây, hay sáng mai họ mời vua Tần-bà-sa-la (Seniya Bimbisara) của nước Magadha, cùng với đoàn tùy tùng của vua?" Rồi ông hỏi vị gia chủ. Vị này đáp:

"Không có tiệc cưới, cũng không phải mời vua Seniya Bimbisara và đoàn tùy tùng. Nhưng tôi đang sửa soạn một cuộc lễ lớn để cúng dường chúng tỷ-kheo và Phật."

"Ông nói đức Phật phải không?"

"Đúng thế, tôi nói đức Phật."

Ba lần hỏi và ba lần trả lời như vậy. Anathapindika muốn gặp đức Phật. Vị gia chủ nói:

"Không phải hôm nay, mà sáng mai."

Rồi Anathapindika tâm niệm đức Phật đến độ ông thức dậy ba lần trong đêm vì tưởng rằng trời tảng sáng. Khi ông tới cổng thành để đi đến động Thanh lương, có hàng phi nhân mở cho. Nhưng khi ông ra khỏi thành phố, ánh sáng biến mất và bóng tối hiện ra, thế rồi trong lòng ông nổi lên mối kinh sợ hãi hùng, khiến ông muốn quay trở lại. Nhưng thần Dạ xoa (Yakkha) tên là Sivaka, vị thần vô hình, thốt lên lời này:

"*Một trăm con voi, ngựa hay xe với những con la cái,*
Một trăm nghìn thiếu nữ trang sức những hoa tai,
Thảy không bằng phần mười sáu của một bước dài.
Này trưởng giả, hãy bước tới, hãy bước tới.
Hãy nên bước tới, đừng thối lui."

Tức thì, bóng tối biến mất, ánh sáng hiện ra, và nỗi kinh sợ hãi hùng của Anathapindika cũng tiêu tan.

Rồi ông đi tới động Thanh lương và khi đức Thế Tôn đang đi lên đi xuống trong hư không, ngài thấy ông liền bước xuống khỏi nơi ngài đang đi lên đi xuống, ngài gọi Anathapindika:

"Lại đây, Sudatta".

Sudatta là tên riêng của Anathapindika. Ông nghĩ: "Đức Thế Tôn gọi chính tên ta", bèn cúi đầu dưới chân đức Thế tôn mong ngài sống an lạc. Đức Thế tôn đáp:

"Đúng vậy, bậc Tịnh hạnh đã đạt đến Niết-bàn luôn luôn sống trong an lạc. Ngài không bị nhiễm ô bởi khát ái, không còn sợ hãi, không còn tái sinh. Đã cởi bỏ mọi ràng buộc, xa lìa tâm ái dục, Ngài sống tịch tĩnh trong an lạc, đã đạt tới sự thanh bình của tâm trí."

Rồi đức Thế Tôn giảng giải nhiều điều cho trưởng giả Anathapindika; về Thí, về Giới, về Thiên; Ngài cắt nghĩa sự nguy hiểm, sự phù phiếm, sự bại hoại của những vật dục, sự ích lợi khi trừ bỏ chúng. Khi đức Thế Tôn biết rằng tâm trí của trưởng giả Anathapinda đã thành thục, nhu nhuận, dứt khỏi những ngăn che, cao diệu, hòa duyệt, Ngài mới giảng thuyết cho ông về Pháp (Dharma) mà chư Phật đã tự mình tỏ ngộ: khổ, tập, diệt, đạo. Và cũng như một chiếc áo sạch không có những vết đen, thì sẽ dễ nhuộm, cũng vậy, ngay từ chỗ ngồi này, với Pháp nhãn, không nhiễm ô, đã trỗi dậy trong trưởng giả Anathapindika, rằng "Những gì có sinh tất có diệt." Rồi thì, sau khi đã thấy Pháp, chứng Pháp, biết Pháp, thâm nhập Chánh pháp, sau khi đã vượt lên nghi ngờ, dứt trừ sự bất định, tự mình tín thuận giáo huấn của đấng Đạo sư, Anathapindika bạch đức Thế Tôn rằng:

"Hay thay, bạch Thế Tôn. Cũng như một người dựng dậy những gì bị ngã xuống, vén mở những gì bị che đậy, chỉ đường cho kẻ lạc lối, rọi đèn vào chỗ tối tăm để những ai có mắt thì có thể thấy; cũng vậy, Chánh pháp được đức Thế Tôn giảng dạy bằng nhiều thí dụ. Bạch đức Thế Tôn, nay con xin nương mình theo Thế Tôn, nương mình theo Chánh pháp và chúng tỳ-kheo. Xin đức Thế Tôn nhận con làm đệ tử tại gia từ đây cho đến trọn đời. Và, bạch đức Thế Tôn, xin Ngài nhận thọ trai tại nhà con vào sáng mai cùng với chúng tỳ-kheo." Đức Thế Tôn im lặng nhận lời.

Sau đó, Anathapindika mua khu rừng của Thái tử Jeta, thiết lập tinh xá để Phật dừng chân giảng pháp. Đây là một trong những tinh xá lớn nhất và nổi tiếng trong thời đức Thế Tôn tại thế, gọi là Kỳ viên hay Kỳ hoàn (Jetavana).

Những hạng người như Anathapindika, tâm trí đủ mở rộng để lãnh hội Chánh pháp. Nhưng chỉ đến một giới hạn nào đó. Đời sống của họ không được coi là ở giữa lòng Chánh pháp. Thực sự, văn học nguyên thủy phần lớn dành cho hạng người xuất gia, với lý tưởng khước từ tuyệt đối. Vì Chánh pháp chỉ có thể thực hiện ở những nơi tịch tĩnh của núi rừng. Nhân cách lý tưởng mà nền văn học này mô tả chính là các vị A-la-hán (Arhat), là đức Như Lai. Và chúng ta đã biết, đó là nhân cách của đời sống cô liêu tuyệt đối:

Ta hành đạo không thầy dạy dỗ,
Hành đạo một mình, không bè bạn,
Tích chứa một hạnh mà thành Phật,
Tự nhiên thấu suốt nẻo thành đạo.

Theo gương đó, ước vọng của những người theo đạo Phật bấy giờ là:

"Như giữa lòng biển sâu không gợn sóng, mà hoàn toàn yên lặng tịch mịch; thầy tỳ-kheo cũng vậy, hãy trầm lặng, không buông lung dù ở bất cứ đâu."

Như vậy, đủ để chúng ta tóm tắt rằng, từ nguồn suối của đời sống cá biệt vì những gì sở đắc cá biệt và nội tại, cảm hứng của văn học Phật giáo nguyên thủy bộc phát:

- Từ nhân cách đời sống của đức Phật;
- Từ Chánh pháp, tức chân lý cao cả về khổ đau của sự sống và vì lẽ tịch tĩnh của Niết-bàn.

Trên tất cả là hương vị cô liêu tuyệt đối. Bởi vì, hương vị của Chánh pháp là hương vị cô liêu của sự sống.

III. CẢM HỨNG TRONG VĂN HỌC ĐẠI THỪA

Tư tưởng Đại thừa bắt đầu xuất hiện với nền văn học Bát nhã. Nội dung của các kinh điển thuộc văn học Bát nhã đều thuyết minh về ý nghĩa tánh Không. Tư tưởng này là triết lý hành động của lý tưởng Bồ Tát đạo.

Trong lý tưởng Bồ Tát đạo, có hai ý niệm quan hệ: Đại Trí và Đại Bi (hay Đại Hạnh). Đại Trí chỉ cho khả năng siêu việt soi thấu bản tính của vạn hữu. Đại Bi hay Đại Hạnh là tác dụng của trí tuệ siêu việt ấy trong một thế giới quan được mô tả là trùng trùng vô tận. Như vậy, cỗ xe của Bồ Tát (Bồ Tát thừa) có hai bánh, Trí và Bi cùng song song vận chuyển để đạt đến giải thoát tối thượng (Bi Trí song vận).

Bởi vì tác dụng của trí tuệ là khả năng soi thấu bản tính của hiện hữu, do đó, lấy tánh Không làm nền tảng. Tuy nhiên, trên phương diện luận thuyết triết lý, chúng ta biết rằng tánh Không có hai tác dụng: phá hủy và kiến thiết. Cả hai tác dụng đều quy tâm trên một mối: tương quan hiện hữu hay lý duyên khởi. Hiện hữu do tương quan, do đó hiện hữu không thực tính. Đây là tác dụng phá hủy. Và do không thực tính, nên hiện hữu mới có thể có tương quan để hiện khởi. Đây là tác dụng kiến thiết.

Kinh Lăng già mô tả sự vận dụng Đại Trí và Đại Bi của bậc Giác ngộ rằng:

世間離生滅，
猶如虛空華，
智不得有無，
而興大悲心。
一切法如幻，
遠離於心識，

智不得有無，

而興大悲心。

遠離於斷常，

世間恒如夢，

智不得有無，

而興大悲心。

Thế gian ly sinh diệt,
Do như hư không hoa.
Trí bất đắc hữu vô,
Nhi hưng Đại bi tâm.
Nhất thiết pháp như huyễn
Viễn ly ư tâm thức
Trí bất đắc hữu vô
Nhi hưng Đại bi tâm
Viễn ly ư đoạn thường
Thế gian hằng như mộng
Trí bất đắc hữu vô
Nhi hưng Đại bi tâm.

Hiện hữu của thế gian như hoa đốm giữa trời, không từng có sinh khởi, không hề có hủy diệt. Tất cả các pháp như huyễn hóa, vượt ngoài mọi tác động của tâm thức; vượt ngoài mọi ý nghĩa thường tồn và gián đoạn, vì rằng như một giấc mộng. Do đó, trong sở đắc của trí tuệ chân thật, không có ý nghĩa hữu hay vô. Từ trí tuệ không còn bị ràng buộc ở hữu hay vô đó mà các bậc đã giác ngộ, hay những vị đang đi trên con đường tiến đến sự giác ngộ, phát khởi tâm nguyện Đại bi:

知人法無我，

煩惱及爾炎，

常清淨無相，

而興大悲心。

> *Tri nhân pháp vô ngã*
> *Phiền não cập nhĩ diệm*
> *Thường thanh tịnh vô tướng*
> *Nhi hưng Đại bi tâm.*

Các ngài thấy và biết rõ rằng mọi hiện hữu đều không có tự tánh, tự thể hay bản thể. Phiền não chướng và sở tri chướng vốn thanh tịnh, vô tướng. Từ bi kiểu đó mà các ngài khởi lên tâm nguyện Đại bi.

> 一切無涅槃，
> 無有涅槃佛，
> 無有佛涅槃，
> 遠離覺所覺。
> 若有若無有，
> 是二悉俱離。

> *Nhất thiết vô Niết-bàn*
> *Vô hữu Niết-bàn Phật*
> *Vô hữu Phật Niết-bàn*
> *Viễn ly giác sở giác*
> *Nhược hữu nhược vô hữu*
> *Thị nhị tất câu ly.*

Hoàn toàn không có cái gì mệnh danh là Niết-bàn. Không có một vị Phật nào chứng nhập Niết-bàn, cũng không có Niết-bàn mà Phật chứng nhập. Vượt ra ngoài nhân cách giác ngộ và chân lý được giác ngộ. Hữu hay vô hữu, cả hai đều bị vượt qua.

Nói cách khác, trong lý tưởng hành động, trước tiên Bồ Tát phải quan sát để có thể chứng tánh Không. Tức là, sự xuất hiện của thế gian như hoa đốm giữa trời, bản chất của nó không bị ràng buộc bởi ý nghĩa xuất hiện hay biến mất. Từ sở chứng đó, trí tuệ không bị ràng buộc giữa hữu hay vô, và chính nơi đây là cứ điểm để Bồ Tát thể hiện tâm nguyện Đại bi của mình. Như vậy, phải chăng Bồ Tát hành đạo giữa thế giới của hư vô, của mộng tưởng? Thế giới này là hư vô, và mộng tưởng, hầu như là một nhãn quan không thể chối cãi, vì đấy là hình ảnh bàng bạc trong các tác phẩm Đại thừa. Kinh Kim cang nói:

一切有為法，

如夢幻泡影，

如露亦如電，

應作如是觀。

Nhất thiết hữu vi pháp
Như mộng, huyễn, bào ảnh,
Như lộ, diệc như điện
Ưng tác như thị quán.

Tất cả mọi hiện hữu do tương quan đều y như là mộng, huyễn, bọt nước, bóng trong gương; như sương mai, như điện chớp.

Làm thế nào để thể hiện tâm nguyện Đại bi trong cái thế giới dẫy đầy tính cách mộng tưởng, không hư như vậy? Nạn vấn này không thể không biết tới. Lối diễn tả trong các kinh điển Bát nhã không nói theo thông lệ. Do đó, sơ khởi, người ta chấp nhận mọi mâu thuẫn nội tại như là lý lẽ đương nhiên. Thí dụ, sinh tức vô sinh, vân vân. Lý luận của tánh Không ban đầu còn theo thông lệ, nhưng đến một lúc, nó trở thành cực đoan không thể tả. Nghĩa là kinh nghiệm thông tục để diễn tả: như ráng nắng, như mộng tưởng, như sao xẹt, như hoa đốm giữa trời... đến kỳ cùng, là Pháp nhĩ như thị: Như vậy là như vậy. Một trong các danh hiệu của Phật, Như Lai, vốn chỉ cho ý nghĩa này. Luận Đại trí độ nói: *"Như pháp tướng mà hiểu. Như pháp tướng mà giảng thuyết. Như con đường an ổn của chư Phật mà đến... nên gọi là Như Lai."* Nói gọn hơn, Như Lai tức là đến như vậy và đi như vậy. Đây mới thiệt là lý tưởng hành động của Bồ Tát đạo. Công nghiệp đó sẽ được mô tả như là những dấu chân của con chim trong bầu trời. Bồ Tát đến với thế gian cũng vậy. Tất cả mọi công trình đã từng thực hiện và đã để lại cho thế gian chẳng khác nào như sự tích lũy của bao nhiêu dấu chân của cánh chim bay giữa bầu trời. Lối diễn tả này quả thực mang một khí vị văn chương đặc biệt. Theo thuật ngữ, hành động này được mệnh danh là Vô công dụng hạnh: hành động không cần dụng công, ví như hư không. Đây là ý nghĩa: *"Như pháp tướng mà hiểu, như pháp tướng mà giảng thuyết."*

Ý nghĩa sáng tác (văn học) của Đại thừa cũng theo đó. Kinh Bát nhã nói: *"Các đệ tử của Phật làm gì có giảng thuyết. Tất cả đều do năng lực của Phật. Bởi vì họ y theo những gì Phật đã dạy mà học tập, nhờ đó mà chứng được các pháp tướng. Sau khi đã chứng, tất cả những gì được họ nói ra đều không trái với pháp tướng. Vì chính năng lực của pháp tướng vậy."* Đại ý đoạn kinh này nói là sự giảng thuyết của đệ tử Phật không phải do họ muốn bày tỏ một quan điểm nào đó của mình, nhưng đấy là sự bộc phát tự nhiên của những gì mà họ đã chứng đắc.

Bình thường mà nói, đây há không phải là lý tưởng sáng tác của bất cứ một tác giả nào, kể riêng gì các nhà Đại thừa? Một tác phẩm văn học phải xuất hiện từ nguồn cảm hứng chân thành và bộc phát tự nhiên.

Trên đây chúng ta lấy tánh Không làm khởi điểm của cảm hứng văn học trong Phật giáo Đại thừa. Tuy nhiên, cảm hứng này phần lớn đi vào đường hướng minh giải triết lý, hơn là cảm thức văn chương. Rồi từ nền tảng tánh Không ấy mà mở tầm mắt vào thế giới trùng trùng vô tận, đây mới thật là phong cách văn chương, theo nghĩa thông tục của chữ này.

Trong bất cứ nền văn học nào của Phật giáo, chúng ta có thể thấy rằng, dù khởi sự từ đâu, tất cả mọi nguồn cảm hứng đều quy về nhân cách và đời sống của đức Phật. Đây là điều mà chúng ta không thể quên, khi bước vào thế giới văn học Phật giáo. Nếu ở nguyên thủy, nhân cách của đức Thế Tôn là hình ảnh của một con người, thì tất cả cảm hứng văn học đều khơi nguồn từ lẽ vô thường, từ tính chất mong manh của cuộc sống. Còn ở Đại thừa, đức Phật là một nhân cách siêu việt, do đó cảm hứng văn học cũng được khơi nguồn từ thế giới siêu việt. Tất cả tùy thuộc quan niệm về Phật thân.

Có hai quan niệm chủ yếu về Phật thân: Sanh thân và Pháp thân. Sanh thân chỉ cho thân thể thụ bẩm của cha mẹ. Pháp thân vốn là hiện thân của chân lý. Nơi nguyên thủy, hay cả Tiểu thừa, Pháp bao gồm Tứ đế và Niết-bàn. Đích thực, đây là Pháp duyên khởi. Pháp duyên khởi này được đức Phật giảng dạy để đưa tới chỗ chứng nghiệm về chân lý cao cả của Khổ, Tập, Diệt, Đạo, cuối cùng là đạt đến giải thoát và Niết-bàn. Các nhà Đại thừa sau này mang đến cho Pháp duyên khởi nhiều giải thích mới mẻ. Đặc biệt là triết học về tánh Không của Long Thọ (Nagarjuna). Đại khái, nguyên thủy, Pháp duyên khởi có nhiệm vụ giải thích nguồn gốc của sự khổ, để bộc lộ những đặc tính vô thường và vô ngã của sự sống, và từ đó quyết định đường hướng diệt khổ. Nhưng các nhà Đại thừa y cứ trên Pháp duyên khởi để chứng tỏ rằng tự tánh của vạn hữu là Không. Tức là, do duyên khởi nên không tự tính. Như vậy, sơ bộ, Pháp duyên khởi chứng tỏ rằng tất cả hiện hữu - nhất thiết pháp - đều là giả ảo, không có bản tính chân thực. Rồi kỳ cùng, không có sự thực nào ngoài giả ảo đó. Do kết quả này, các nhà Đại thừa quả quyết rằng những gì đức Phật nói thảy là chân lý ước lệ, tạm bợ, bởi vì chân lý cứu cánh siêu việt tri kiến và siêu việt ngôn thuyết. Điều đó bắt buộc chúng ta không thể quên thắc mắc này: với danh hiệu Như Lai, mà Đại thừa giải thích rằng "Pháp như vậy thì Phật giảng thuyết như vậy", tại sao sự thực lại không được bao hàm ngay trong tính cách "như vậy" đó?

Chúng ta có thể tìm thấy một vài giải thích, trực tiếp trong các kinh điển Đại thừa. Thứ nhất, kinh Pháp Hoa tuyên bố: "Bản tính của các pháp là vắng bặt mọi dấu vết của tri kiến và ngôn thuyết. Nhưng chính do phương tiện, phát xuất từ Đại bi tâm vô lượng mà đức Phật giảng thuyết những pháp gọi là chân lý cao cả như Khổ, Tập, Diệt, Đạo. Kỳ thực, chân lý cứu cánh không nằm ở trong đó."

Kinh Bát nhã (tiểu phẩm), quyết liệt hơn: *"Dù có Pháp nào cao cả hơn Niết-bàn cũng là Không nốt."* Đây là nói về mối tương quan giữa những gì được nói và những gì không thể nói. Tăng Duệ, trong bài tựa viết cho bản dịch Trung quán luận (tác phẩm của Long Thọ), giải thích ý nghĩa tương quan này: *"Thật phi danh bất ngộ, cố ký trung dĩ tuyên chi. Ngôn phi thích bất tận cố giả luận dĩ minh chi, kỳ thật ký tuyên, kỳ ngôn ký minh, ư Bồ Tát chi hành đạo tràng chi chiếu, lãng nhiên huyền giải hỹ."* (實非名不悟故寄中以宣之。言非釋不盡故假論以明之。其實既宣，其言既明，於菩薩之 行道場之照。朗然懸解矣。)

Theo đó, thật hay thật tướng, chân lý cứu cánh, nếu không có ngôn thuyết thì không thể có con đường dẫn đến tỏ ngộ. Do đó, mới tựa vào con đường giữa để công bố. Con đường giữa tức là con đường không ràng buộc bởi những siêu việt và nội tại, giữa khả thuyết và bất khả thuyết. Đó chính là con đường im lặng trong nói năng và nói năng trong im lặng. Và rồi, như vậy, ngôn thuyết phải cần được minh giải để có thể lãnh hội thấu đáo. Do đó, mượn hình thức một tác phẩm luận thuyết để tỏ bày. Sau cùng, một khi sự thật đã được công bố nơi ngôn thuyết, và ngôn thuyết đã được tỏ bày thấu đáo trong cõi miền trầm lặng, thì bấy giờ, trong giây phút chứng ngộ tuyệt đối, Bồ Tát soi tỏ thấu suốt tất cả tương quan giữa Danh và Thật.

Giải thích trên có thể biện hộ cho công trình của một tác

giả Phật học. Biết rằng những gì mình nói đến không liên hệ đến Sự Thật tuyệt đối, dù vậy, vẫn có thể nói và không trái ngược với sự thật. Nghĩa là, mọi tác giả đều có khả năng nói láo, nhưng trong cái Láo đó lại có thể phản ảnh cái Thật. Không có giới hạn phân biệt giữa cái Thật và cái Láo.

Từ quan niệm vừa kể, chúng ta có một hệ luận vô cùng quan trọng để thấy phong độ của các tác giả Đại thừa. Ngôn ngữ không phải là chân lý tuyệt đối, nhưng cũng chính ngôn ngữ vốn là biểu tượng của chân lý tuyệt đối. Nếu vậy, không chỉ riêng ngôn ngữ, mà bất cứ một sự thể nào cũng là biểu tượng của chân lý tuyệt đối. Tức là, theo một khẩu quyết của Đại thừa: Sinh tử tức Niết-bàn. Theo hệ luận này, chúng ta sẽ bắt gặp trong các tác phẩm Đại thừa hai phong cách diễn đạt. Hoặc bằng ngôn ngữ, hoặc bằng ảnh tượng. Và chúng được gán cho hai lối thuyết pháp của Phật. Hoặc thuyết trong khi ngài nhập định. Hoặc thuyết trong khi ngài ra khỏi thiền định. Khi nhập định, ánh sáng từ thân thể đức Phật tỏa ra. Ngang qua ánh sáng này, những bậc thượng trí trực ngộ ngay pháp sâu xa mà Phật muốn giảng thuyết. Khi ra khỏi cơn thiền định, Ngài sẽ dùng ngôn ngữ, với lời lẽ khúc chiết, với thí dụ điển hình, với âm thanh dịu ngọt, Phật sẽ phân trần, giải thuyết những gì cần phải nghe, phải hiểu cho hạng người căn tính thấp hơn.

Hai cách thuyết pháp phù hợp với quan niệm về Phật. Ứng thân (một danh hiệu khác của Sanh thân) xuất hiện giữa thế gian, chịu theo mọi quy ước của thế gian, nên sự thuyết pháp phải chọn con đường ngôn ngữ: phải nói theo thứ tự khoảng đầu, khoảng giữa, khoảng cuối, vân vân. Pháp thân, vốn là bản thân của chân lý siêu việt, do đó sự giảng thuyết cũng siêu việt. Bởi vì chân lý siêu việt là thực tại toàn diện, nên người nói và người nghe cũng tương ứng trong toàn diện. Ở đây, Pháp không được bộc lộ theo một trình tự có quy ước, mà là đốn khởi, hay trực khởi toàn diện. Do đó, chúng ta thường bắt gặp những diễn tả điển hình như: trên đầu mỗi sợi lông của đức Phật, khi Ngài nhập chánh định, xuất hiện tất cả mười phương thế giới, không chỉ những thế giới đang hiện hữu, mà cả trong quá khứ và vị lai. Nghĩa là, tất cả mọi thế giới trong thời gian vô cùng và không gian vô tận. Rồi mỗi thế giới, của vô số thế giới như cát sông Hằng này, trong mỗi thế giới đều có đức Phật đang ngồi nhập chánh định, và trên đầu mỗi sợi lông đó lại cũng xuất hiện tất cả mười phương thế giới trong quá khứ, hiện tại và vị lai. Đó là cái toàn diện cực đại bao la hiện diện ngay trong cái cá biệt vi tiểu cực hạn. Một là Tất cả và Tất cả là Một. Sự diễn tả này là trọng tâm của Pháp giới duyên khởi.

Trong tư tưởng Đại thừa, có hai quan niệm đặc trưng về duyên khởi. Quan niệm thứ nhất, y theo duyên khởi để đạt đến Pháp Không, thể hiện khả năng siêu việt hữu vô đối đãi, như đã thấy. Quan niệm khác, y trên pháp duyên khởi để chứng nhập thế giới tương giao trong trùng trùng vô tận, tức là Pháp giới duyên khởi. Ở đây, cũng giải thích về tương quan hiện hữu. Nhưng mỗi hiện hữu được quan niệm là một thực tại toàn diện - vì sinh tử tức Niết-bàn - do đó, mối tương quan hiện hữu cũng toàn diện. Thí dụ, tương quan giữa hai tấm kính đối diện. Một mặt kính không phải chỉ duy là một mặt kính; nó bao hàm tất cả những gì không phải nó nhưng có quan hệ với nó. Như vậy, hai mặt kính phản chiếu nhau không chỉ là hai, mà là Tất cả, và Tất cả. Danh từ Pháp giới muốn nói rằng tất cả giới hạn vô biên và toàn diện của sự thực đều ở ngay nơi sự thực cá biệt đó. Vậy, Pháp tức là Pháp giới, và như vậy, Pháp thân tức là Pháp giới thân.

Phật giáo Mật tông gọi Pháp thân hay Pháp với Thân là Pháp giới thể tánh trí và biểu tượng là Mặt trời: Đại nhật Như Lai. Ánh sáng mặt trời vốn bình đẳng và phổ biến. Pháp thân cũng vậy. Chỉ cần có mắt là có thể thấy. Hễ thấy được mặt trời là thấy được tất cả vạn vật. Các Thiền sư thường nói:

青青翠竹
盡是法身。
鬱鬱黃花
無非般若。

Thanh thanh thúy trúc,
Tận thị Pháp thân.
Uất uất hoàng hoa,
Vô phi Bát nhã.

Trúc biếc xanh xanh, đâu cũng là pháp thân. Hoa vàng rậm rạp, đâu cũng là Bát-nhã. Như vậy, lý tưởng của các nhà Đại thừa là không chỉ học hỏi Chánh Pháp từ kinh điển. Họ học bất cứ ở đâu, từ những sự thể vụn vặt trong cuộc sống hằng ngày. Để có thể được như vậy, phải trải qua những thời đào luyện tâm linh, sao cho tâm trí sẵn sàng mở rộng để đón nhận những chân lý cao cả được giảng thuyết nơi từng hạt bụi. Họ nói: "Phá vi trần xuất kinh quyển." Chẻ hai hạt bụi ra thì sẽ thấy kho tàng bất tận của chân lý. Tâm hồn của chúng ta có thể chỉ là đá cuội, nhưng phải đào luyện nó cho đến khi một ngọn gió nhẹ thoảng qua, như một bài thuyết pháp bất tận, là đá cuội ấy gật đầu. Rồi sau đó, đến lượt ta, khi ta lên tiếng thì (những) đá cuội (khác) cũng gật đầu đáp lại. Đây mới chính là lý tưởng của văn học Đại thừa. Nó có thể là không tưởng, nhưng chỉ với một khát vọng bao la như vậy cũng đủ lần hồi trải rộng tấm lòng của chúng ta khắp cả đại thiên thế giới. Kinh Phổ Hiền Hạnh nguyện nhắc nhở lý tưởng ấy rằng: "Hư không hữu tận, ngã nguyện vô cùng." Hư không còn có thể có chỗ tận cùng, nhưng tâm nguyện (Đại bi) của ta thì không bao giờ cùng tận.

Nếu chúng ta không hay biết tí gì về tâm nguyện đại bi

ấy mà mong bước vào thế giới văn học Đại thừa, đây mới thật là một không tưởng trên mọi không tưởng. Không tưởng này được bộc lộ quá lộ liễu và thô thiển khi người ta đánh giá một tác phẩm Đại thừa qua cái gọi là khám phá về những thế giới bên ngoài thế giới này, thế giới vô cùng, vô tận, mà các tác phẩm Đại thừa thường mô tả, có thực như vậy hay không chẳng có gì quan hệ phải bận tâm. Nếu tâm trí của chúng ta không mở rộng kịp với thế giới vô tận được mô tả ấy, thì dù đó có là sự thực, cũng chỉ là sự thực của bóng vẽ. Nghĩa là, nói tóm lại, hương vị của Chánh pháp vẫn là hương vị cô liêu của sự sống. Và đây mới đích thực là tính chất của toàn thể văn học Phật giáo, bao trùm tất cả mọi khuynh hướng, mọi tông phái của nó.

(Bài đăng Tạp chí Tư Tưởng số 1, 1972)
Tuệ Sỹ Văn tuyển, tập III. VĂN HỌC
Sưu tập: HẠNH VIÊN
Nxb Phương Đông, tháng 7/2015, tr. 8-32

THI CA VÀ TƯ TƯỞNG

Với cái tựa đó, tôi không cốt ý bàn riêng về một tập sách nào của ông Giáng, viết rải rác về các nhà thơ. Thi ca và Tư tưởng, cái đó muốn được đặt trong cách điệu Chung và Riêng, từ một cuộc Hội thoại trong cõi Hằng thể Tịch nhiên, vang dội những âm hưởng Nguyên sơ hiện hình giữa dòng Lịch sử, và vang dội với một câu hỏi ngân dài bất tận: *"Và để làm gì, thi nhân trong thời buổi điêu linh thống khổ?"*¹ Câu hỏi đột ngột đứng lên giữa lòng Tư tưởng, như để đánh dấu chỗ sơn cùng lộ tuyệt trong bước đường phiêu lưu khốc liệt của Lịch sử, và cũng như là nỗi Ưu tư (die Sorge) của Tại thể (Dasein) đang hoài vọng những phương trời Viễn mộng Ban sơ trên bước đường Lữ thứ của Thi ca:

Ngõ ban sơ hạnh ngân dài,
Cổng xô còn vọng điệu tài tử qua.

Nơi đó, nơi "ngõ ban sơ" đó, còn là nơi của một cõi miền Hội thoại trong cách điệu tài hoa, mà Thiên nhiên đã phơi mở tất cả xiêm y lồng lộng của Tuế nguyệt phiêu bồng, đã giũ áo mù sa, đã trút quần phong nhụy, và kỳ cùng, tà huy lãng đãng bay cao cùng với Lời Thơ vọng về Hằng thể:

Được lời như cởi tấm lòng,
Giờ bom đạn với phi thuyền trao tay.

Lời thơ như đôi cánh chuồn chuồn, mà tất cả tinh thể của Tài hoa đã phơi bày trong cơn mưa lũ. Đôi cánh chuồn chuồn bay thấp thoáng, và Hằng thể luôn luôn trì ngự nơi Thiên nhiên Phơi mở. Mưa nguồn và nước lũ, cuộc Hội thoại

---
¹ M. Heidegger, Wozu Dichter; Sương bình nguyên của Bùi Giáng.

trào ra những trùng trùng ẩn ngữ. Để làm gì, với ẩn ngữ, với bom đạn, với phi thuyền, với ngõ hạnh...? Để làm gì, với những cuộc Chung và Riêng? Cho đến tận cùng biên tế, và để làm gì, thi nhân...? Tới chỗ đó, cuộc Lữ bỗng mở ra hai ngã đường xuôi và ngược. Cuộc Lữ là để ra đi. Ra đi trước sự sụp đổ của một cuộc Hội thoại, vì thảm họa lịch sử trong viễn tượng đã trở thành những biểu tượng và những hiện tượng. Là đi trong thời buổi điêu linh thống khổ. Đó là từ lúc các thiên thần đã biến mất khỏi trần gian. Thế giới trầm mình trong bóng tối, và triết học đã tôn vinh Đồng nhất tính lên ngự trị. Dưới bóng mù tỏa rộng của Đồng nhất tính, triết học nỗ lực tạo dựng một thế giới quân phân trật tự. Trật tự cho lý tưởng Bình đẳng, trật tự cho lý tưởng Cộng hòa Thống nhất Âu châu: chỉ trong một sớm một chiều, Nã Phá Luân nghiễm nhiên được triết học tấn phong làm Anh hùng của Lịch sử mang bom đạn dội lên tất cả Lịch sử của Anh hùng. Cuồng phong trỗi dậy, cuộn Lịch sử đổ xô vào sa mạc, và, sa mạc lớn dần... Lịch sử Nguyên sơ biến thành một con sông nhỏ, xa mù và sa mù.

Sông chảy chơi vơi như một dòng nước thiên thu bất động, càng xa càng bất động, như một dòng sông chết (chết từ sơ ngộ màu hoa trên ngàn). Cuộc Lữ của Thi ca cũng trôi theo dòng sông, đi về nơi Hằng thể Tịch nhiên bất động. Trên những bước Lữ hành, Lời thơ trầm tư trong nỗi ưu tư về Hằng thể vang vọng như thế này:

Sông ơi em bỏ sa mù,
Đi thiêm thiếp cõi quân thù gọi nhau.

Thế là ra đi trong lối về; trở về trong bước ra đi. Đó là cuộc Hội thoại của Thi ca trong Hằng thể; rồi giữa lòng của Hằng thể Tịch nhiên, phơi mở một cuộc Hội thoại của Thiên nhiên và Lịch sử trong Thi ca. Cho đến lúc, Lịch sử trở thành thời buổi điêu linh thống khổ, thì bấy giờ lại là một cuộc

Hội thoại của Thi ca và Tư tưởng. Nhưng, kỳ cùng phải thấy rằng, chúng ta đang từ một cõi Thơ này mà xoắn tay bước tới một cõi Thơ khác, trong cách điệu tương ứng song trùng. Trước hết, đây là cách điệu:

*Was bleibet aber,
Stiften die Dichter.*

*"Tuy nhiên cái lưu tồn thường tại,
người thi sĩ dẫn khởi nó về trong lập định."*

Như thế là cách điệu Thi ca, Hoelderlin và Tính thể Thi ca. Đặt lời đó vào trong cách điệu Thi ca, vì đã bao lâu rồi, cái đó, cái gì đó (Was) cái bản lai thường tại, cái lưu tồn thường tại (bleibet), được triết gia khoác cho một vòng hoa lộng lẫy đặt tên là Đồng nhất tính, rồi bị đuổi đi, đuổi ra khỏi Quê hương trì ngự của Hằng thể; đi để làm kẻ thù, cho Lý tính mở những trận chiến Lịch sử bắt trở về làm nô lệ, và phải trả lời cho câu hỏi: Cái đó là gì? Was ist Das? Cái đó là tất cả cái có đó: Ce n'est pas indentique, c'est la même chose. Đồng nhất vì là đồng loại và đồng loạt. Cho nên bom đạn không trút xuống đầu một ai hay một cái gì, mà trút xuống mục tiêu. Mục tiêu là mục tiêu, không là Một hay là Hai. Sau trận bom từ vòm trời Lý tính dội xuống, sau sự sụp đổ của Một, Hai, Ba... Cái Gì Đó, sau cơn mưa lũ đó, cánh bướm lững thững bay lên, trong tiếng thì thầm Nhưng mà... Nhưng mà... aber... aber...

*Hỏi tên? Rằng biển xanh dâu,
Hỏi quê? Rằng mộng ban đầu đã xa.*

Mộng ban dầu còn đó hay không còn đó, mộng ban đầu giữa vùng Sương bình nguyên Sơ nguyên, mộng ban đầu dưới vầng Trăng Châu thổ Nguyên màu: Ni cô Phùng Khánh Nguyên màu Sơ nguyên Đất trích đi vào Nguyên sơ. Cái thường tại tuy nhiên, người thi sĩ thiết lập: Was bleibet aber, stiften die Dichter. Tuy nhiên và thiết lập; thường tại và các Thi sĩ; Cái Đó vẫn là cách điệu nguyên sơ đó. Từ đó dấy lên những tương ứng, tương ngộ.

Lời Cố Quận, bản Việt của Bùi Giáng về tập giảng thơ Hoelderlin của Heidegger, được mở đầu bằng "Xuân Việt Nam đọc sách", với những lời này:

"Bài giảng về thi phẩm Quy hồi Cố quận (Heimkunft) là vào năm 1943. Trước đó một năm, hay là chính vào năm đó, ở Việt Nam có thằng thiếu niên Việt gặp được một vần lục bát in rơi rớt trên một tờ báo bạn đường: 'Tâm tình một nẻo Quê Chung. Người về Cố quận muôn trùng ta đi.' Hình như man mác trong không gian, thường có những niềm tương ngộ."

Những niềm tương ngộ, những cuộc trùng phùng, rằng từ ngẫu nhĩ...; nói khác đi, đó là những tao ngộ tình cờ trong một cuộc Hội thoại, phải là những cái tâm phúc tương cờ, tương nhượng... Và chính ở chỗ đó, Tính thể của ngôn ngữ tự hiển hiện: "Als Gespraech nur ist Sprache wesentlich: chỉ duy bằng hội ngữ hiệp ngôn, mà ngôn ngữ lịch hiện là ngôn ngữ tính thể." (Lời Cố Quận) Ngôn ngữ của Thi ca đi về trong Hội thoại và trên đường về của nó, chúng ta có thể ghi lại mấy cách điệu sau đây. Trước hết là cách điệu của Thiên nhiên Phơi mở:

Em về giũ áo phù sa,
Trút quần phong nhụy cho tà huy bay.

Cũng có thể nói đó là cách điệu của chàng Kim khi *'được lời như cởi tấm lòng'*. Còn tấm lòng Riêng của mình lúc mà tấm lòng Chung đã mở. Chung và Riêng cùng gắn bó giao thoa trong tương ứng để cùng đi về trong cách điệu của Lịch sử:

Tay cầm cung bực xô ngang,
Nửa chừng dâu biển lấp ngàn ước mong.

Đó há không phải là cách điệu của chàng Kim khi 'xắn tay bẻ khóa động đào'? Bấy giờ mới đến lúc khai diễn một trường Hội thoại. Hội ngộ đưa đường dẫn lối tới Hội thoại. Đường tới và đường lui, đi và về trên một nẻo Quê Chung, Hội thoại suốt canh dài trên bóng đèn mờ tỏ của Hằng thể, trong cơn gió rì rào từ ngoài kia và qua đó, dồn tụ về đó:

*Gió lay lất bốn phương về dồn tụ
Bụi thu mờ ai phủi với hai tay*

Tại sao lại phủi với hai tay, và nhất là phủi với hai tay?

Chúng ta thử tự tiện đổi đi một lời, sẽ tưởng tượng ra được một cuộc Hội thoại khác, trong cách điệu khác.

Mòn con mắt sầu đưa từ cổ độ

(TS.)

Bụi thu mờ ai phủi với hai tay

(BG.)

Gió cuốn bụi thu mờ bay tới, và hai tay phủi bụi thu mờ, chính là niềm tương ứng, tương ngộ song trùng. Chính là lúc chàng Kim với:

*Một vùng cỏ mọc xanh rì,
Nước ngâm trong vắt thấy gì nữa đâu.*

Không thấy gì hết bởi vì thấy cỏ xanh rì và nước trong vắt. Nhưng cỏ xanh rì và nước trong vắt vì là không thấy gì hết. Thấy là thấy cái gì? Và không thấy cái gì? Hằng thể Tịch nhiên đang trì ngự ở đó. Từ chỗ đó, Thơ từ nơi tương ứng mà bước tới song trùng. Vậy, tương ứng như thế nào? Thì chúng ta cũng cứ tạm thời ghi lại đây một vài cuộc tương ứng.

Thứ nhất, tương ứng trong Lịch sử. Cuộc tương ứng này chuẩn bị cho chúng ta một bước nhảy để đi vào Hội thoại trong cõi Thơ.

Đoạn chót trong Lời dẫn cho Con đường điền dã, bản dịch Việt về Der Feldweg của Heidegger, in trong Sương Tỳ hải, ông Giáng viết như thế này: "Lẽ thanh khí, lẽ thần giao cách cảm, lẽ tương ứng Synousia, người xưa đã từng đạt tới sâu thẳm vô cùng. Vậy ta xin làm bài thơ chút ít đem gắn vào chỗ đó." Và bài thơ, được trích hết từ đầu đến cuối ở đây:

Ngõ ban sơ hạnh ngân dài,
Cổng xô còn vọng điệu tài tử qua.
Ta về ngóng lại mưa sa,
Giọt dài ly biệt nghe ra giọng chào.
Chiên đàn đốt tặng chiêm bao,
Điệu hoa lầu các đêm nào hóa sinh.
Đài xiêu nhụy rớt bên mình,
Sấu Thoan Nghê dậy bên mình đăm chiêu.
Tỉnh oa khúc sĩ xế chiều,
Bình minh phát tiết sương kiều lê pha.
Rừng Ong gấu quấn quanh nhà,
Càng nghe thấy cổng giang hà cửa truông.
Sương tỳ hải dội lên nguồn,
Ngàn xưa ôi lệ ngóng Nuồng Mô Din.

Những lời thơ như thế cũng có thể được coi là những lời từ giã, khi các thiên thần sắp biến mất khỏi Lịch sử. Con người Tại thể bỗng thấy mình lạc lối đi tìm lại nguồn suối Mnémosyne, vì đã lạc lối trong nỗi niềm Lãng quên Hằng thế. Nhưng trong giông tố kỳ cùng của Lịch sử, khi mà 'Đường đi xuống khung trời sương lỗ đỗ', có con Thoan Nghê nằm tư lự bên mành viễn mộng. Những triết gia của lịch sử hóa thân làm con ếch ngồi đáy giếng để ngân lên ngôn ngữ của Lý tính trong buổi hoàng hôn của triết lý, để cho lịch sử trở thành thảm họa vây quanh.

Mnémosyne, Nữ thần của Hoài vọng, hay Thánh mẫu của Nàng thơ, đã mất hút cho Tại thể Con người đăm chiêu trong nỗi niềm Lãng quên Hằng thể: *'O weh Mnémosyne! Wie soll ich sagen? Der Wind springt herum!'* (ibid). Đó là tiếng vọng bên dòng lịch sử, khi Nữ thần của Tư tưởng và Thánh mẫu của Thi ca đã cất cánh tung bay theo ngọn gió. Lịch sử đẩy thế giới đi như cánh bèo trôi nổi: 'Thiên địa phiêu chu phù tợ diệp, văn chương tàn tức nhược như ty': Thiên tài Tố Như đã mở ra cuộc Hội thoại cho những Homère, Empédocle, Hoelderlin, Nerval, Vương Bột, về thiên thu trong cuộc Hội ngộ, cuộc tao phùng, cuộc tương ứng, bên hồng quần quốc sắc Việt Nam: *"Suốt trăm năm trong cõi người ta, Thanh Hiên Hiệp Lộ chỉ suy gẫm một điều: làm sao biến lịch sử làm Sử Lịch, dìu dắt Sử Lịch vào Sử Xanh bằng con đường của lục bát ca dao bảy chữ là ba của Logos uyên nguyên còn truyền là tiếng gọi trên con đường Cõi Đạo sơ khai trên ngã ba tam giáo."* (ibid).

Vậy, đường đi vào Thơ, đi từ tương ứng Synousia, đi thẳng vào Ngôi nhà Hằng thể và ở đó đang có thịnh triệu của Nguyên ngôn Logos. Đó là đi ngược, đi trong cách điệu trang trọng của Tư tưởng. Nhưng cũng có thể đi xuôi, theo cách điệu phiêu bồng của Thi ca: "Tiếng gọi vèo bay trên dâu biển, nắm biên cương làm nên biên thùy kết tụ, thiết lập ngôi nhà tồn lưu bên nhịp cầu sa mạc đang ngồi nhậu la de." (ibid)

Từ tương ứng trong Lịch sử khai diễn một cuộc tương ứng khác, và khá hào hứng. Tố Như Tử như là ngôi nhà của Hội thoại Đông Tây, Thi ca và Tư tưởng cùng gặp gỡ dưới mái nhà của Hằng thể. Cho nên, người ta không lấy làm lạ khi Parménide nơi cõi trời Tây của Hy Lạp, đã chống gậy, đi về Hồng sơn Liệp hộ. Ông nương theo cánh bằng tiện gió của Tố Như Tử mà đi.

Trong lịch sử Tư tưởng triết học Tây phương, Parménide đầu tiên đã chỉ ra con đường tư duy về Hằng thể: *Ce qui à dire et à penser se donne est nécessairement: son être est d'être.* Đó là một mệnh đề, mệnh đề nằm trong nếp gấp ẩn ngữ. Nhưng kể từ khi Platon đặt ra cuộc Đối thoại giữa Parménide và Socrates, Hằng thể trở thành một khối Vô hạn và Vô tận lầm lỳ bất động, và bị đặt dưới sự giám sát khắt khe của Lý tính, Nguyên lý Lý tính (Prince de la Raison). Thay vì Hằng thể trì ngự phơi mở, Lý tính đã đẩy Nó đi vào phiêu lưu lịch sử bằng Biện chứng pháp (Dialectique). Hegel khép chặt Hằng thể trong vận hành của Biện chứng để phục vụ cho lý tưởng thống nhất cộng hòa Âu châu. Thế thì, một cách nào đó, triết học Tây phương đã nhân danh Parménide để đày đọa Hoelderlin, cũng như Gia Long đã nhân danh Khổng Tử, dưới bóng cờ của Hình nhi hạ để đày đọa Tố Như Tử. Trong không gian, chừng như man mác có sự tương ứng của những thảm kịch khốn cùng của lịch sử. Parménide ngỏ lời với Tố Như: *"Làn ánh sáng Như Lai đã ngậm ngùi về trên mép bờ của Hình nhi hạ Khổng."* (Trăng châu thổ) Cuộc Hội thoại đó là những lời ngậm ngùi như thế, của những Cô thần nơi đất trích của Lịch sử. Đây là lời của Tố Như nói với Parménide: *"... do đó, bên xứ láng giềng, Hoelderlin vẫn luống công kêu gọi, và Hegel vẫn mặc nhiên lầm lỳ lung trạo sử lịch Tây phương một thời gian dài dậm duộc, cho tới ngày nay thì con cháu Hegel nảy nở tùm lum thiên hình vạn trạng ở tại sơn hà Việt Nam."* (ibid)

Sau cùng của cuộc Hội thoại lịch sử hy hữu này, Parménide đọc bài thơ của Nerval để tặng Tố Như:

Và ta đã hai lần hai lượt thắng
Vượt dòng trôi tại địa phủ hoàng tuyền
Vì hai trận trên thất huyền Orphée
Gieo song trùng điệu Thánh nữ với Nàng tiên
Vì nhị bội chuyển cung cầm thủy lệ
Giọng Tiên nương thét Nữ thánh than phiền

*Et j'ai deux fois vainqueur traversé l'Archéron
Modulant tour à tour sur la lyre d'Orphée
Les soupirs de la Sainte et les cris de la Fée*

Tiên nương thét và Nữ thánh than phiền, đó là tiếng thét và lời than của Thi ca và Tư tưởng, giữa một sa mạc đang lớn dần suốt cõi Đông Tây.

Nguyệt tuyệt đao của Nietzsche đã được vang lên để chặn lại sa mạc đang lớn dần. Ẩn ngữ của Parménide cũng được tái lập cho Mái nhà của Hằng thể. Và như thế: "Heidegger giúp chúng ta đọc lại Khổng Tử trong vùng lập ngôn sương bóng lãng đãng rất mực vô ngần..." (Sương bình nguyên). Mái nhà Hằng thể được dựng lên nơi Hồng sơn Liệp hộ; chỗ đó, là nơi hội tụ của Như Lai Tu-bồ-đề, của Long Thọ và Nam Hải Điếu Đồ, của Hoelderlin, Nerval, Shakespeare, Huệ Thi, Công Tôn Long... vậy thì, đây há không phải là cuộc tương ứng trên Đất Trích, nơi tụ hội của thảm kịch lịch sử?

*Tiếng đàn lịch sử vấn vương,
Mười cung bạc mệnh lên đường lưu ly.*

"Tuy nhiên, trong tĩnh dạ thâm canh còn cái gì đương kết tụ. Niềm hoài vọng theo dõi mãi trên 'dặm khuya ngất tạnh mù khơi'." (Sương tỳ hải)

Tương ứng của Lịch sử đã giẫm chân chúng ta đi về nơi tương ứng của Đất Trích. Thi ca từ đó có thể đôi lần thay đổi cách điệu lập ngôn:

*Ngõ ban sơ hạnh ngân dài,
Cổng xô còn vọng điệu tài tử qua.
Xin chào giữa bước chân ra,
Chết từ sơ ngộ màu hoa trên ngàn.*

Thử xem cách điệu lập ngôn có thay đổi như thế nào:

Ngõ ban sơ hạnh ngân dài,
Cổng xô còn vọng điệu tài tử qua.
Ta về ngóng lại mưa sa,
Giọt dài ly biệt nghe ra giọng chào.

Những thay đổi khác cũng có thể được khơi diễn, cho các mệnh đề chính và mệnh đề phụ gắn bó nhau dẫn tới chỗ lập ngôn của song trùng nhị bội, như là những nếp gấp trong ẩn ngữ của Lịch sử hay Sử lịch.

Lỡ từ lạc bước chân ra,
Mấy lòng hạ tứ màu hoa trên ngàn.

Đó là Parménide làm thơ lục bát để tặng cho Tố Như Tử; lập ngôn trên bước đi của Nàng Kiều, và có thể dẫn tới đoạn đường khép kín trong thời đại của Brigitte Bardo, Marilyn Monroe... vì là Lịch sử tụ hội giữa Hồng quần với khách Hồng quần...

Qua những lời chào giã biệt để lưu ly, lời thơ là Lời Cố Quận gieo về trong rừng núi A-ly-bê-tê, đồng vọng những âm vang kỳ dị của Hằng thể:

Thiên thần hằng vi tiếu
Tạo hóa có buồn không
Vân lý tự nhiên thanh cách thiểu
Đản bằng trì ngự sứ quân thông

A mẫu diên đầu tranh nhứt trích
Túy trung thâu khước tiểu bồng sơn
Tham tha nhứt khẩu long đàm mạt
Uống khuếch phiêu bồng bát nhã môn

Kim cương từ điệu lưu tồn
Dzuống ơn ghếch tổng đót sồn phai eo...
(Jung an Gestalt, doch stark, feiert es
Hebenden Streit unter den Felsen...)

Điệu lập ngôn trên diễn ra trên gặp gỡ ly kỳ của tất cả mọi cõi miền của ngôn ngữ. Chúng tụ hội, và kết dệt thành một Hình bóng thanh xuân, hùng dũng. *Jung an Gestalt, doch stark...?* Và Bóng dáng thanh kỳ tú lệ nhưng kiêu hùng ấy là một cuộc gắn bó, gùn ghè, nó đón mừng cuộc tranh hùng thân thiết... *feiert es Hebenden Streit...?* Như thế há không là một cuộc tao ngộ tình cờ, rằng từ ngẫu nhĩ, giữa những nham thạch cù cưa, *unter den Felsen?*

> *Trong khóe mắt em ngậm ngùi ngày đó*
> *Lúc dung nhan về đối diện trăng tà*
> *Màu nước chảy vô ngần không giải tỏ*
> *Gió biên thùy về bích ngạn chiêu hoa*

Bởi vì cách điệu của thi ca vốn dĩ phiêu hốt, khơi vơi, lãng đãng, nên bờ biếc bích ngạn chiêu hoa như một nơi chốn thong dong thánh thót. Thảm kịch khốn cùng dù có đổ ào lên Thi ca đến mấy lần đi nữa, Thi ca vẫn như điềm nhiên, ngao du theo ngày tháng, trong ngày tháng ngao du. Có thể nói đó là ẩn ngữ song trùng của Thi ca. Với cách điệu song trùng đó, cho nên khi Thi ca trở gót về trong ngày tháng ngao du, trời đất bỗng dậy lên những niềm tư lự, ưu tư. Nhưng khi Thi ca đi vòng trong không gian quỹ đạo của tuế nguyệt xoay vần, vòng quỹ đạo chật hẹp vỡ tung ra cho một cõi trời lồng lộng. Đi và về, lênh đênh trong thảm họa mà vẫn như tới và lui trong phong vận hài hòa:

> *Trên vòm thời đại đi quanh,*
> *Rách quần quỹ đạo tan vành nguyệt hoa.*
> *Em về bửa rộng bao la,*
> *Buồn sông bóng mạ đan sa đến điều.*

Phong vận đó, một lúc nào đó, trở nên dồn dập, vì Lời với Lời quấn quít nhau, Tình tự nằm ngay trong Tình tự, cái Phơi mở hiện hình trong sự Phơi mở... hoàn toàn là cách điệu song trùng của Thi ca:

*Quần sẽ đỏ từ khi trăng là nguyệt
Kinh là kỳ từ châu quận tân toan
Từ xứ sở đắng cay thu đầu chết
Bước dã man sầu xé lá gieo vàng
Lá sẽ đỏ từ da vàng mũi tẹt
Môi là mềm từ mọng miệng cong côi
Từ bờ cõi chia xương chua là ngọt
Trút lang thang từ nát mộng lên trời...*

Cách điệu tương ứng song trùng, như là ba cõi miền riêng biệt của ngôn ngữ trong trình tự lập ngôn cho Thi ca. Nhưng cả ba cùng đi và về trong và trên cái Một; là cái Một của Hội thoại. Trong Một Hội thoại, Thi ca sẽ dư sức đánh gục ngã mọi công trình to lớn của triết học, dựng trên cái Một Lý tính, cái Một của Đồng nhất tính. Một Lý tính đẩy Lịch sử xuống giếng khơi; tỉnh oa khúc sĩ; chúng ta sẽ như con ếch ngồi đáy giếng trông lên vòm trời, nhưng không đủ sức làm rách quần của quỷ đạo vòm trời đó. Rách quần quỷ đạo, cho nên Một đích thị là cái Như. Thi ca tái dụng lập ngôn trong Như Lai Tu Bồ Đề, cho nên mới có Duy Ma Cật nương uy lực của Thần thông du hí tam muội, rong chơi trong cõi bờ Vô tận của Hoa Nghiêm. Thi ca đã đi bằng những *'bước dã man sầu xé lá gieo vàng'*. Bước đi tái dụng của Thi ca được thực hiện trong cách điệu song trùng như thế này:

"Was bleitet, stiften die Dichter: Tuy nhiên, cái lưu tồn thường tại, người thi sĩ dẫn khởi nó về trong lập định. Diễn dịch theo thể lệ lục bát của Hồng sơn Liệp hộ: *'Ngõ ban sơ hạnh ngân dài. Cổng xô còn vọng điệu tài tử qua.'* Với lời nói ấy, luồng ánh sáng đi về trong câu hỏi của chúng ta về Tinh thể Thi ca. Thi ca là lập định. Dựng thơ là Thiết lập qua Lời và trong Lời (Dichtung ist Stiftung durch das Wort und in Wort). Dựng thơ từ cõi nguồn, là ngân dài từ ban sơ ngõ hạnh (theo thể lệ Cửa Trời mở rộng đường mây, hoa chào Ngõ Hạnh...). Dựng qua lời là điệu tài tử qua và trong lời còn vọng.

Và cổng xô là cuộc tiến nhập (einruecken, Einrueckung) dị thường của một lần Tại Thể bước vào Vạn Hữu trong Tâm nguyện chon von." (Lời cố quận)

Gọi đó là cách điệu song trùng, vì Thi ca đã tự giải thích lấy nó, tự thực hiện sự phơi mở cho nó. Thì chính Thi ca từ cái Một và cái Như mà tái dựng cái Một và cái Như cho một cuộc Hội thoại của Tại thể chúng ta xuất hiện trong Tồn sinh và Lịch sử. Trong sự hiện thể của Tại thể chúng ta giữa Tồn sinh và Lịch sử, cách điệu tương ứng song trùng nào đã làm ngân vang bất tận câu hỏi này: *"Và để làm gì, thi nhân trong thời buổi điêu linh thống khổ?"*

Cuối bài báo này, tôi xin được phép có thêm vài lời phụ chú sau đây.

Có thể độc giả thấy rõ tôi viết về thơ Bùi Giáng trong cách điệu Riêng nào đó; hoặc tôi chỉ viết về Thi ca trong cách điệu Chung. Nhưng cả hai, đến đây không thành vấn đề nữa. Thi ca và Tư tưởng, luôn luôn là những tương ứng của Chung và Riêng.

Hoặc giả, có thể tôi đang dọn con đường nào đó cho các câu hỏi: Làm sao chúng ta bước tới gần một nhà thơ? Hay, Thi ca là tiếng nói gì, nói lên từ tâm nguyện gì, của Tại thể chúng ta trong cuộc Tồn sinh đầy hiểm họa?

Có thể không có vấn đề nào như thế hết. Nhưng chắc chắn, điều khó mà chối cãi cho trôi, là độc giả hẳn đã thấy bài báo đi vòng quanh những nỗ lực cho một cuộc Hội thoại. Thời đại chúng ta đang khao khát một cuộc Hội thoại như thế, trước những thảm họa lịch sử đang dày xéo khôn cùng ở đây. Nhưng cõi Tư tưởng đã bị khống chế bởi những tri thức cuồng dại; thảm họa đen tối của nó không còn là một viễn tượng xa xôi, mà đã trở thành những hiện tượng, những quái tượng. Trong khi đó, Thi ca đang bị dồn vào những cuộc đầu cơ lịch sử. Cảnh tượng như thế, chúng ta chịu khó mở mắt mà nhìn là thấy. Cho nên, thay vì nói đủ thứ chuyện, ở đây chúng ta có thể mượn một kết luận như thế này (M. Heidegger, Wozu Dichter): "Trong thời đại của đêm tối cõi đời, cái vực sâu đen tối kia của cõi đời phải được thể nghiệm và được kiệt tận miên bạc bình sinh. Mà muốn vậy, thì điều cần thiết là phải có vài kẻ đạt tới cái chỗ tận cùng của cái đáy vực sâu không đáy."

Tuệ Sỹ

(Bài đăng Giai phẩm Văn, số 5/1973)
* NBT cám ơn các đạo hữu Đinh Cường, Nguyệt Mai đã gởi bài sưu tập từ tạp chí Văn 1973.
Tuệ Sỹ Văn Tuyển, tập III. VĂN HỌC.

SAU LƯNG NGÔN NGỮ CỦA THI CA

THỆ GIẢ NHƯ TƯ PHÙ? BẤT XẢ TRÚ DẠ!¹

Trôi hoài biền biệt như vậy sao? Ngày đêm không ngơi nghỉ! Dòng nước Hoàng Hà cứ trôi mãi, mang hết tính chất đời sống của người Trung Hoa đổ vào biển. Người ta bắt gặp trong thi ca của họ bàng bạc những cánh nhạn lẻ loi trong bóng chiều tà ý nghĩa biến dịch trở thành mối ngậm ngùi của tuế nguyệt. Trong cuộc lữ; người đi còn có hẹn ước trở về; nhưng năm tháng trôi qua như con chim đã đốt tổ bay đi, không còn cơ hội nào để trở lại nữa:

人行猶可復,

歲行那可追。

Nhân hành do khả phục
Tuế hành na khả truy?

(Tô Đông Pha)

Lòng sông càng lúc càng rộng; lòng người càng lúc càng nhỏ hẹp; nhỏ cho vừa những quy ước giới hạn của ngôn ngữ. Làm thế nào để được như mặt hồ trên đỉnh núi, đem lòng trống ra mà đối đãi với mọi người? Làm thế nào để có thể nói cạn những gì cần phải nói, và sau đó là sống bằng hơi thở của trời đất?

Đấy là những ý tưởng gợi hứng từ Kinh Dịch: *Cùng lý tận tính dĩ tri vu mệnh.*

Nơi đây, người viết chỉ cố ghi lại một vài hình ảnh rải rác trong thi ca của Trung Hoa. Đối với họ, thi ca là những

---

¹ Khổng tử: 逝者如斯夫,不舍晝夜。

khát vọng thầm kín được phát hiện thành lời; phát hiện theo tiết điệu nhịp nhàng của vũ trụ. Điều này cũng được ghi lại trong Kinh Dịch: "Thám trách sách ẩn, câu thâm trí viễn, dĩ định thiên hạ chi cát hung." Bươi móc những gì đang lẩn khuất, thăm dò cho thấu đáo những gì trong sâu xa. Qua câu nói ấy, người ta muốn biết bởi sự thúc đẩy nào mà từ thế hệ này sang thế hệ khác, người ta tiếp nối nhau mà nói, nói hoài không thôi; nói đủ mọi cách, và hầu như không cần biết trong những điều được nói có gì mới lạ hay không:

每逢蜀叟談終日，
便覺峨眉翠掃空。

Mỗi phùng Thục tẩu đàm chung nhật,
Tiện giác Nga Mi thúy tảo không.

(Tô Đông Pha)

Sau một ngày dài nói chuyện mới hay rằng lời nói của mình như ngọn núi Nga Mi xanh biếc quét mãi bầu trời.

Hình ảnh của ngọn Nga Mi xanh biếc quét mãi bầu trời, hay hình ảnh những dấu chân của một đàn chim bay ngang qua hư không; đó là những hình ảnh biểu tượng cho tác dụng của ngôn ngữ thi ca. Tác dụng của nó như muốn khuấy động thế giới hư vô tịch mịch: tác dụng không vết tích; vì là nơi chốn tận cùng của cuộc lữ. Cuộc Lữ của năm tháng phiêu du; Cuộc Lữ của một hạt bụi lăn lóc:

生者為過客，
死者為歸人。
天地一逆旅，
同悲萬古塵。

Sinh giả vi quá khách
Tử giả vi quy nhân.

Thiên địa nhất nghịch lữ
Đồng bi vạn cổ trần.

(Lý Bạch)

Sống là khách qua đường. Chết là kẻ trở về. Trời đất như một quán trọ, cảm thương hạt cát nghìn đời lăn lóc.

Trong cuộc lữ ấy, một tiếng nói chưa đủ; nói bằng đôi môi "ngọt ngào" chưa đủ; nói cho đến "bốn dây rỉ máu năm đầu ngón tay" cũng chưa đủ, nói cho đến một cánh hoa "thiên kiều bá mị" phút chốc rơi xuống lòng sông lạnh "vô thanh vô tức", có lẽ cũng chưa đủ:

Tay cầm cung bực xô ngang,
Nửa chừng dâu biển lấp ngàn ước mong.

(Bùi Giáng)

Và như vậy, trong cõi đời rong chơi của chúng ta, tiếng cười càng lúc càng nhỏ và vắng bặt, chỉ còn lại khoảng trống hiu hắt không nói không cười. Lặng lẽ như từng lớp phấn liễu vơi dần theo cơn gió; để cho hương sắc thanh xuân tản mác vào những cánh đồng cỏ non trên nghìn bến nước.

Có hai hình ảnh quen thuộc gợi lên ý tưởng biến dịch; như dòng sông và như ngọn lửa bốc cháy trên đỉnh núi. Mỗi hình ảnh lại gợi lên một ý nghĩa tương phản: tác thành và hủy diệt. Trời đất như đã thay loài người nói lên ý nghĩa cứu cánh của sự sống, nói bằng một thứ tiếng riêng biệt: tiếng nói thầm lặng, hay tiếng nói của sự im lặng.

Sức mạnh của con người không nằm trong chính nó. Ước vọng thâm thiết nhất của con người cũng không nằm trong chính nó. Mùa xuân, mùa của sức sống xinh tươi, không đọng lên trên đôi mắt. Qua đôi mắt, người ta tìm thấy khát vọng thanh xuân vì nơi đó phản chiếu bóng mờ những phấn liễu, phản chiếu hình ảnh của một dòng nước lượn quanh.

Rốt cuộc, cuộc đời của người ta giống như cái gì? Nhân sinh đáo xứ tri hà tự? (Tô Đông Pha) cũng nên nghĩ là giống như một cánh nhạn bay qua dòng sông, bóng nhạn in vào lòng nước. Bóng, nhạn và dòng sông trong bước tao ngộ tình cờ:

雁過長空。
影沈寒水。
雁無遺蹤之意。
水無沈影之心。

Nhạn quá trường không
Ảnh trầm hàn thủy
Nhạn vô di tích chi ý
Thủy vô lưu ảnh chi tâm.

Một thiền sư Việt Nam trước đây đã nói như vậy.[1]

Tao ngộ tình cờ rồi tan rã và biến mất. Cũng nên nghĩ là biến mất trong cơn nắng chiều mòn mỏi, hay biến mất trong lớp sa mù của buổi sáng (Cao nguyên):

Em về giũ áo mù sa,
Trút quần phong nhụy cho tà huy bay.

Một thi sĩ Việt Nam ngày nay cũng đã nói như vậy.

Người không gặp người trong gang tấc "mặt nhìn mặt". Gặp nhau trong những hẹn ước thiên thu của đỉnh đá trên núi này và một hạt muối trong lòng biển xa xôi kia.

Và đây cũng là đạo lý tự nhiên: đôi mắt của chúng ta chỉ có thể mở ra để nhìn theo một chiều hướng duy nhất. Muốn thay

---

[1] Thực ra, chúng tôi tìm thấy bài thơ này trong Hoằng Trí Thiền Sư Quảng Lục (宏智禪師廣錄), quyển 4 (Đại Chánh Tạng, Tập 48, kinh số 2001) ở trang 48, tờ c, dòng 1 và 2. Ghi chép này có niên đại khoảng năm 1129. Phật Tổ Lịch Đại Thông Tải (佛祖歷代通載) quyển 18 cũng chép thi kệ này ở phần về Thiền sư Thiên Y Nghĩa Hoài, sống vào khoảng niên hiệu Thiên Thánh (1023-1032). Cả hai vị này đều là thiền sư Trung Hoa. Lê Quý Đôn trong Kiến văn tiểu lục cho rằng bài thơ này của thiền sư Hương Hải, Việt Nam, nhưng thiền sư Hương Hải sống vào thế kỷ 17, sau hai vị kia nhiều thế kỷ.

đổi chiều hướng thì phải thay đổi cả tư thái và vị thế. Quả thật, chúng ta muốn vượt qua những giới hạn cá biệt, để làm gì? Để: *"bước đi nhặt cánh sao rơi"* ở một đại dương heo hút kia?

Go and catch a falling star
(T. Doun)

Hay để thấy rằng thân thể của mình cũng bao la vô tận như hư không; thấy cả vũ trụ như thấy một quả xoài trong tay?

Nếu chưa vượt qua khỏi những giới hạn cá biệt; cái ước mong này cũng chỉ là một thứ ước mong cá biệt. Giới hạn cá biệt càng lúc càng khép kín; người ta bỗng cảm khái như một hạt cát lăn lóc trong sa mạc. Những gì cần thấu hiểu phải được phân phối thành trật tự theo quy ước của thế giới cộng đồng. Chúng phản chiếu lẫn nhau trong thế giới biến động vô cùng vì là tương giao vô tận của một động một tĩnh.

Thế là vì muốn thấy và hiểu nên cần có phân tích và trật tự của phân tích. Nhưng cũng muốn sống bằng tất cả tâm tình ẩn khuất của mình, nên ước ao nói bằng những lời không nói của vạn hữu. Tất cả những ước muốn đó được kết tụ lại như để phóng tầm mắt, vào một thế giới tuyệt đối. Đằng sau những lời đã nói, chúng ta còn lại một câu hỏi: Khát vọng sâu xa nhất trong lòng mình là gì?

欲識潮頭高幾許,
越山渾在浪花中

Dục thức triều đầu cao kỷ hứa,
Việt sơn hồn tại lãng hoa trung.
(Tô Đông Pha)

Muốn đo chiều cao của ngọn sóng cao được bao nhiêu, thì nên biết, đã từng vượt qua đỉnh núi nhưng lại y nhiên chìm đắm trong những con sóng dạt dào.

NGÀY MAI TÌM BÓNG TỬ THẦN MÀ YÊU

Bỏ con đường cái quan, rồi vượt qua một cánh đồng dài khoảng một cây số, một bãi tha ma nằm ngay dưới chân những dãy núi đá. Càng đi sâu vào, cây cối càng rậm rạp. Trên những dãy núi đá này, rải rác có vài hồ nước nhỏ. Cứ mỗi buổi chiều, bọn trẻ con trong làng rủ nhau lên đấy quần thảo. Mộ và những thân cây lớn với những sợi dây hồng quấn quít, là những chỗ trốn kín đáo. Người lớn ít khi lai vãng nơi này. Mười mấy năm sau, lịnh chính phủ di tản bãi tha ma vào tận miền núi, xa thêm khoảng trên hai mươi cây số. Bọn trẻ con bây giờ đã lớn cả. Tự tay chúng khai phá mảnh đất âm u ấy, nơi đã từng là cõi rong chơi của chúng. Một vài đứa trong bọn trẻ con trước kia không dự vào cuộc di tản này. Chúng đi tìm đất sống ở những nơi khác. Chúng đi không phải vì nhân nhượng với người khuất mặt, hay vì ngại phản trắc một quá khứ rong chơi. Dòng suối nào mà không mơ tưởng đến lòng sông mở rộng để mang tất cả màu xanh của núi rừng dâng cho mặt biển của trời. Nhưng những con thú trên ngàn thì phải ở lại. Chúng ở lại để đêm đêm, trong bóng tối của rừng sâu, nghe thác nước kể chuyện những lần đổ xuống các mỏm đá. Khúc hát hòa điệu của thác nước của thú rừng càng lúc càng thấp xuống qua các làng mạc. Khúc hát này sẽ chấm dứt như một ngôi sao rụng xuống lòng biển:

Lời ra cửa biển tìm sao rụng
(Màu Xương Lĩnh Giác)

Sự chết mênh mông như đại dương. Mộng về đâu?
Em mộng về đâu?
Em mất về đâu?

Từng đêm tôi nguyện, tôi cầu,
Đấy màu hương khói là màu mắt xưa.
(Gửi Người Dưới Mộ)

Từ sự sống đến sự chết như từ bóng tối âm u của núi rừng man rợ đến bóng sao lấp lánh của bầu trời trên mặt biển, tiếng nói của con người bồng bềnh giữa một hư vô phản trắc. Phản trắc vì là hư ảnh. Trong hư ảnh của chiêm bao, dòng nước trong trở thành dòng máu đỏ:

Ôi hư vô! đừng gọi lòng ta nữa,
Ta phá tan hư ảnh lại điên cuồng.
Mộng hoàng vương đâu?
hỡi mộng hoàng vương!
Đêm phản trắc đầy chiêm bao
lưu huyết

(MÊ HỒN CA I)

Bị bóng tối ám ảnh thì không còn sức lực nào mà tự chủ được nữa. Những sự vật lầm lì bất động, trong phút chốc chúng biến thành hồn lệ quỷ hết. Tự mình trở nên sỏi đá, rồi lăn lóc theo tiếng cười man rợ của ma quỷ. Khi nghe ra tiếng cười rung chuyển theo tiết điệu lửng lơ của bóng tối, mới hay đấy lại là tiết nhịp của những bài ca man rợ.

Tiếng nói của ma quỷ là tiếng của hư vô: như thể chở quỷ một xe, theo cách nói của Kinh Dịch. Chở quỷ một xe tức là lấy cái không làm có, lấy hư ảnh của mộng tưởng làm sự thực. Chỉ có kẻ làm thơ mới hay làm những chuyện dị thường như vậy (lời của Nietzsche). Người đọc thơ ý hẳn cũng phải nhắm mắt lại mới nghe ra tiếng nói ấy là dị thường. Ai để ý rằng những cơn gió nóng bức hay đẫm mưa thì có căn nguyên nào mà lại mang theo âm hưởng của tiết điệu trầm buồn? Đấy cũng lại là lời của Nietzsche.

Vì ám ảnh của bóng tối, không tự chủ, nên sực thấy hư vô hiện hình qua tiếng gọi tác động trên sự sống và sự chết. Phải chết đi một lần trong tiếng gọi ấy, để trông lên một bàn tay trơ trụi đang đưa ra. Bàn tay của tình yêu hay bàn tay của chính sự chết (ý thơ của Aragon, Roman Inacchevé). Rồi thì, trong dáng điệu miệt mài với những sợi tóc, người ta sống lại và thấy lại một thế giới tràn đầy tiếng hát.

Trong thơ của Đinh Hùng, tiếng hát ấy lại là tiếng kêu gào kinh dị của những loài quỷ lang thang:

> *Lạc âm cung, ngẩn ngơ hồn lệ quỷ.*
> *Ta nằm trong di tích cuộc tang thương*
> *Khóc thâu đêm cho thấy lại thiên đường.*
> *Thuở hưng phục*
> *- Ôi, cõi lòng hoang phế!*
> *Hồn hỡi hồn xưa chết chìm dưới bể,*
> *Hãy vùng lên, cười một tiếng bi ai,*
> *Máu ta say không chảy thoát hình hài,*
> *Hằng kinh động chốn ăn nằm vĩnh viễn.*

(MÊ HỒN CA I)

Thế giới vô hình đã âm thầm nổi loạn. Một ngôi sao lẻ loi: Cuối trời loạn, thương một vùng sao mọc. Qua câu thơ này của MÊ HỒN CA I, chúng ta nghe thấy âm hưởng trầm buồn của Bài Ca Man Rợ. Bởi vì tình yêu cũng cô đơn như sự chết. Tình yêu cũng như sự chết là một vùng sao mọc ở ngoài xa kia. Nơi này là trời loạn:

> *Cuối trời loạn,*
> *thương một vùng sao mọc.*

Cô đơn ở cuối trời loạn, ở mãi bên kia, ở trong giấc ngủ thiên thu của màu xanh vĩnh cửu. Bỏ đồng ruộng, bỏ cả dòng sông, vượt thác băng nguồn, đi vào tận núi thẳm rừng sâu, cũng không mong gặp được. Vì phải sống nên tạo hóa không ban cho đặc quyền nói chuyện với sự chết: Trăng vĩnh viễn khóc thời gian tình tự:

Ta nhớ xưa: đêm thu rụng tiếng gà,
Trăng vĩnh viễn khóc thời gian tình tự.
(Trời Ảo Diệu)

Một giấc ngủ thiên thu, một ly rượu trường sinh, một hình bóng cô đơn và một giấc mộng:

Đi vào mộng những Sơn thần yên ngủ
Đôi hồn người tưởng gặp
bóng cô đơn.
Rượu trường sinh:
ta uống mắt em buồn.
Sầu mấy kiếp giấc ngủ say bừng đỏ?
(Trời Ảo Diệu)

Thơ Đinh Hùng tràn đầy những hình ảnh kinh dị. Không hẳn chỉ vì bản tính của kẻ làm thơ phải làm những việc dị thường, nên càng lạ thì càng thơ. Người làm thơ thường bị tác động bởi một thế lực vô hình, sức thu hút của ngôn ngữ. Nhà thơ cũng như người thường, không ai có thể làm được cái gì kinh dị như hình bóng của ma quỷ trong đời sống thường nhật này; một chút mộng tưởng cũng không chắc làm nổi. Nhưng qua ngôn ngữ của thơ, người ta thấy mở ra một thế giới lẫn lộn cả sơ khai và mạt thế. Sự cuồng nộ hay dáng điệu miệt mài không tạo được lời thơ, mà chính lời thơ dệt nên một thế giới cuồng nộ, vẽ ra một dáng điệu miệt mài.

Xuyên qua lời thơ, nhà thơ bỗng trở thành một tay tạo hóa không hình hài, không đến cả bản tính. Có cái gì như là phản trắc trong sự bình chú về thơ. Người bình thơ thường có ý đồ vẽ lại hình ảnh của nhà thơ theo một cung cách nào đó. Thay nhà thơ vẽ lại thế giới của ông, rồi đúc kết lại thành một hình ảnh nghĩa là thành một bản tính nào đó của ông, đấy không phải phản trắc là gì?

Trong thơ của Đinh Hùng, chúng ta thường thấy có chữ "phản trắc" này. Đoạn viết "ngoài đề" trên đây không cố tình tìm hiểu ông đã dùng chữ "phản trắc" đến mức độ nào. Nhưng chỉ cần chữ ấy được lặp lại đôi lần cũng khiến cho người đọc có một vài ấn tượng: "Lòng tín ngưỡng cả núi hương phản trắc." Trông ra xa mù, người sống đã phản trắc với người chết. Vì sự phản trắc này mà đêm đêm hồn kẻ chết lầm lũi tìm lại sự sống đã đánh mất. Họ đi đến đâu, gây nên cảnh man rợ, rừng rú ở đó:

Rồi những đêm sâu bỗng hiện về,
Vượn lâm tuyền khóc rợn trăng khuya.
Đâu đây u uất hồn sơ cổ,
Từng bóng ma rừng theo bước đi.

(Những Hương Sao Rơi)

Người chết thì đi tìm lại sự sống. Những người sống thì tìm về sự chết. Đâu đây có một cảnh vực thân thiết nhất với con người - người sống và người chết - mà không một ai tìm thấy. Ta đặt tên cho cảnh vực ấy là "vùng sao mọc của tình yêu"; cảnh vực lơ lửng trên; trời xanh vĩnh viễn cô liêu. Ít nhất là một lần trong khoảnh khắc, ta phải tập yêu bóng dáng của tử thần; cái bóng dáng bơ vơ ngoài cõi sống và chết. Như thế để giữ lại một chút mộng tưởng cho thơ. Chúng ta đọc suốt bài Tìm Bóng Tử Thần:

Nàng nằm mộng suốt đêm hè dưới nguyệt,
Nụ cười buồn lay động ánh trăng sao.
Xa nấm mộ, chúng ta cuồng dại hết,
Để yêu tà về khóc dưới non cao.

Hồn Vệ Nữ lạc loài bên cửa huyệt,
Xuân bi thương - ôi má thắm, môi đào!

Bốn mùa trăng vào một hội chiêm bao,
Trong giấc ngủ đẫm mùi hương phấn lạ.

Xa tục phố, đây bức tranh thần họa,
Lẫn sầu vui, ai nhớ tuổi sông hồ?
Ta biến hình, thoát khỏi trái tim xưa,
Quên tâm sự, chắc đau lòng cõi Đất?

Đêm huyền diệu mênh mông hồi thể chất,
Dựng Mê Cung, ta bắc dịp phù kiều.
Lửa tinh cầu bừng cặp mắt cô liêu,
Nhịp máu động kiếp vô thường hiu hắt.

Này Biển Giác: mấy trời nghiêm nét mặt.
Cây Từ Bi hiện đóa Ác hoa đầu,
Hồi gặp hồn ai biết thiện căn đâu?

Xuân Phương Thảo
cũng như Xuân Tùng bách.
Xin Thần Nữ tin lòng tôi trinh bạch,
Đốt kỳ thư còn mộng nét văn khôi.

Giữa hư không tìm lại vết chân người,
Ôi xứ Đạo có bao mùa tình tự?
Trong bản hát thiêng
Của bầy Thánh Nữ,
Có ai về ngự
Giữa lòng thuyền quyên:
Trong một trần duyên
Của hồn thiên cổ,
Có ai vào ngủ
Một giấc cô miên?
Trời ơi! Đây nguyệt vô biên
Trong lòng thiếu nữ nằm quên dưới mồ!
Ta cười suốt một trang thơ,
Gặp hồn em đó còn ngờ yêu ma.

Giáng Tiên đâu? Thế kỷ gian tà,
Dạo chơi bình địa tưởng qua hải tần.
Đi đi, cho hết dương trần,
Ngày mai tìm bóng Tử Thần mà yêu.

Để hồn anh lang thang *"cho hết dương trần"* hay để cho nhà thơ *"cười suốt một trang thơ"*, tôi không ngắt đoạn để thêm những nét chấm phá cho linh động theo thể thức thông thường. Và có lẽ cũng không ai muốn nói ý thơ thay lời thơ, dù luôn luôn người sống thay lời cho kẻ chết. Ấy vì kẻ sống phải lấn đất của kẻ chết để sống. Nhưng kẻ đọc thơ thì biết tìm đâu ra đất của nhà thơ để mà lấn?

Gởi tình yêu cho hình bóng tử thần, ở ngoài cõi chết; gởi một dải sa mạc; gởi cho một vùng sao mọc; chúng ta còn phải phấn đấu cho sự sống của riêng mình, phấn đấu cho sự tiến bộ của nhân loại. Núi rừng, thác nước, tha ma mộ địa; những lối mòn của thú rừng lang thang; những nơi yên nghỉ của kẻ đã để cho ngôi sao rụng xuống lòng biển; những chỗ rong chơi của bọn trẻ; cả đến những hồ nước nhỏ trên các núi đá; mười năm sau tất cả đều được xây dựng lại thành phố phường đông đúc. Một buổi chiều, con nít cả khu phố này kéo nhau về phía tây hát Bài Ca Man Rợ:

Lòng đã khác ta trở về Đô thị;
Bỏ thiên nhiên huyền bí của ta xưa
vân vân...

Khi tất cả chúng quay mặt về phía Đông, người ta thấy lưng của chúng đã đẫm máu của mặt trời.

TUỆ SỸ

(Trích Khởi Hành,
Năm Thứ IV, số 46. Tháng 8.2000 -
Số Chiêu Niệm Nhà Thơ Đinh Hùng)

PIANO SONATA 14

(truyện ngắn)

Đứng bên ngoài khung cổng sắt đã khóa kỹ, Nghi nép vào hàng dậu được kết bằng cây dâm bụt, nhìn vào bóng tối yên lặng đang bao trùm cả tu viện. Đây không phải là lần đầu tiên chú về trễ, và cũng không phải là người duy nhất về trễ như vậy. Các chú ranh mắt, hoặc vô tình hoặc cố ý, và bằng cách nào đó, đã làm cho một chấn song của cửa sắt gãy hết một đầu, chỉ cần kéo nhẹ qua là lách mình vào lọt. Rồi sau đó nắn lại, cánh cửa sắt vẫn lầm lì như không hề biết đến những cuộc vi hành ngoài luật lệ thỉnh thoảng vẫn xảy ra. Sư trưởng của tu viện không hề hay biết. Ông vẫn tin ở sự cứng chắc của nó, như tin vào sự hiện diện vừa hữu tình vừa vô tình của mình ngự trị khắp tu viện, giám thị mọi sinh hoạt của các sư tăng trong một thứ kỷ luật nghiêm khắc mà ông cho là đương nhiên. Không ai nói cho ông biết gì hết. Mọi người đều chuẩn bị sẵn cho mình những lối ra vào cần thiết. Cánh cửa lại không bao giờ biết nói.

Nhưng lần đầu tiên Nghi vượt ra ngoài giới nghiêm của tu viện không phải ngang qua cái cổng bao dung ngầm đó. Chú đi bằng ngõ sau. Đó chỉ là một hàng rào bằng kẽm gai, không có trồng dâm bụt hay một thứ hoa lá nào, chỉ cần cúi rạp mình xuống, cẩn thận vén các tà áo, có thể ra vào như không. Phía sau tu viện này là một vườn rau chạy dọc sát rào của nó. Băng qua vườn rau khoảng hai chục thước là một con đường đất, rộng vừa đủ cho hai chiếc xe đạp tránh nhau.

Bấy giờ là tháng cuối của mùa nghỉ hè. Sau giờ tĩnh niệm thường lệ mỗi tối, Nghi ra phía sau tu viện để tiểu, vì chỗ này có nhiều bụi chuối kín đáo. Nhìn dòng nước lấp lánh dội lên đám cỏ, chú nghe trong người khoan khoái, tâm hồn như mở rộng. Những luống cải xanh mát của khu vườn trước mắt đẹp hẳn lên. Chú nghe luồng trăng bạc như sương khuya lấp lánh đang nhảy múa chập chờn trên các luống cải. Âm hưởng ngọt ngào và quyến rũ. Cây cối im lìm trong một cảnh tượng thanh bình và trang nhã. Lắng tai nghe kỹ hơn, chú nhận ra âm hưởng đó từ phía bên kia con đường đất lan truyền đến. Ăn cắp chuối trên bàn Phật, hay lẻn qua vườn rau nhổ bậy vài bụi cải cho những cuộc kiết tập kín đáo, với bánh tráng mỏng và nước tương dầm ớt thiệt cay, đó không phải là chuyện hiếm có giữa các chú tiểu. Mặc dù Nghi chưa lần nào được giao phó công tác hái trộm rau, nhưng lẻn chui qua bên ấy là một việc hết sức tự nhiên.

Lúc này thì cái âm hưởng quyến rũ kia cũng tự nhiên một cách vô tình khiến chú rạp người xuống, chui qua hàng rào kẽm gai, băng qua vườn, sang tuốt con đường đất. Nơi đây chú có thể phân định phương hướng phát ra âm thanh chuẩn xác hơn. Vào giờ này, không chỉ là con đường vắng vẻ, mà cả một khu vực cũng hoàn toàn vắng vẻ. Suốt con đường về phía tay trái phỏng chừng đó, duy nhất chỉ có một ngôi nhà ẩn sau nhiều bóng cây rậm rạp. Chú rẽ phía trái, rõ ràng đang có người chơi đàn trong đó.

Xuyên qua khung cửa sổ, chú thấy một mái tóc chảy dài, nghiêng nghiêng theo âm điệu to nhỏ và tiết điệu buông lơi của tiếng đàn. Trên cao một chút, bóng đèn sữa đục được ủ trong một ánh sáng ấm áp của chính nó. Tiếng đàn đột ngột dừng lại. Chú ngơ ngác. Nhưng bóng người đã hiện rõ trên khung cửa. Chú muốn bỏ chạy, lại e là vô lễ, hoặc có thể là bị nghi ngờ. Lỡ người ta sang mách bên chùa, nhất định chú bị phạt nặng. Hàng xóm cũng hay lên chùa than phiền các chú phá phách, và các chú có khi bị phạt tập thể.

Đợi một lúc, không thấy người đó động tĩnh gì cả, Nghi dợm chân muốn chạy. Nhưng tiếng nói từ bên trong vọng ra:

- Ai đó?

Nghi không biết phải trả lời mình là ai. Lại có tiếng hỏi:

- Điệu bên chùa phải không?

Cô này nhất định là người Huế. Giọng nói nghe kiểu cách, nhưng dịu dàng. Nghi có cảm tình ngay.

- Dạ.

- Chừng ni điệu còn đi mô khuya rứa?

Nghi không trả lời ngay, và không chút ngần ngại, đẩy cánh cổng đi vào. Cổng chỉ khép hờ.

- Dạ, nghe đàn. Chạy đi coi thử.

Gương mặt chú hiện rõ qua ánh đèn đang hắt ra ngoài. Chỏm tóc lệch qua một bên, phủ mép trán. Đôi mắt sáng ngây thơ dưới hàng mi dài và cong. Chú đưa tay lên vuốt chỏm tóc.

- Dạ, thưa cô.

- Điệu chun qua rào hả?

Chú cười. Chớp hai hàng mi tinh nghịch. Nụ cười của trẻ thơ, trong trắng và hồn nhiên, nhưng quá nhỏ nhoi và khiêm tốn giữa một thế giới đòi hỏi quá nhiều sự trang nghiêm và kính cẩn. Tuổi thơ hiếm hoi cho một tâm hồn tập sự săn đuổi những ước mơ ngoài tầm với bắt của con người.

Cô cũng mỉm cười theo chú, đưa tay hất ngược mái tóc về phía sau:

- Điệu vô trong ni đi.

Cô bước sang trái mở cánh cửa. Chú lách mình bước vào. Căn phòng, ngoài cái bàn nhỏ và một cái kệ sách, chỉ có một vật lạ đối với Nghi là cây đàn kê sát vách tường nhìn nghiêng ra khung cửa sổ. Chú đi thẳng lại đó, níu hai tay lên thùng đàn, cúi nhìn chăm chú những phím đen trắng chen nhau sắp thành một hàng thẳng. Sự thích thú hiện rõ trên đôi mắt. Cô ngồi xuống, trên cái băng ngắn đặt trước cây đàn và tựa một nửa người lên dãy phím.

- Điệu đi tu chi rứa?

- Dạ. Nghi ở với Thầy.

Chú thừa dịp, đặt cả bàn tay lên phím đàn và ấn xuống. Âm thanh so le nhau cùng tấu lên. Khi cất tay, chú nghe chúng ngân dài, lẫn vào thùng đàn như đang chìm sâu vào trong bóng tối hun hút phía sau.

- Điệu thích đàn không?

- Thầy cấm. Mấy Thầy lớn bên chùa lén học, bị Thầy bắt được phạt hoài.

- Mấy Thầy lớn?

- Dạ lớn lắm. Lớn bằng cô.

- Chú tên chi?

- Dạ Nghi.

Chú nhích người ra, đứng nhìn thẳng xuống phím đàn, nắm chặt bàn tay phải, chĩa ngón trỏ thọc lên một phím đen. Ngón tay bị trợt sang, thọc luôn xuống phím trắng. Hai âm thanh nối nhau, to nhỏ không tề chỉnh.

- Điệu muốn học đàn hả?

Tiếng đàn chạy lui vào vách tường, có lẽ vậy. Chú nhón gót chân nhìn. Nhưng lưng đàn dựa sát vách.

- Thầy la chết.

- Thì cứ chun qua rào như tối ni. Thầy biết mô.

- Đâu được.

Bỗng nhiên chú xoay người lại.

- Thưa cô, Nghi về.

Và chú tự động đến mở cửa, cắm đầu chạy thẳng. Bóng người lại xuất hiện qua khung cửa sổ. Nhưng chú không quay đầu nhìn lại.

Băng qua vườn cải, rồi lách mình chun qua hàng rào, chú chạy thẳng về phòng. Trong bóng tối của căn phòng, chợt có tiếng nói:

- Mi chết?

Tiếp theo, có tiếng người lăn trên giường, tiếng vỗ chát và tiếng hô:

- Ê, làm gì kỳ vậy.

Nghi biết đó là giọng của chú Đảm. Còn kia chắc là chú tiểu Mùi. Chỉ có chú này mới hay ngủ mớ kiểu đó.

Những ngày kế tiếp Nghi hình như quên bẵng vụ chui rào của mình. Chú vẫn đùa giỡn, vẫn chăm chỉ làm công việc một chú tiểu trong chùa. Bổn phận hành điệu của chú là châm trà, lau bàn ghế và quét dọn trong phòng của sư trưởng. Không ai biết tuổi thơ trôi qua như vậy đang ấp ủ sự gì. Sự thành kính khi bưng ấm trà để vào khay. Sự ngăn nắp khi treo xâu tràng hạt vào tủ kính. Khi sửa lại ngay ngắn một bình hoa, một cây viết trên bàn, một quyển sách mà sư trưởng đang đọc dở. Tất cả những thứ đó không phải là kiểu cách mà người ta có thể nhìn thấy trong đôi mắt đen láy kia.

Hằng ngày, chú lại phải học về ý nghĩa của sự vô thường, khổ đau và giả tạo đang đè nặng kiếp người. Mắt chú vẫn trong sáng. Nụ cười vẫn hồn nhiên. Thân tứ đại giả hợp, như cây bên bờ sông, như cỏ bên bờ giếng. Tất cả đều là mộng tưởng, thì chắc gì cái vô thường và khổ não kia của kiếp người không là mộng tưởng. Nhưng chú thích học những thứ đó. Thích nhìn sự giả tạo đó qua những hàng chữ nhỏ ngay ngắn và chú lại càng thích nắn nót sao cho chúng được ngay ngắn trang nghiêm như chữ viết của sư trưởng.

Đêm trăng cũng thường quyến rũ chú. Những đêm như thế, chú hay ra phía sau tu viện, ngồi bó gối thu hình trong bóng cây. Nội cả tu viện này, chỉ có sư trưởng mới để ý. Vì sư biết rằng, đó là lúc chú đang ngồi khóc một mình. Thỉnh thoảng bắt gặp, sư dẫn chú về phòng. Căn phòng cho các chú tiểu ngủ chung. Chỉ có bốn chú, hơn kém nhau vài tuổi. Sát góc phòng là bàn thờ nhỏ. Đó là bàn thờ đặc biệt sư trưởng lập riêng cho chú. Bây giờ thì các chú nhỏ kia đã ngủ hết. Sư đốt lên một ngọn nến. Giữa bàn thờ hiện rõ ảnh bán thân của một thiếu phụ, tuổi khoảng trên ba mươi, gương mặt hao hao giống chú. Sư đốt nhang cắm vào bát và nói rất nhỏ:

- Má con vẫn ở bên con đó. Con không thấy, nhưng má con thấy. Con đừng khóc như vậy nữa mà má con buồn. Ngồi đó với má con. Lát nữa tắt đèn mà ngủ.

Sư trở ra. Chú ngồi xuống. Nhìn ảnh. Nhìn ngọn nến bập bùng. Một năm có biết bao lần như vậy. Hằng ngày chú vẫn chăm chỉ học, vẫn hăng say đùa giỡn với chúng bạn và thỉnh thoảng vẫn thường ngồi khóc một mình. Ngọn nến do đó cũng lần hồi truyền vào da thịt chú sự nóng cháy kín đáo giữa cảnh khuya tịch mịch trang nghiêm đầy thành kính đó.

Chú tắt cây nến. Thay vì leo lên giường ngủ, chú bước ra ngoài, đẩy nhẹ cánh cửa và khép lại. Phía sau tu viện, trăng vẫn sáng. Vườn cải bên kia vẫn im lặng.

Buổi chiều, thầy trị sự sai các chú tiểu chuyển đống ngói ở sân trước ra đây, dự định lợp lại miếu thờ bà Ngũ Hành. Dạo này, các sư trong chùa hay cãi nhau kịch liệt. Nhất là thầy trị sự cứ bị phản đối và bị sư trưởng khiển trách hoài. Thầy cho là các thứ kim, mộc gì đó trong đất tu viện khắc nhau. Thầy nảy ra ý kiến thờ bà Ngũ Hành để mọi việc êm thấm. Miễu của bà được xây từ lâu rồi, trước khi có mặt thầy trị sự và có luôn cả trước sư trưởng. Tu viện này vốn là một ngôi chùa tư được nhường lại cho Giáo Hội, làm chỗ tu học cho các sư trẻ. Nhưng các sư này đa số lại hay nghịch. Về đây chưa bao lâu, họ đã lật úp bát nhang của bà và viết vào vách miễu ngay chỗ bà ngự bốn chữ "Bà đã đi rồi". Trải qua hai đời sư trưởng và bốn đời trị sự, nay đến thầy trị sự này mới có ý định mời bà về lại. Nghe thầy trị sự giải thích tại không có bà nên tu viện hay xảy ra những chuyện tranh chấp tư tưởng, các chú nhỏ lại càng không muốn bà trở lại. Vì các sư nếu cãi nhau nhiều sẽ bị phạt nhiều, bù vào chỗ họ hay ăn hiếp các chú. Nhất là chú Đảm và chú Mùi bị thầy trị sự phạt quỳ nhiều nhất, nên muốn thầy bị sư trưởng quở trách thích đáng. Hai chú nhỏ này rủ Nghi tối nay, đợi khi các sư ngủ hết, hè nhau ra đái lên đống ngói thật nhiều để bà không dám về. Họ giấu chú tiểu Đài, vì chú này được thầy trị sự thương, sợ mách lại.

Sau bữa cơm tối, họ đã chuẩn bị uống nước thật nhiều để đái cho thật nhiều. Nhưng các sư chưa ngủ mà hai chú đó đã ngủ say hết. Nhớ mật ước, quên cả cơn khóc vừa rồi, quên má và quên sư trưởng, chú phăng phăng leo lên đống ngói đứng đái, xoay người tứ phía y hệt như tưới rau. Chú cảm thấy hứng thú vô cùng. Và chợt nhớ mấy ngày trước chui qua vườn cải.

Đái xong, chú chạy thẳng về phía hàng rào, chạy suốt sang con đường đất, và chạy luôn một mạch vào nhà có người đánh đàn hôm nọ. Và chú chợt nhớ mình chưa biết tên cô.

Ánh sáng còn hắt ra ngoài cửa sổ. Nghi thấy cô đang cúi đầu trên sách, hai tay vo tròn cây viết, vòng lên đầu quyển. Chú vịn tay leo lên khung cửa sổ.

- Thưa cô.

Cô giật mình, quay phắt người lại. Hai mắt mở to kinh ngạc. Nghi thấy hai con mắt đó dễ thương hết sức. Không đợi cô trả lời, Nghi hỏi luôn:

- Nghi chưa biết tên cô.

Cô mỉm cười. Nghi thấy cái gì ở cô cũng khác má mình hết. Nhất là nụ cười. Nghi không nhớ má chú đã cười như thế nào. Thậm chí không nhớ rõ là có cười lần nào không. Ảnh thờ trong phòng thì không bao giờ cười. Ngày thường, Nghi không hề để ý xem các cô lên chùa khi nói chuyện với các sư họ cười như thế nào. Các vong linh thờ sau điện Phật cũng có người cười. Mỗi khi các chú được sai lau ảnh, chú Đảm thường hay la lên:

- Người chết cũng cười tụi bây ơi.

Chú Mùi lẩn quẩn đâu đó, chạy lại nói:

- Ê! Coi chừng quả báo chết mi không được cười đa nghen.

Quả báo rụng răng hết.

Nụ cười của cô, Nghi thấy cũng dễ thương như đôi mắt của cô.

- Như Khuê. Được chưa? Điệu ni coi rứa mà hoang hè!

Nghi nhảy vào trong. Thất vọng, thất vọng nhìn cây đàn đã bị đậy nắp phím. Chú nhớ lại tiếng đàn hôm trước. Cô có thể đọc trên mắt chú thấp thoáng sự tìm kiếm, vì chúng chậm chạp lướt trên thùng đàn. Mặt thùng màu nâu bóng loáng, mà mắt chú thì lúc nào cũng sáng, và bây giờ chúng lại lấp lánh trong sự tìm kiếm mơ hồ.

- Muốn đàn hả?

- Cô đàn chớ Nghi đâu biết đàn.

- Để cô dạy cho, Thầy điệu không biết mô.

Chú nghiêng đầu ra khung cửa. Nghe ngóng. Bên phải là sân cỏ nhỏ, chạy lùi về phía sau nhà. Góc rào kia là một cây hòe. Trước mắt, rải rác vài khóm hoa mà Nghi không biết là thứ hoa gì. Như Khuê cũng đến đứng dựa cửa sổ nhìn ra với chú. Cô nhắc:

- Cô dạy Nghi học đàn nghe.

- Học liền hả cô? Thích thiệt. Nghi dở đàn nghe.

Quả tình, Nghi đang khoái chí. Chú quay lại với cây đàn. Rảo mắt nhìn quanh, rồi đặt tay vào hai núm sắt. Khắp cả cây đàn, chỉ có hai cái núm đó là Nghi thấy có thể nắm được. Nắm và kéo, mảnh gỗ bật lên, nhưng kéo không ra. Phần trên nắp phím vẫn không động đậy. Chú dở ngược lên, định giật mạnh. Như Khuê chặn lại:

- Coi, hư của người ta.

Cô đẩy nhẹ nắp phím thụt vào thùng đàn. Nghi cao hứng. Mười ngón tay bấu luôn cả vào phím. Chúng thi nhau chạy nhảy tứ tung. Âm thanh rộn rã.

- Bữa ni học chi kịp. Khuya rồi. Bữa khác, Nghi nhớ qua thiệt sớm nghe.

- Dạ đâu có được. Giờ đó Nghi phải trả bài cho thầy. Mà qua hoài, thầy biết phạt chết.

Đêm đã khuya. Mặc dù đây chỉ là một khu ngoại ô cách trung tâm Sài Gòn không mấy xa, nhưng vào giờ này, có lẽ cả xóm đã ngủ hết. Nhà cửa thưa thớt, cách nhau vài chục thước. Thêm nhiều cây cối và tàn rộng khiến cho chúng càng thêm biệt lập và khuất nhau. Chú tiểu ở chùa, quen sự tự nhiên của mình đối với khách thập phương lai vãng, nên không biết thế nào là thân hay sơ. Biết mặt và biết tên, chừng đó như đã đủ để trở thành bà con ruột thịt. Nghi lúc nào cũng cao hứng, Như Khuê tự nhiên thấy mình đã thân thiết với chú vô cùng. Cô muốn hôn lên đôi mắt thần tiên của chú. Cửa chùa không biết có vĩnh viễn khép kín nổi con người có cái phong vận như thế. Nhưng chắc cũng có mấy ai có thể nhìn suốt qua đôi mắt kia mà thấy được bóng dáng của huyễn mộng phù sinh. Cô đâu biết, và chưa bao giờ thấy sự thành kính của chú và đôi mắt mông lung như khói trầm. Dù vậy, ngay lúc này, cô thấy rõ hơn ai hết, có lẽ vậy, sự nóng cháy đam mê trong đôi mắt thần tiên đó. Thế mà cô cũng chưa bao giờ thấy được sự nóng cháy của một ngọn nến lẻ loi giữa đêm khuya tịch mịch. Cô bỗng thấy trong thâm tâm mình bây giờ y hệt như một họa sĩ vẽ trúc đã mọc đầy trúc trong bụng. Cô mong cho sự nóng cháy kia không sớm bị dập tắt dưới những kỷ luật lạnh lùng nơi tu viện. Cô có cảm giác mười đầu ngón tay của mình đang vuốt nhẹ lên mặt hồ với những lượn sóng nhỏ.

Cô ngồi lại trước cây đàn. Bàn tay trái mở rộng, đầu ngón trái và ngón út cũng ấn nhẹ lên hai phím đen, ngón trỏ và ngón áp út điểm đều đặn trên các phím đen trắng bất thường. Nghi chưa bao giờ thấy ở đâu có sự dịu dàng bao la như những ngón tay đó của cô bây giờ. Chú đưa tay lên vuốt chỏm tóc. Bất chợt, chú cũng xòe rộng bàn tay trái, đập lên các phím đàn. Như Khuê vừa đàn vừa la:

- Đừng phá. Để người ta đàn cho mà nghe.

Nghi rút tay lại. Chạy vòng qua phía tay phải của cô. Nhìn một lúc, chú lại thò tay phải ra, đập một lượt bốn phím trắng.

- Phá hoài hà. Không đàn nữa.

Chú đứng lui, núp sau lưng cô. Như Khuê đứng dậy. Cô nhìn thấy chú ngơ ngác, thất vọng.

- Nghi mấy tuổi?

- Mười hai.

- Học ở mô?

- Nghi sắp lên đệ lục. Nghi đi học buổi sáng. Ngoài trường Hồ Ngọc Cẩn đó, cô biết không?

- Hằng ngày Nghi có hay ra khỏi chùa đi chơi không?

- Cô hỏi nhiều vậy. Nghi mỏi chân rồi.

Chú chống tay, nhảy lên ngồi trên khung cửa sổ.

- Đâu có được. Phải có Thầy dẫn mới được đi. Còn không thì trốn đi như tối nay đó.

Như Khuê cười. Chú tiểu này quả có lí lắc thật. Cô thích được nắm chỏm tóc của chú mà vuốt dài xuống, Cô đứng tựa mình lên khung cửa và nhìn lên bầu trời. Trăng khuya, lác đác vài ngôi sao. Một ngôi sao... xa quá...

- Nghi buồn ngủ chưa.

- Chưa. Nghi thức suốt đêm 30 rạng mùng 1 tết.

- Chi rứa.

- Tại quen. Hồi trước, má Nghi dẫn Nghi tới Thầy, rồi đi đâu mất. Tết năm đó, nhớ má Nghi không ngủ được.

Mấy tháng sau nghe thầy nói má Nghi chết rồi. Ở đâu không biết. Nghi có bàn thờ má trong phòng.

Như Khuê nghe cánh tay chú đụng vào người, Cô nhìn lại. Chú đang kéo chỏm tóc sang một bên.

- Nghi muốn về chưa?

- Chừng nào cô buồn ngủ Nghi về. Thầy chắc tưởng Nghi ngủ trong phòng. Ủa. Nghi về chớ. Mai mốt cô qua chùa chơi nghe.

Chú nhảy ngay xuống đất và chạy thẳng ra cổng. Như Khuê đứng nhìn bóng trắng khuất ngoài hàng rào bông bụt.

Ngang qua thiền thất, Nghi thấy sư trưởng bắc ghế ngồi nhìn ra phía trước cổng. Cổng sắt đã khép kín. Con đường kéo dài bất tận. Tiếng đàn buông lơi và chạy suốt, mất hút ngoài kia. Nghi lén nhìn sau lưng sư trưởng và sư trưởng thì nhìn vào bóng tối của con đường vì sư biết đó là Piano Sonata 14 với tiếng nhịp của sustenuto, chậm nhưng vĩnh viễn chìm sâu trong bóng tối như những làn sóng nhỏ ôm bóng trăng mà ngủ vùi trên bến cát.

Cho đến lúc, Nghi cũng biết được rằng, đó là bản Piano Sonata 14...

Tuệ Sỹ
Nguồn: Hương Tích Phật Việt

THƠ TUỆ SỸ

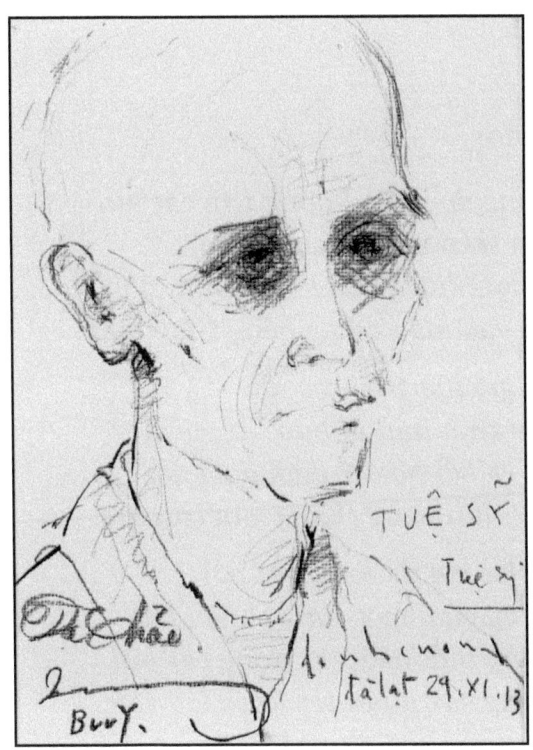

Ác Mộng Rừng Khuya

*Lại ác mộng bởi rừng khuya tàn bạo đấy,
Thịt xương người vung vãi lối anh đi.
Nhưng đáy mắt không căm thù đỏ cháy,
Vì yêu em trên cây lá đọng sương mai.*

*Anh chiến đấu nhọc nhằn như cỏ dại,
Thoảng trông em tà áo mỏng vai gầy.
Ôi hạnh phúc, anh thấy mình nhỏ bé,
Chép tình yêu trên trang giấy trắng thơ ngây.*

Đời khách lữ biết bao giờ yên nghỉ,
Giữa rừng khuya nằm đợi bóng sao Mai.
Để một thoáng giấc mơ còn kinh dị,
Dáng em buồn bên suối nhỏ mây bay.

Hận Thu Cao

Quỳ xuống đó nghe hương trời cát bụi
Đôi chân trần xuôi ảo ảnh về đâu?
Tay níu lại những lần khân chìm nổi
Hận thu cao mây trắng bỗng thay màu.

Ta sẽ rủ gió lùa trên tóc rối
Giọng ân tình năn nỉ bước đi mau
Còn rộn rã bởi hoang đường đã đổi
Bởi phiêu lưu ngày tháng vẫn con tàu.

Vẫn lăn lóc với đá mòn dứt nối
Đá mòn ơi, cười một thuở chiêm bao
Quỳ xuống nữa ngủ vùi trong cát bụi
Nửa chừng say quán trọ khóc lao xao.

Tay níu nửa gốc thông già trơ trọi
Đứng bên đường nghe mối hận lên cao.

KẾT TỪ

Ngược xuôi nhớ nửa cung đàn
Ai đem quán trọ mà ngăn nẻo về.

Nha Trang 1973

Phố Trưa

Phố trưa nắng đỏ cờ hồng
Người yêu cát bụi đời không tự tình
Sầu trên thế kỷ điêu linh
Giấc mơ hoang đảo thu hình tịch liêu.

Hận thù sôi giữa ráng chiều
Sông tràn núi lở nước triều mênh mông
Khói mù lấp kín trời đông
Trời ơi! Tóc trắng rủ lòng quê cha.

Con đi xào xạc tiếng gà
Đêm đêm trông bóng Thiên hà buồn tênh
Đời không cát bụi chung tình
Người yêu cát bụi quê mình là đâu?

Nha Trang, 4-1975

Một Bóng Trăng Gầy

Nằm ôm một bóng trăng gầy
Vai nghiêng tủi nhục hờn lay mộng tàn.
Rừng sâu mấy nhịp Trường Sơn
Biển Đông mấy độ triều dâng ráng hồng.

Khóc tràn cuộc lữ long đong
Người đi còn một tấm lòng đơn sơ?
Máu người pha đỏ sắc cờ
Phương trời xẻ nửa giấc mơ dị thường.

Quân hành đạp nát tà dương
Khúc ca du tử bẽ bàng trên môi.
Tình chung không trả thù người
Khuất thân cho trọn một đời luân lưu.

Nha Trang 4-1975

Tóc Huyền

Tang thương một dải tóc huyền,
Bãi dâu ngàn suối mấy miền hoang vu.
Gởi thân gió cuốn sa mù,
Áo xanh cát trắng trời thu muộn màng.

Chênh vênh hoa đỏ nắng vàng,
Gót xiêu dốc núi vai mang mây chiều.
Tóc huyền loạn cả nguyên tiêu,
Lãng du ai ngỡ cô liêu bạc đầu.

Mưa cao nguyên

Một con én, một đoạn đường lay lất,
Một đêm dài nghe thác đổ trên cao.
Ta bước vội qua dòng sông biền biệt,
Đợi mưa dầm trong cánh bướm xôn xao.

Một buổi sáng mắt bỗng đầy quá khứ,
Đường âm u nối lại mấy tiền thân.
Ta đứng mãi trên suối ngàn vĩnh viễn,
Mộng vô thường máu đỏ giữa hoàng hôn.

Không Đề

Bờ bến lạ chút tự tình với bóng,
Mây lạc loài ôi tóc cũ ngàn năm.
Nào đâu nữa tóc em như gió cuốn,
Người ra đi tâm sự với hoàng hôn.

Tượng đồng tạc bóng cô liêu,
Trời xanh tóc trắng bao nhiêu chuyện rồi.

Này đêm rộng như khe rừng cửa biển,
Hai bàn tay vén lại tóc xa xưa.

Miền đất đỏ trăng đã gầy vĩnh viễn,
Từ vu vơ trong giấc ngủ mơ hồ.
Một lần định như sao ngàn đã định,
Lại một lần nông nổi vết sa cơ.

Trời vẫn vậy vẫn mây chiều gió tỉnh,
Vẫn một đời nghe kể chuyện không như.
Để sống chết với điêu tàn vờ vĩnh,
Để mắt mù nhìn lại cuối không hư.

Một lần ngại trước thông già cung kỉnh,
Chẳng một lần lầm lỡ không ư?
Ngày mai nhé ta chờ mi một chuyến,
Hai bàn tay vén lại tóc xa xưa.

Tự Thuật

三十年前學苦空

經函堆　暗西窗

春花不顧春光老

翠竹斜飛醉夢魂

崔苒長眉垂壞案

蹉跎素髮絆殘風

一朝撒手懸崖下

始把真空對墜紅

Tam thập niên tiền học khổ, không,
Kinh hàm đôi lũy ám tây song.
Xuân hoa bất cố xuân quang lão,
Thúy trúc tà phi túy mộng hồn.

Nhẫm nhiễm trường mi thùy hoại án,
Ta đà tố phát bạn tàn phong.
Nhất triêu tát thủ huyền nhai hạ,[1]
Thủy bả chân không đối tịch hồng.

Nhất Uyên dịch

Ba mươi năm trước học khổ không
Kinh điển đôi chồng che cửa song
Xuân xanh không đoái xuân già cỗi
Trúc biếc tà bay, ngát mộng lòng.

Thấm thoắt mi dài buông án cũ
La đà tóc bạc lửa tàn phong
Một sớm hụt chân rơi vách núi,[2]
Mới thấy chơn không đối tịch hồng.

Khung Trời Cũ

Đôi mắt ướt tuổi vàng cung trời Hội cũ
Áo màu xanh không xanh mãi trên đồi hoang
Phút vội vã bỗng thấy mình du thủ
Thắp đèn khuya ngồi kể chuyện trăng tàn.

---

[1] Câu thơ này thầy Tuệ Sỹ ban đầu đã viết là "Nhất triêu cước lạc huyền nhai hạ" (一朝撒手腳落懸崖下). Tuy nhiên, sau một thời gian, chính thầy đã sửa lại là "Nhất triêu tát thủ huyền nhai hạ" (一朝撒手懸崖下). Theo chúng tôi, hai chữ "cước lạc" (sẩy chân, trượt chân) mang nghĩa thụ động, như một sự việc xảy ra ngẫu nhiên, tình cờ. Ngược lại, hai chữ "tát thủ" (buông tay, thông tay) hàm nghĩa chủ động, không còn nắm chấp, bám víu gì nữa. Do đó, câu thơ sửa lại có ý nghĩa hay hơn. Đa số các bản lưu hành hiện nay đều theo chữ "cước lạc", như bản dịch của Nhất Uyên được dẫn ở đây. Tuy nhiên, chúng tôi biết được sự chỉnh sửa khác biệt này sau khi thưa hỏi thầy Hạnh Viên, thị giả hiện nay của thầy Tuệ Sỹ.

[2] Với sự chỉnh sửa như chúng tôi vừa giải thích trên thì câu thơ này nên dịch lại là: "Một sớm buông tay rơi vách núi."

Từ núi lạnh đến biển im muôn thuở
Đỉnh đá này và hạt muối đó chưa tan
Cười với nắng một ngày sao chóng thế
Nay mùa đông mai mùa hạ buồn chăng!

Đếm tóc bạc tuổi đời chưa đủ
Bụi đường dài gót mỏi đi quanh
Giờ ngó lại bốn vách tường ủ rũ
Suối nguồn xa ngược nước xuôi ngàn.

NHIỀU TÁC GIẢ VIẾT VỀ THẦY TUỆ SỸ

THÍCH NGUYÊN SIÊU

GIỚI THIỆU TỔNG QUÁT CÔNG TRÌNH DỊCH THUẬT KINH, LUẬT, LUẬN, TRIẾT HỌC, THI CA CỦA THƯỢNG TỌA TUỆ SỸ

Xuyên suốt tầm nhìn để làm việc xâu kết một công trình học thuật có tầm vóc là điều vô cùng khó khăn. Hơn nữa, lại là công trình học thuật của một bậc Thầy, của một nhà nghiên cứu Phật học uyên bác, của một nhà tư tưởng, thi ca đương thời thì quả thật lại càng khó khăn hơn.

Nếu nói về số lượng của công trình học thuật ấy cũng đủ để cho chúng ta kính trọng, ngưỡng mộ cái khả năng bền bỉ, liên tục, làm việc không biết mỏi mệt, để ngày hôm nay đã tác thành những bộ kinh được luận giải, chuyển ngữ từ Phạn bản, Hán tạng ra Việt ngữ. Bao nhiêu tư tưởng triết học từ Đông sang Tây được viết thành những chủ đề lớn để thấy được hai nền văn hóa Đông Tây gặp nhau dưới ngòi bút của Thầy. Và còn biết bao những áng văn thơ khác nữa.

Nếu nói về phẩm, qua công trình học thuật ấy, thì Thầy có một trí tuệ hoằng viễn, một công trình giảng luận to lớn qua các tác dịch phẩm đã được ấn hành. Do vậy, nhân buổi lễ giới thiệu tác phẩm "Huyền Thoại Duy Ma Cật" hôm nay, người viết xin phép được giới thiệu một cách tiêu biểu các tác dịch phẩm, các chủ đề biện bàn Triết Học Tư Tưởng Đông Tây, Tư Tưởng Phật Học và một số bài thơ mang tình đạo vị, quê hương, dân tộc, để thấy một người con dân nước Việt đã sống trong lòng quê hương, lớn lên trong tình tự dân tộc, đã cùng chia sẻ, cưu mang những bước thăng trầm của vận nước và từ đó đã đi theo định nghiệp của mình, như lời tựa Thắng Man Giảng Luận, do Ban Tu Thư Viện Cao Đẳng Phật Học Hải Đức Nha Trang ấn hành năm 2001:

"Bản Kinh Thắng Man này được dịch và giải vào một thời điểm mà dấu ấn của nó sẽ mãi mãi không phai mờ trong tâm trí của những chứng nhân lịch sử. Mỗi cá nhân nhìn theo góc độ nhãn quan của mình. Bằng hữu trí thức có thể tìm thấy đâu đó, giữa hai hàng chữ dịch và giải, dấu ấn mơ hồ của thời gian. Một cọng cỏ non yếu, cố vươn mình đón bắt ánh sáng cho lẽ sống, dưới sức nặng tàn bạo của khối đá vô tri lầm lì. Bản dịch và giải chỉ mới hoàn tất phần đại cương. Nhưng cũng phải tạm thời xếp vào góc tối của giá sách. Người viết đi theo định nghiệp của mình. Hay của cả dân tộc?"

Dịch Thuật Kinh Tạng

Trong thời gian nhập thất, Thầy đã dịch xong bộ A Hàm (Trường A Hàm, Trung A Hàm, Tăng Nhứt A Hàm và Tạp A Hàm)[1] làm Kinh học cho các lớp chuyên khoa Phật Học, đồng thời cũng để cho các thế hệ kế thừa có cái nhìn thấu triệt về đời sống, và công cuộc thuyết pháp hóa độ thường nhật của Đức Thế Tôn và hàng Thánh chúng.

Trong nội dung bốn bộ Kinh A Hàm, Đức Phật thuyết pháp cho đủ mọi giới, từ thế giới chư thiên đến hội chúng Thánh đệ tử, từ xã hội loài người đến các loài chúng sinh khác. Đức Phật không phân biệt giàu nghèo, sang hèn, vua chúa, cùng đinh, trí thức hay yếu kém, thành thị hay thôn

---

[1] Đúng ra thì hai bộ Tăng Nhất A-hàm và Tạp A-hàm do thầy Thích Đức Thắng Việt dịch, thầy Tuệ Sỹ là người hiệu đính và chú thích.

quê, bất cứ ai có đủ nhân duyên thì Đức Phật đều hóa độ. Như trong kinh Angulimala, chàng Vô Não, Đức Phật hóa độ kẻ sát nhân thành Thánh quả. Kinh Amparali, Đức Phật hóa độ người kỹ nữ thành thánh thiện, người gánh phân thành A La Hán, bậc vua chúa thành người hộ pháp và hàng trưởng giả thành đại thí chủ. Trong kinh Giáo Thọ Thi Ca La Việt, Đức Phật hóa độ chàng Thiện Sanh lạy lục phương trong Thánh pháp luật. Kinh Phạm Thiên thỉnh Phật, hóa độ qua các cung trời. Kinh Thủy Tịnh Phạm Chí, hóa độ hàng Bà La Môn ngoại đạo, mà cách thức tu hành của họ là lõa thể, hay khổ hạnh theo cách sống của loài súc vật - Ngưu hành giả, Cẩu hành giả, bắt chước cách ăn như trâu và ngồi chồm hổm như chó.

Cũng trong nội dung bốn bộ A Hàm đã nói lên đời sống thật đơn giản, ít nhu cầu và an nhiên tự tại của Đức Phật: Ngày chỉ ăn một bữa, tối ngủ dưới gốc cây, với ba tấm y, một bình bát, một đẫy lọc nước, một túi kim chỉ, tọa cụ và cây gậy. Gia tài Đức Phật chỉ có chừng đó. Bất cứ nơi nào cũng là

193

chốn an nghỉ của Ngài, khi thì trong ngôi nhà trống, khi thì nơi đống rơm, trong căn phòng của người thợ đồ gốm, khi thì dưới gốc cây hay bên triền núi...

Nền văn học Kinh văn A Hàm đã làm sống lại thời Đức Thế Tôn tại thế, cũng như hàng Thánh chúng trong sự tu tập, thiền định hằng ngày. Trong sự tu tập thiền định ấy, quán chiếu tự thân, thọ, tâm, pháp để ý thức từng cảm giác, động tác nơi chính mình, loại trừ vô minh, cấu uế, chấm dứt phiền não ô trược của tham sân si, để chuyển thành vô tham, vô sân, vô si...

Thầy phiên dịch và chú giải bốn bộ kinh A Hàm chứa đựng bao nhiêu tinh túy, thâm uyên của nền kinh viện Nguyên Thủy Phật giáo, đã làm tỏ rạng, đậm nét từng bước chân đi của Đức Phật in dấu trên khắp mọi nẻo đường hóa độ, thì đồng thời, Thầy cũng dịch thuật những bộ kinh thuộc nền kinh viện Đại Thừa, phát huy Bồ Tát Đạo. Những vị Bồ Tát sống đời tại gia, hình dung, dáng dấp không khác người phàm, nhưng tâm tư, ý niệm lại là hóa thân của Đại Bồ Tát, mang hành trang Bi Nguyện làm đẹp cuộc đời, cứu vớt trầm luân. Những bản kinh hàm súc nội dung ấy là: Thắng Man Giảng Luận, Duy Ma Cật Sở Thuyết, Huyền Thoại Duy Ma Cật, Pháp Thoại Duy Ma Cật...

Yếu chỉ của những bộ kinh ấy đã dạy cho chúng ta thấy con đường của Bồ Tát đi, chí nguyện của Bồ Tát phát và hành vi của Bồ Tát làm để phụng sự lý tưởng giác ngộ. Dù trên con đường phụng sự ấy, gặp phải muôn ngàn chướng duyên, nghịch cảnh, Bồ Tát cũng không nao núng ý chí độ sinh. Bởi vì Bồ Tát có đủ Đạo, Nguyện, Hành, có đủ Bồ Đề Tâm, lòng giác ngộ cho mình và cho người.

Trong Thắng Man Giảng Luận, Tiết 2: Phát Bồ Đề Tâm, Thầy viết: "Hạt giống Bồ Đề không được gieo vào một cánh đồng trừu tượng nào xa xôi, cũng không chờ đợi gieo vào một vùng đất hứa thần thoại nào khác, mà nó được gieo xuống ngay trên sa mạc sinh tử này, khô cằn với những đau khổ triền miên của chúng sinh này. Rồi hạt giống ấy cần phải được tưới bằng nước ngọt của Từ Bi để lớn mạnh, để đến thời trổ hoa giác ngộ. Do đó, quá trình Quy, Giới, Nguyện và Hành của Bồ Tát Đạo là những giai đoạn gieo xuống và vun tưới hạt giống Bồ Đề. Nói cách khác, phát Bồ Đề Tâm và thành tựu Bồ Đề quả là trọn vẹn tất cả sự nghiệp của Bồ Tát."

Thầy tiếp tục lý giải bước đầu của Bồ Tát phát tâm phải như thế nào? Bằng cái nhìn thẩm thấu xuyên suốt ba đường ác đạo, bằng cái khổ miên man trên ngọn lửa thiêu đốt, chúng sinh mãi lang thang trong rừng vô minh, đại dương sinh tử mà chưa từng có ý niệm vượt thoát sông mê. Từ những ý niệm ban sơ cứu độ, từ những cảm xúc đến những nỗi khổ của chúng sinh, Bồ Tát phát khởi chí nguyện gieo hạt mầm giác ngộ trên mảnh đất phiền não thế gian - phiền não tức Bồ Đề, để từ đó hương vị giải thoát được vươn cao, thành tàn rộng che mát thế gian nhiều nắng quái và tiếp tục nuôi dưỡng bằng dòng sữa từ ái lớn khôn trên con đường chuyển mê khai ngộ, từ phàm thành thánh.

Để thấy rõ ý nghĩa đích thực của Bồ Đề Tâm mà một vị Bồ Tát hay hành giả đi trên con đường cứu độ phải thân chứng, thật chứng tánh đức vị tha ấy. Thầy viết:

"Bồ Đề Tâm là gì? Bồ Đề Tâm đó là chí nguyện nóng bỏng của một chúng sinh tự thấy mình đang sống trong cảnh tối tăm giữa đọa đày khổ nhục, mong tìm một con đường sáng không những để giải thoát bản thân khỏi những đe dọa áp bức mà còn để giải thoát cho tất cả những người cùng cảnh ngộ. Bồ Đề Tâm, đó là ý chí kiên cường bất khuất của một người bị cột trói trên ngọn lửa rực cháy, bị chà đạp dưới những sức mạnh tàn khốc của tham vọng, điên cuồng của chính ta và của một tập thể ma quái chung quanh ta. "Vui cười gì, thích thú gì, giữa ngọn lửa không ngừng thiêu đốt? Bị bao phủ trong bóng tối, sao không đi tìm ngọn đuốc?

"Không có tâm nguyện đó, không có ý chí đó, Bồ Tát Đạo chỉ là một con đường xa xôi, không tưởng, thần thoại hoang đường. Và Phật thừa không hơn một tiếng nói suông của một người mê sảng trong giấc ngủ ngày."

Từ sự suy tư hiện thành lý giải, giảng luận, chúng ta thấy Bồ Đề tâm mang nhiều ý nghĩa qua sự sưu khảo nghiên cứu từ Đại Tạng Kinh, từ những bộ luận lớn cho người học Phật một kiến thức Phật pháp, một cái học đầy hứng thú, một kiến giải Phật pháp thâm uyên. Và cũng từ sự học Phật đó để trang bị cho mình, hay nói cho đúng hơn, chớ có đánh mất Bồ Đề Tâm, mà phải luôn nhớ, và luôn luôn hiện hữu, dù bất cứ sống chết trong loài chúng sinh nào. Bởi vì Bồ Đề Tâm là tâm giác ngộ. Trên con đường tu tập mà quên đi cái tâm giác ngộ thì tu tập để thành cái gì? Bồ Đề Tâm là nhân tố, là những điều kiện tất yếu cần có trên con đường thăng tiến cầu đạo Vô thượng, là những phẩm tính siêu việt nâng đỡ để Bồ Tát thành tựu ước nguyện.

Trong phần chú thích, Thầy đã dẫn giải:

"*Bồ Đề Tâm (Skrt. Bodhicitta), nói đủ là vô thượng Bồ Đề Tâm, hay A Nậu Đa La Tam Miệu Tam Bồ Đề Tâm (Skrt. Anuttara-Samyak-Sambodhi-citta) tức tâm nguyện thành tựu sự giác ngộ tối thượng. Đại trí độ: "Bồ Tát sơ phát tâm, lấy vô thượng Bồ Đề làm đối tượng, nói rằng: Mong tôi sẽ thành Phật. Đó gọi là Bồ Đề Tâm." Bồ Tát Di Lặc nói với Thiện Tài: "Bồ Đề Tâm là hạt giống của hết thảy Phật pháp. Bồ Đề Tâm là ruộng phước vì nuôi lớn pháp bạch tịnh. Bồ Đề Tâm là cõi đất lớn, vì nâng đỡ hết thảy thế gian. Bồ Đề Tâm là tịnh thủy, vì rửa sạch tất cả cáu bợn phiền não..."*

Thắng Man Giảng Luận là bộ kinh lấy tên người con gái của Vua Ba Tư Nặc và Mạt Ly phu nhân để đặt tên. Nguyên do, sau khi tiếp nhận thư của vua cha và mẫu hậu tán thán những phẩm tính siêu việt của Như Lai mà Thắng Man đã phát khởi niềm tin thâm thiết, và phát nguyện rộng lớn, ấy là chí nguyện đại thừa Bồ Tát, thượng cầu hạ hóa. Một chí nguyện hy hiến thân mạng để tôn sùng Đạo pháp, để lợi lạc chúng sinh. "Thắng Man phu nhân phát khởi chí nguyện. Chí nguyện ấy là mong học hỏi và thấu triệt vô lượng vô biên Phật pháp; và không chỉ có thế, chí nguyện phu nhân còn hướng đến những thực hành cao cả, tự mình gánh vác trách nhiệm lớn lao, sẵn sàng xả bỏ thân mạng vì sự tồn tại của chánh pháp và vì lợi ích của tất cả chúng sinh."

Tên người Thắng Man, biểu tượng công hạnh Bồ Tát của nữ giới. Từ biểu tượng Bồ Tát này, chúng ta thấy hình ảnh Bồ Tát Duy Ma Cật trong Duy Ma Cật Sở Thuyết Kinh, hay Huyền Thoại Duy Ma Cật, mà Thầy đã giới thiệu và luận giải. Để rõ duyên do và ý niệm của Kinh, trong chương II Phương Tiện Quyền Xảo, Duy Ma Cật Sở Thuyết Kinh đã nói:

"Bấy giờ, trong thành Tỳ Da Li có vị trưởng giả tên Duy Ma Cật, hằng cúng dường vô lượng Phật, trồng gốc rễ thiện, chứng đắc vô sanh pháp nhẫn, có tài biện thuyết vô ngại, hiện du hí thần thông, nắm vững các tổng trì, đạt được vô sở úy, khuất phục mọi thù nghịch quấy nhiễu của Ma, thấu hiểu mọi pháp môn sâu thẳm, dẫn đến giác ngộ... An trú trong oai lực nhiệm mầu của Phật, tâm ông luôn trải rộng như đại dương. Được chư Phật ca ngợi, hàng Đế Thích và Phạm Thiên kính phục."

Một vị Bồ Tát hiện thân Trưởng giả, có đủ đời sống ngũ dục mà không bị chi phối bởi ngũ dục. Ở trong hương sắc của thế gian mà không bị thế gian đắm nhiễm. Vui chơi trong cuộc sống mà lúc nào cũng trụ trong đạo tràng thanh tịnh - Tùy sở trú xứ thường an lạc.

Đây là tư tưởng Đại thừa Phật giáo, bàng bạc trong Kinh văn Duy Ma Cật. Có lần Duy Ma Cật Trưởng giả gặp Ngài Xá Lợi Phất đang tĩnh tọa trong khu rừng vắng, Duy Ma Cật hỏi Ngài Xá Lợi Phất:

"Thưa Ngài Xá Lợi Phất, bất tất ngồi như thế mới là tĩnh tọa... Không khởi diệt tận định (Samjnàvedita -Nirodha- Samàpatti) mà hiện các oai nghi, đó mới là tĩnh tọa... không đoạn phiền não mà nhập Niết-bàn, ấy mới là tĩnh tọa..."

Đó là cung cách của Ngài Xá Lợi Phất - bậc A La Hán. Còn đối với chư vị Bồ Tát, có lần Duy Ma Cật lên cung trời Đẩu Xuất (Tusita) viếng Bồ Tát Di Lặc (Maitreya) và hỏi:

"Thưa Ngài Di Lặc, Thế Tôn thọ ký cho Ngài, một đời nữa sẽ thành Phật. Nhưng Ngài được thọ ký theo đời nào? Quá khứ chăng? Quá khứ đã qua rồi. Vị lai chăng? Vị lai chưa đến. Hiện tại chăng? Hiện tại không dừng."

Huyền Thoại Duy Ma Cật, tác phẩm được giới thiệu hôm nay, hàm tàng một nội dung ẩn mật phô diễn hành trạng của vị Bồ Tát hóa thân vào đời để thi thiết Bồ Tát đạo, lập thệ sâu xa Bồ Tát nguyện và tác thành chân thân Bồ Tát hạnh giữa biển đời sinh tử trầm luân. Huyền Thoại Duy Ma Cật là tác phẩm mới nhất được Thầy dịch giảng, luận giải bằng sở tri uyên thâm Phật pháp, bằng nghệ thuật văn phong lịch nghiệm để từ đó hiến dâng, trao tặng cho tất cả bằng hữu tri thức, cùng pháp giới chúng sanh thấm nhuần ân pháp nhũ.

Như vậy, riêng về phần phiên dịch Kinh tạng, Thầy đã phiên dịch hai hệ kinh điển Nguyên Thủy Phật giáo - Kinh A Hàm và Đại Thừa Bồ Tát - Duy Ma Cật, Thắng Man để giúp người học Phật có cái nhìn tổng quát qua hai hệ kinh điển của Thượng Tọa bộ và Đại Chúng bộ theo từ ngữ thời bấy giờ. Nhưng, cho đến hôm nay, có lẽ cái nhìn được cởi mở và thấu triệt hơn nên Thầy đã phiên dịch Kinh điển để cống hiến sự lợi ích cho mọi người và cũng để góp phần xây dựng nền học thuật kinh điển nước nhà ngày thêm phong phú.

Dịch Thuật Luật Tạng

Về Tạng Luật, Thầy đã để phần lớn thời gian hiệu đính, chú thích kỹ lưỡng vì tầm quan trọng của giới luật. Tỳ Ni tạng trụ, Phật pháp diệc trụ - Luật tạng được vững bền thì Phật pháp cũng được bền vững. Là cột trụ của ngôi nhà Phật pháp, nên giới luật không thể khinh suất, từ đó Thầy đã hoàn thành bộ Tứ Phần Luật gồm có sáu quyển cũng như bộ Yết Ma Yếu Chỉ, nhờ vậy mà các thế hệ chúng Tăng hôm nay có đủ bộ luật để học trong các tự viện và các trường Phật học, mà không còn tùy thuộc vốn liếng chữ Hán. Bộ Luật Tứ Phần cũng như Yết Ma Yếu Chỉ đã được ấn hành tương đối đầy đủ cho các Tăng sinh trong những mùa an cư kiết hạ hay những khóa học Phật pháp. Thiết nghĩ bộ Luật Tứ Phần và Yết Ma Yếu Chỉ cần được giảng dạy cho Tăng chúng, nhất là môi trường ở hải ngoại này.

Nếu ai đó ưu tư về mạng mạch của Tăng già, tuổi thọ Phật pháp và làm thế nào để phát huy và giữ vững nếp sống của cộng đồng Tăng lữ ngày một hưng thịnh, thì Thầy là một trong những bậc Tôn túc thiết tha, tâm lượng đến tuổi thọ và sức sống ấy. Nỗi ưu tư suy tưởng đã hiện thành việc làm cụ thể, thích hợp qua công trình phiên dịch Luật tạng hôm nay. Trong khi phiên dịch hay hiệu đính, chú thích là việc làm hoàn toàn tùy thuộc vào khả năng, kiến thức về Luật tạng, nếu không đủ năng khiếu về ngôn ngữ, mà nhất là thứ ngôn ngữ cổ: Phạn, Pàli, Hán thì khó mà dịch hay hiệu đính cho đúng. Do vậy, làm một công trình thuộc văn học luật, văn hóa Phật, đòi hỏi sự thận trọng, tôn trọng lời Phật dạy, nếu không sẽ gây tai hại cho nhiều thế hệ mai sau. Trong khi phiên dịch, những điều sai sót về chữ nghĩa, ngôn từ là điều không phải không có, như trong phần Tự Ngôn, Thầy viết:

"Có nhiều trường hợp căn cứ trên các Phạn bản, chủ yếu là bản Pàli để chỉnh lý những điểm sai sót trong bản Hán do

sao chép. Thí dụ, trang 85-1a, bản Hán chép là Bà La Bạt Đề, đây là tên của một cô gái đọc theo Pàli là Sàlavatì, do đó biết rằng Hán đã chép nhầm từ Sa thành Bà vậy từ đúng là Sa La Bạt Đề, thay vì là Bà La Bạt Đề trong các ấn bản Hán."

Sự sai sót này đòi hỏi người dịch, hiệu chính, chú thích phải thông hiểu thấu đáo ngôn ngữ và kiến thức Phật học, đọc qua nhiều Đại Tạng ngôn ngữ khác nhau để đối chiếu, tìm ra chỗ đúng và chỗ không đúng. Trong khi làm việc này, Thầy xem như không khó lắm, có nghĩa là rất dễ dàng đối với Thầy trên phạm vi ngữ pháp. Thầy viết:

"Mặt khác, những sai sót do sao chép thường nhầm lẫn tự dạng mà Khuy Cơ (Thành duy thức luận thuật ký tự) nói là suyễn phượng ngoa phong, quai ngư mậu lỗ." Chữ phượng nhầm lẫn với chữ phong, chữ ngư lẫn lộn với chữ lỗ; những trường hợp như vậy rất thường xuyên, và chỉnh lý không khó khăn lắm, tùy thuộc trình độ ngôn ngữ, và trình độ nhận thức giáo nghĩa."

Việc làm của người nắm vững mực thước, quy củ, Thầy đã nhiều lần thấy tầm quan trọng của giới luật, mà khi xưa một thời chư bậc Tổ đức Thiền gia đã giữ gìn như giữ tròng con mắt, không thể khinh suất. Chính vì vậy mà quý Ngài là chỗ nương tựa của chúng Tăng, là bậc Long Tượng trong rừng thiền, là gốc cây đại thọ ngàn năm rợp bóng cho nhiều thế hệ nương theo. Những bậc tuyên dương giới luật làm rạng ngời nếp sống phạm hạnh huân tu, mãi mãi cho đến bây giờ, mỗi khi nhìn lên bàn thờ Tổ, vẫn thấy nét thâm nghiêm thanh tịnh còn hiển hiện. Đạo phong trác việt, tánh đức uy nghi như là bài học sống động suốt thời gian chẳng phai mờ. Hình ảnh của chư vị Kỳ Túc Tổ Sư thờ nơi hậu Tổ như luôn nhắc nhở hàng hậu học, mỗi khi lễ Tổ thỉnh sư hành lễ. Những hình ảnh ấy, khi còn sanh tiền hay giờ này đã chích lý Tây quy, nhẹ bước về miền tịnh địa thì cũng vẫn là hương xưa còn phảng phất, âm hưởng chẳng bặt tăm. Nghi dung một thời đĩnh đạc trong chốn tòng lâm, làm tấm gương soi cho hậu thế. Nghĩ đến những tấm gương làu làu sáng rỡ, chẳng chút bụi trần mà Thầy viết lời Tự Ngôn đượm nhuần tình tự của kẻ kế thừa, nối gót theo sau:

"Hòa Thượng là một số rất ít trong các Tỳ-kheo trì luật của Tăng già Việt Nam, kể từ khi Phật giáo được trùng hưng, Tăng thể được chấn chỉnh và khôi phục. Thế hệ thứ nhất trong phả hệ truyền thừa luật tạng của Tăng già Việt Nam thời trùng hưng hiện đại bao gồm bóng mờ của nhiều bậc Thượng tôn, Trưởng lão, uy nghi đĩnh đạc nhưng khó hình dung rõ nét đối với các thế hệ tiếp bước theo sau. Các Ngài xứng đáng là bậc Long Tượng trong chốn tòng lâm, mà đời sống phạm hạnh nghiêm túc, phản chiếu giới đức sáng ngời, tịnh như băng tuyết, mãi mãi ghi dấu trên các nẻo đường hành cước, tham phương, hoằng truyền chánh pháp."

Bằng tầm nhìn suốt một chặng đường lịch sử hoằng truyền chánh pháp chấn chỉnh tông môn, thì Luật tạng là điều trọng yếu trong công cuộc hoằng truyền và chấn chỉnh, mà dư hưởng một thời của chư Tổ Đức còn âm vang làm chất liệu cơ năng cho sự bảo lưu nền văn học luật tạng, Thầy đã đi trên dòng lịch sử bảo lưu ấy.

Có thể nói, thế hệ của Thầy là điểm gạch nối giữa thế hệ cha ông và thế hệ tử đệ của Thầy. Do vậy, Thầy đã uống được ngụm nước đầu nguồn tươi mát đó mà tưới tẩm vun bồi cho thế hệ kế thừa và nhiều thế hệ sau nữa. Cho nên Thầy phải làm và làm thật nhiều những gì cần làm để xây dựng, tạo lập một kho tàng pháp bảo bằng khả năng hiện có của Thầy, ngõ hầu góp phần xây dựng chung cho ngôi nhà Phật giáo Việt Nam ngày thêm vững chắc, trong khả năng hiểu biết của một vị tăng với sứ mệnh phụng sự Đạo pháp và cộng đồng Tăng.

Nhân danh một cá nhân tăng để san bằng tất cả những khúc mắc, gập ghềnh chung và bổ túc những khiếm khuyết nếu có qua công trình biên khảo, dịch thuật của chư vị dịch giả khác. Tâm nguyện phụng sự của Thầy được dàn trải qua các "Lời Tựa, Tự Ngôn, Tiểu Dẫn...". Trong tập Yết Ma Yếu Chỉ, phần Tiểu Dẫn, Thầy đã trình bày thực trạng của cộng đồng Tăng lữ Việt Nam bị trì kéo bởi nhiều thế lực thế tục, mà Tăng già không ý thức trách nhiệm tự tồn sẽ bị vong thân theo những thế lực ấy. Đó là nỗi đau thường hằng và trực diện. Nỗi đau hằn lên tâm khảm thành những vết tích loang lổ của thời đại đã xé nát thân thể Tăng già Việt Nam. Thầy viết:

"Trong mấy thập niên trở lại, với mặc cảm tự ti của một quốc gia nô lệ, xã hội Việt Nam có xu hướng bứt rễ truyền thống để đua kịp người khác. Các học thuyết triết học phương Tây được mô phỏng một cách vội vã, từ chủ nghĩa Duy Tâm Nhân Vị, cho đến Duy Vật Vô Thần, thật sự đang để lại trên cơ thể Việt Nam những rạn nứt vô cùng đau nhức. Trong bối cảnh xã hội đó chưa thấy cộng đồng Tăng lữ ở quốc gia nào mà chịu nhiều rạn nứt như ở Việt Nam."

Những thẩm định ấy được xác lập bằng định nghiệp của chính Thầy hay cộng nghiệp chung của cộng đồng dân tộc trong đó có Phật giáo Việt Nam, phải băng vượt qua bao nhiêu thác ghềnh thời đại, bao nhiêu thế lực và tham vọng độc tôn. Đây là bài học xương máu mà cộng đồng Tăng lữ Việt Nam phải chiêm nghiệm.

Dịch Thuật Luận Tạng

Như bao nhiêu Luận sư khác, Thầy đã dịch thành Duy Thức Luận, A Tỳ Đạt Ma Câu Xá Luận... tất cả những bộ luận này đều được giảng dạy trong các Phật Học Viện, cũng như thời gian Thầy đảm trách vai trò Học Vụ tại viện Cao Đẳng Phật Học Hải Đức. Thầy dạy Duy Thức Học, Câu Xá

Luận, Nhơn Minh Luận, Đại Trí Độ Luận... Tất cả những bộ luận này đều đã ấn hành và là giáo trình cho Tăng Ni sinh. Có thể nói, công trình phiên dịch của Thầy đã đem lại nhiều sự lợi ích và phương tiện cho những ai nghiên tầm kinh Phật, thực tập kinh Phật và tu chứng kinh Phật. Những bản dịch thuật, luận giảng, được Thầy ghi chép đầy đủ xuất xứ, rõ ràng, mạch lạc, cũng như dẫn chứng và chú thích những từ ngữ khó hiểu, kiến văn giảng giải của Thầy khiến cho người đọc say mê thích thú.

Từ phạm trù Kinh, Luật, Luận bước sang lãnh vực Thiền học và Triết học, tiêu biểu những tác dịch phẩm: Bộ Thiền Luận của Daisetz Teitaro Suzuki. Thiền Và Bát Nhã. Tinh Hoa Triết Học Phật giáo. Triết Học Về Tánh Không. Đại Cương Thiền Quán...

Những tác phẩm này, tư tưởng chính là Thiền, Bát Nhã và Tánh Không.

Thiền học

Thầy tiếp tục dịch bộ Thiền Luận mà cụ Trúc Thiên mới dịch được quyển thượng, nhưng trước khi quyết định dịch giáo nghĩa Thiền, Thầy nói môn đó không phải là sở trường của Thầy và trong các tác phẩm, Thầy như không muốn chạm vào phong thái Thiền. Nhưng qua bộ Thiền Luận tập II và III mọi người đã thấy được khả năng dịch thuật sâu sắc, phong phú của Thầy, và chẳng phải là việc làm của tay trái, dù lúc đó Thầy mới khoảng 27 tuổi. Thiền Luận tập II, phần I, Một Kinh Nghiệm Siêu Việt Tri Kiến, trang 56, Thầy dịch:

"Này, tâm của ngươi đã được an rồi đó." Bồ Đề Đạt Ma xác nhận: "Sự xác nhận về phía Tổ Sư đã làm sáng mắt Huệ Khả. Đại Huệ lại nhận xét: "Như rồng lặn xuống nước, như cọp tựa vào đá. Ngay giây phút này, Huệ Khả không thấy có

Tổ Sư ở trước mặt, không có tuyết, không có cái tâm rong ruổi theo vật, không có cả sự chứng ngộ mà tâm Ngài sở đắc. Tất cả đều tan biến khỏi tâm thức của Ngài, tất cả đều không."

Ấy là sự lịch nghiệm Thiền bặt dứt ngôn ngữ, văn tự đi thẳng vào lòng người để kiến tánh thành Phật. Bởi vì tất cả là không, thì có gì để hỏi và đáp. Còn có gì để mê và ngộ. Còn có gì giữa ngã và ngã sở. Trong giây phút đó, Huệ Khả đã đổi đời từ hố thẳm của sự chết chuyển thành sự sống bất diệt.

Cũng trong phần Tu Tập Công Án, Phương Tiện Chứng Ngộ, Thiền Luận II, trang 59, chúng ta thấy sự biểu tỏ của trực tính Thiền, như gõ vào vách đá tạo thành tiếng vang, gặp bậc Thánh giả mê vọng sớm trừ, chỉ còn thuần lại chất liệu giác ngộ. Như Ngài Huệ Năng gánh củi bán dạo, nhân nghe được câu kinh Kim Cương: "Ưng vô sở trụ nhi sanh kỳ tâm" mà quyết định đi tìm Ngũ Tổ để học Thiền. Sau khi đến núi Hoằng Mai để gặp Tổ Hoằng Nhẫn, Tổ hỏi:

"Nhà ngươi ở đâu đến? Đến đây để làm gì?"

"Tôi là tên quê mùa ở Tân Châu đến, muốn làm Phật."

Tổ nói: "Vậy ra ngươi từ Lĩnh Nam tới, nhưng người phương Nam không có Phật tính,[1] sao nhà ngươi lại mong thành Phật được?"

---

[1] Câu này được thầy Tuệ Sỹ dịch hoàn toàn chính xác từ bản Anh ngữ. "So you come from the South... ... but the Southerners have no Buddha-nature in them; how could you expect to be a Buddha?" (Essays in Zen Buddhism, Second Series, trang 40). Tuy nhiên, cần lưu ý là trong câu này, D. T. Suzuki đã hiểu không đúng về câu trả lời của Ngũ tổ Hoằng Nhẫn. Về mẩu đối thoại này, ngày nay chúng ta không có tư liệu nào đáng tin cậy hơn phẩm Hành Do trong Pháp Bảo Đàn Kinh bằng Hán ngữ. Mặc dù có vài dị bản khác nhau nhưng không bản nào trong số đó có ý nghĩa như Suzuki trình bày ở đây. Bản Hán ngữ ghi: "祖言，汝是嶺南人，又是獦獠，若為堪作佛。" (Tổ viết: Nhữ thị Lĩnh Nam nhân, hựu thị cát lão, nhược vi kham tác Phật? - Tổ nói: Ông là người Lĩnh Nam, cũng là giống man di, sao đủ sức làm Phật?) Như vậy, câu nói của Ngũ Tổ hoàn toàn không có nghĩa là "the Southerners have no Buddha in them - người phương Nam không có Phật tánh", và cách diễn dịch này là sai ý Tổ, cũng có nghĩa là không phù hợp với giáo pháp trong Kinh điển.

Tổ Huệ Năng đối lời:

"Người có Nam Bắc, nhưng Phật tính đâu có phân biệt Bắc Nam?"

Bát Nhã, một bộ kinh dày 600 quyển, nhưng rút gọn lại chỉ còn 270 chữ, tính luôn đề kinh, nhiệm mầu, siêu việt trên mọi tự tính. Thầy đã chứng minh sự nhiệm mầu ấy trong cuốn Thiền và Bát Nhã, phần dẫn vào kinh văn Bát Nhã do Viện Cao Đẳng Phật Học Hải Đức, Ban Tu Thư Phật Học ấn hành năm 2004, trang 11, như sau:

"Mạc Hạ Diên, mà phương Tây gọi là sa mạc Gobi, sách xưa gọi là Sa Hà, một bãi cát mênh mông dài trên 800 dặm, nối liền hai nền văn minh tối cổ của nhân loại, trên không chim bay, dưới không thú chạy, cỏ không, nước cũng không, Huyền Trang một mình một bóng đã vượt qua khỏi đoạn đường đầy kinh sợ và thường xuyên làm nản lòng những người kiên cường nhất, duy chỉ bằng vào lời kinh Ma ha Bát Nhã ba la mật đa tâm kinh."

Ấy là năng lực hiệu nghiệm của kinh, là sự gia trì của Bồ Tát khi lòng mình thanh tịnh, hay quán thấy thật tướng của các pháp là không, không có thật thể, mà vượt qua tất cả khổ nạn, như lời kinh thường tụng đọc: "... Chiếu kiến ngũ uẩn giai không, độ nhất thiết khổ ách... Bồ Tát y Bát Nhã ba la mật đa cố tâm vô quái ngại. Vô quái ngại cố, vô hữu khủng bố, viễn ly điên đảo mộng tưởng..."

Tư tưởng Bát Nhã, trí tuệ vô lậu là nhân tố đủ để làm thành con đường chuyển tải sự giác ngộ, là chiếc bè đưa người qua dòng bộc lưu, dòng nước xoáy của sông sinh tử. Bát Nhã là điều kiện duy nhất để con người thành Phật, dù con người trải qua bao nhiêu chặng đường sinh tử, nhưng một khi trí Bát Nhã bừng dậy đốt cháy vô minh, dập tắt phiền não thì con đường giác ngộ là đấy. Do vậy, Bát Nhã là Mẹ của chư Phật và Bồ Tát.

"Nói rằng Bát Nhã là nguyên lý chỉ đạo của các Ba La Mật, ấy là vì các nhà Đại Thừa quan niệm nó cấu thành nhất thiết trí (Sarvajnātà). Tức là, trí tuệ viên mãn mà bậc toàn trí đã thành tựu. Do đó, Bát Nhã là ánh sáng rọi khắp mà chúng ta phải chiêm ngưỡng. Nó đứng trên tất cả ảnh hưởng ô nhiễm của các vật thể trần gian. Nó soi sáng tất cả bóng tối trong thế giới đối đãi nhị nguyên, và do đó mang lại thanh bình và an ổn cho mọi loài. Nó cung cấp ánh sáng cho người mù, nhờ đó y có thể yên lành đi xuyên qua đêm tối của vô minh. Nó dẫn những người lạc lối trở về con đường chính. Nó vén mở cho chúng ta thấy chân lý của vạn hữu, và chân lý đó là Nhất Thiết Trí (Sarvajnātà). Nó là nơi nương tựa của mọi loài, khiến chúng hoàn toàn không sợ hãi, là người có năm con mắt soi rõ trọn cả thế gian. Là chân lý vượt lên sống và chết, vượt lên tất cả mọi tạo tác và khát ái mà chính là tính Không. Là kho lẫm của hết thảy mọi chân lý (dharmakosa). Là Mẹ của hết thảy chư Phật và Bồ Tát."

Tánh Không

Từ Thiền Bát Nhã, chúng ta bước sang Triết Học và Tánh Không, hai phương trời lồng lộng tư tưởng giải thoát. Từ tư tưởng giải thoát, giác ngộ này đã phá đổ tất cả những điều sai biệt nhị biên của thế tục, để dựng thành một thế giới trang nghiêm đạo quả Bồ Tát. Từ nền Triết học Tánh Không và Bát Nhã này, người học Phật không thể không có cái nhìn, sự suy tư nghiêm túc là giữa cuộc đời trần gian nhiều mộng ảo, huyễn tưởng là nơi sinh trụ của Bồ Tát, của những tâm hồn Đại sỹ. Triết học và Tánh Không là cái học cao siêu, cái học thực thể về tính chất không thật của sự vật. Tính chất không thật này được diễn đạt bằng một thứ ngôn ngữ Triết lý Phật giáo. Vậy thì, Bát Nhã và Tánh Không cùng gặp nhau ở một điểm là san bằng mọi nếp suy tư, tưởng và không tưởng;

thật và không thật, hay bất cứ cái có thể diễn đạt hay không nói thành lời. Chân trời của Bát Nhã và Tánh Không không vướng vấp, và vượt qua những ngôn từ của thế tục đế, qua lằn vết, biên giới của tâm tư. Bát Nhã và Tánh Không vượt thoát con đường tục đế nhưng hàm tàng và hiện hữu khắp mọi thời, mọi chốn.

Chúng ta đọc Thiền, Bát Nhã và Tánh Không là làm một hành trình quay về nguồn để đối diện với cái chân như uyên nguyên vô sinh, bất diệt mà từ vô thủy cho đến nay, người và chúng ta mãi lặn lội, mò mẫm trong đêm trường sinh tử theo dòng thác lũ, cuồng thức. Thầy viết trong Thiền và Bát Nhã, trang 198, như sau:

"... Cái cày nằm trong đôi tay, nhưng cày đất lại bằng tay không. Ngồi trên lưng ngựa, nhưng trên yên lại không kỵ sĩ, dưới yên không kỵ mã. Bước qua cầu nước không chảy mà cầu trôi. Thanh văn vẫn còn 'bên này', dù đã chứng đạo, cho nên sự chứng đạo đó lại khác hẳn với kinh nghiệm của mình. Ý niệm đích thực về Tánh Không đang cản trở sự sống thực của mình. Với Bồ Tát thì Tánh Không không còn là Tánh Không, Bồ Tát sống thực đời sống mình không bị phân vân giữa cái Không hay Bất không, giữa Niết-bàn và sinh tử, giữa giác ngộ và vô minh. Cái đó Bát Nhã nói là 'ở trong Không tam ma địa mà không thủ chứng thực tế'. Và đấy là một trong những thái độ đặc sắc nhất của Bồ Tát đối với cõi đời."

Từ đây, chúng ta thấy đạo Phật hiện hữu trong thế gian, xây dựng cho thế gian một nếp sống tịnh lạc, an lành, không lìa khỏi thế gian để tìm cầu giác ngộ. Bồ Tát không chối bỏ chúng sinh, để tìm hạnh phúc cho riêng mình. Bồ Tát sống ngay giữa dòng đời tử sinh để độ thoát tử sinh, chúng ta hãy tu học theo bài kệ:

佛法在世間，

不離世間覺，

離世覓菩提，

恰如求兔角。

Phật pháp tại thế gian,
Bất ly thế gian giác.
Ly thế mịch Bồ Đề,
Kháp như cầu thố giác.[1]

Dịch:

Phật pháp ở nơi thế gian này,
Chẳng lìa khỏi thế gian mà được giác ngộ.
Lìa khỏi thế gian để tìm sự giác ngộ
Giống như đi tìm sừng thỏ.

Các Chủ Đề Đạo Học và Triết Học Đông Tây

Ngoài công trình dịch thuật, trước tác, Thầy còn viết những loạt bài chuyên đề về tư tưởng Phật Học, Triết học Đông Tây. Những nhận định, quan điểm... lúc còn là Giáo sư Đại học Vạn Hạnh và Tổng Biên Tập tạp chí Tư Tưởng. Những bài viết về các chủ đề này một phần đã đăng trong tạp chí Tư Tưởng Vạn Hạnh, một phần đăng rải rác trên các báo chí, tập san, hay trên các trang báo điện tử: trang nhà Phật Việt, Quảng Đức, Pháp Vân... Qua những bài viết này, một số lấy tên là Như Thị, như bài: Cogito Bát Nhã Dưới Ánh Sáng Hiện Tượng Luận. Tạp chí Vạn Hạnh số 8 và 9, kỷ niệm Phật đản, Phật lịch 2510, trang 114. So Sánh Các Vấn Đề Triết Học Đông Tây Cogito Trong Triết Học Phật Giáo, tạp chí Vạn Hạnh số 1, kỷ niệm Phật đản, Phật lịch 2500, trang 49, v.v...

---

[1] Kinh Pháp Bảo Đàn, phẩm Bát-nhã.

Những chủ đề như trên, Thầy viết khá nhiều, người viết xin giới thiệu một số tiêu biểu:

Lệ Ngôn

"Cogito là một danh từ La Tinh có nghĩa là "tôi suy tưởng" rút trong nguyên lý triết học của Descartes "Cogito ergo sum: tôi suy tưởng vậy có tôi" (Je pense donc je suis). Theo Descartes thì đó là một chân lý hiển nhiên sau khi ông đã hoài nghi phủ nhận sự hiện hữu của mọi sự vật trong vũ trụ. Vậy Cogito chỉ là một thể nghiệm về sự hiện hữu của chủ thể, với trí thức trực giác về hữu thể của chủ thể ấy.

"Sau này Husserl, Sartre, Heidegger lần lượt theo Descartes suy nghiệm về bản thể của tri thức và đem lại cho danh từ Cogito những nội dung khác nhau. Do đó, chúng tôi cũng có ý mượn danh từ Cogito đặt làm một đề mục cho sự nghiên cứu bản thể tri thức siêu nghiệm của Đức Phật, trong loạt bài So Sánh Triết Học Đông Tây của chúng tôi." (Tư Tưởng Vạn Hạnh, quyển 1, Kỷ Niệm Phật Đản Phật lịch 2509, trang 49)

Thi Ca, Nền Văn Học Hiện Đại

Nói đến thơ của Thầy, hầu như ai cũng biết tập thơ Giấc Mơ Trường Sơn và Ngục Trung Mỵ Ngữ. Ngoài hai tập thơ này còn có các thơ khác qua nhiều dạng thức, được đăng trên các tạp chí, đặc san từ trong nước đến hải ngoại. Nhiều bài trong Tập thơ Giấc Mơ Trường Sơn đã được phổ nhạc và đã được các ca nghệ sĩ ngâm, hát, thơ Thầy.

Những ý thơ của Thầy đã tạo nhiều ấn tượng cho giới thưởng ngoạn, những hình ảnh thâm trầm của quê hương dân tộc, những tình tự và ước nguyện muôn trùng của "cuộc lữ", phương trời mộng. Đọc thơ Thầy, để thấy tâm hồn của người nghệ sỹ, thi sỹ hay đọc thơ Thầy để cảm nhận, chia sẻ tâm thức của kẻ sĩ luôn hướng về đất nước bị đọa đày? Một đất nước đói nghèo đầy tủi nhục, một dân tộc lầm than khốn cùng, và ý chí ấy đứng thẳng để thấy quê hương và dân tộc Việt hào hùng trong ý thức tự tồn, độc lập. Thơ của Thầy mang nhiều cảm tính dạt dào tình người, tình đạo, tình non sông gấm vóc. Một tình cảm chân thật mà suốt dòng lịch sử quê hương còn mênh mang trong ý thơ mượt mà, hùng tráng:

Người đi đâu bóng hình mòn mỏi
Nẻo tới lui còn dấu nhạt mờ
Đường lịch sử
Bốn ngàn năm dợn sóng
Để người đi không hẹn bến bờ.

(Tĩnh Thất 24, 2000-2001)

Hay:

Tiếng trẻ khóc ngân vang lời vĩnh cửu
Từ nguyên sơ sông máu thắm đồng xanh
Tôi là cỏ trôi theo dòng thiên cổ
Nghe lời ru nhớ mãi buổi bình minh
Buổi vô thủy hồn tôi từ đáy mộ
Uống sương khuya tìm sinh lộ viễn trình
Khi nắng sớm hôn nồng lên nụ nhỏ
Tôi yêu ai, trời rực sáng bình mình.

(Bình Minh - Tĩnh Tọa, tháng 9-1983)

Tiếp theo Giấc Mơ Trường Sơn là Ngục Trung Mỵ Ngữ, tập thơ làm trong thời gian ở tù bằng chữ Hán. Đọc Ngục Trung Mỵ Ngữ để thấy được tinh thần an nhiên tự tại của Thầy dẫu là những bài thơ trong lúc ở tù. Một tâm hồn thư thái nhẹ như mây và thong dong như gió, nhưng đầy ắp lòng thương yêu trần gian khổ lụy, đầy huyết lệ tuôn trào, mỗi khi bưng bát cơm tù. Từ những bi hoan của cuộc sống tù đày ấy,

Thầy đã viết thành những lời thơ nói lên tâm cảm của mình, qua bài Cúng Dường:

奉此獄囚飯，

供養最勝尊。

世間長血恨，

秉鉢悢無言。

Phụng thử ngục tù phạn
Cúng dường Tối Thắng Tôn
Thế gian trường huyết hận
Bỉnh bát lệ vô ngôn.

Dịch:

Đây bát cơm tù con kính dâng,
Cúng dường Đức Phật Đấng Tôn Thân.
Thế gian chìm đắm trong máu lửa,
Lệ nhỏ không lời, lòng xót thương.

Ngoài ra còn có những bài thơ mà không ở trong hai tập nói trên, như bài Tiểu Khúc Phật Đản, Những Điệp Khúc Cho Dương Cầm... Thầy đã viết:

Sườn non một bóng đạo già
Trầm tư năm tháng bên bờ tử sinh
Nhìn sao mà ngỏ sự tình:
Ai người Đại Giác cho mìmh quy y?

Để rồi từ đó, Thầy gởi gấm lòng mình qua ý thơ: Cuộc sống quá nhiều khổ đau, con người cứ mãi lang thang trên những bước đường sinh tử trầm luân, mà chẳng biết khi nào được thoát khỏi vòng quanh quẩn ấy:

Thời gian vỗ cánh ngang đầu;
Sinh, già, bệnh, chết tránh đâu vận cùng

Khổ đau là khối tình chung
Ai nâng cõi thế qua bùn tử sinh?

Đọc xong hai tập thơ Giấc Mơ Trường Sơn và Ngục Trung My Ngữ cũng như một số các bài thơ khác, chúng ta không thể không nghĩ đến tác phẩm "Tô Đông Pha - Những Phương Trời Viễn Mộng" mà Thầy đã dịch giảng lời thơ văn bay bổng, chơi vơi. Người viết xin được trích một đoạn trong "Tô Đông Pha - Những Phương Trời Viễn Mộng", trang 240, để giới thiệu tác phẩm tầm cỡ của nền văn học, thi ca hiện đại của Thầy:

"... Giang Sơn như họa
Một thời hào kiệt anh hùng

"Ngọc đường Kim mã bỗng vang lên những tiếng gào thét đoạn trường. Chim hồng giật mình tung cánh bay cao. Biết nơi nào là cố quận, nơi nào là tha hương để chim hồng đậu lại.

Trạch tận hàn chi bất khẳng thê
Tịch mịch sa châu lãnh

"Đường ra đi, qua trăng ngàn, qua gió bãi, mây vần vũ, núi non sụp xuống, nắng chiều đỏ như máu. Đau khổ, kinh hoàng nên kêu réo, nên ngậm ngùi và uất hận.

Sơn ức Hỷ hoan lao viễn mộng
Địa danh Hoàng Khủng khấp cô thần.

"Đất khách là mười tám cái ghềnh thác kinh hoàng đổ xuống, nước mắt của một lão thần cô quạnh cũng đổ xuống. Nhưng đất đó đọa đày thân xác mà không đọa đày viễn mộng. Quê hương với ân tình thắm thiết kia mới thực là đọa đày viễn mộng.

Núi nhớ Hỷ hoan đọa đày viễn mộng
Đất tên Hoàng Khủng lệ khóc cô thần."

Tất cả những gì được giới thiệu hết sức tiêu biểu công trình học thuật, thi ca của Thầy, chỉ là tiếng nói của cảm nghĩ sâu xa, tồn đọng nơi người học trò qua bao thập niên, lãnh thọ từ sự giáo huấn, tài bồi ân đức của bậc Thầy trong sự truyền đạt, nuôi dưỡng thế hệ con em. Do vậy, không sao tránh khỏi những điều khiếm khuyết. Kính mong Thầy từ bi lượng thứ, cũng như chư vị Thức giả cao minh vui lòng chỉ giáo.

NGUYÊN SIÊU

(Bài giới thiệu tác phẩm Huyền Thoại Duy Ma Cật của Thượng tọa Tuệ Sỹ tại Santa Ana, 11 tháng 8-2007)
"Tuệ Sỹ Đạo Sư - Thơ và Phương Trời Mộng", Tập 3
Tập hợp các bài viết của Nguyên Siêu & Nhiều tác giả
Ban Tu Thư Phật Học Viện Hải Đức, Nha Trang
xuất bản năm 2013

VĂN CÔNG TUẤN

NHỮNG PHƯƠNG TRỜI VIỄN MỘNG

(Khung Trời Tuệ Sỹ)

Tôi chưa hề có ý "dám viết" về Ôn (Hòa Thượng) Tuệ Sỹ - người mà tôi rất kính trọng và thân thiết. Có thời tôi đã từng gọi Ôn là chú Sỹ, rồi anh Sỹ đầy tình cảm thân thương, dù giữa Ôn và tôi vẫn luôn giữ một khoảng cách chừng mực giữa hai chiếc áo - đạo và đời. Đó là chưa nói là Ôn "lớn" quá so với cái hiểu biết của tôi. Bất ngờ trong dịp nghỉ lễ Noel và năm mới dương lịch anh Nguyễn Hiền, cũng là người anh tinh thần trong quan hệ sách vở của Vạn Hạnh năm xưa, gởi cho bản thảo tuyển tập của anh tự sưu tập khá công phu về Tuệ Sỹ như một món quà và mong muốn tôi phải góp vào (anh Nguyễn Hiền từng là Thư ký Tòa soạn tờ báo Tư Tưởng của Đại học Vạn Hạnh và Thầy Tuệ Sỹ từng nhiều năm là Chủ bút).

Nhận Email và Tuyển Tập Tuệ Sỹ tôi mừng quá. Niềm hạnh phúc từ những tình cảm Vạn Hạnh thuở xưa thôi thúc tôi viết Email trả lời ngay cho anh: "Dạ sẽ cố gắng! Trên đời này, nếu chỉ được phép nhắc đến tên một nhà Văn hóa Phật giáo Việt Nam thì tên người ấy chắc chắn phải là Tuệ Sỹ; nếu chỉ được phép viết về một người của thế kỷ này thì nên viết về Tuệ Sỹ; nếu tôi chỉ phải nêu tên một người bằng tất cả niềm cảm phục và kính trọng thì tôi sẽ nêu tên Thầy Tuệ Sỹ".

Ấy là những niệm khởi bộc phát trong tôi và tôi phải ngồi vào bàn viết ngay cho anh Nguyễn Hiền như thế, dù lúc ấy vẫn còn đang bận bịu công việc ở văn phòng.

Về nhà lần giở những bài trong Tuyển Tập Tuệ Sỹ của anh ra đọc biết là mình đã lỡ lời, thấy hơi lạnh gáy vì nhận ra mình đang cỡi lưng cọp. Tôi, con ếch ngồi đáy giếng, cứ ngỡ mảnh trời xanh tròn xinh đẹp trên kia đã là tất cả những phương trời viễn mộng của Thầy Tuệ Sỹ. Lầm to! Nhưng may thay, con ếch ấy có thời đã được gần gũi với Thầy Tuệ Sỹ, được Thầy thương mến - dù thời gian ấy không lâu, chỉ vài năm. Tôi không phải (và cũng chưa bao giờ muốn) là cây viết chuyên nghiệp. Nhưng tôi biết chắc chắn một điều rằng, Thầy không bao giờ chê cười những yếu kém hay những chuyện bạo gan của tôi, như có lần tôi đã từng làm tại Vạn Hạnh năm xưa (tôi sẽ kể sau). Cái "khung trời hội cũ" ấy đã ôm ấp vỗ về tôi. Nghĩ vậy nên tôi mở Laptop và gõ từng dòng chữ này vào bàn phím. (Anh Hiền ơi! Tuấn này đã thở phào một hơi dài khi vừa viết xong đoạn mào đầu này, sau cả tuần phân vân không biết phải bắt đầu ra sao).

Tôi vào mạng Internet gõ hai chữ Tuệ Sỹ, gặp hàng loạt rất nhiều tiêu đề viết về Thầy. Thiên hạ đã nghĩ ra rất nhiều những danh xưng, những tước vị cho con người kỳ tài ấy. Thầy là Bồ Tát, là luận giả, là thiên tài, là nhà tranh đấu, là học giả uyên bác, là dịch giả siêu việt, là thi sĩ, là giảng sư, là giáo sư đại học, là một chú Sa di trẻ từng ngồi giảng bài trên bục giảng cho thính chúng toàn là các vị Đại đức... vân vân và vân vân. Tất cả những từ những chữ ấy đều diễn tả đúng con người kia, không chối cãi đâu được. Nhưng với riêng cá nhân tôi khi nghĩ về Thầy Tuệ Sỹ thì có một hình ảnh khác hẳn hiện ra trước mắt. Ấy là hình ảnh một con người ly kỳ mà Antoine de Saint-Exupéry tả trong "Hoàng Tử Bé", do Bùi Giáng dịch tài tình ra tiếng Việt. Vâng (xin lỗi Thầy, xin lỗi anh) với tôi Tuệ Sỹ chính là hình ảnh chú bé tuyệt diệu từ hành tinh lạ lạc bước vào thế giới điên đảo nhưng đầy thơ mộng này của chúng ta. Trung niên thi sĩ Bùi Giáng mượn lời Saint-Exupéry đã dẫn tôi, đã đặt trong tôi hình ảnh này từ mấy mươi năm trước, từ khi tôi vừa bước chân vào đại học và ở chung gần gũi với hai bậc thiên tài này. Tôi, lúc ấy mọi người ai cũng ghép tên tôi với hai chữ "Thanh Niên" phía trước vì ở Nội xá Vạn Hạnh thì giường tôi nằm kế bên giường ông Trung Niên Thi Sĩ. Tôi rất thường chạy qua lại chuyện trò với cả hai vị Bùi Giáng và Tuệ Sỹ nên khi đọc chuyện của Saint-Exupéry thì cứ nghĩ hai người này, một chính là ông phi công rớt máy bay và một là chàng hoàng tử lưu lạc kia. Một thanh niên chỉ vừa hai mươi tuổi ít quan tâm chuyện chiếu trên chiếu dưới trong làng văn nghệ thì hoàn toàn vô tội vạ trong những suy nghĩ mộng mơ ấy.

Mà thật thế, tác phẩm Hoàng Tử Bé của Saint-Exupéry đích thị là một tác phẩm tuyệt diệu từ đông đến tây, từ Âu sang Á. Đây là một tác phẩm được đọc nhiều nhất trên trái đất này, đã được dịch ra 240 ngôn ngữ. Ở đâu tôi không biết chứ ở Đức hàng năm vào mùa hè hay những dịp lễ lớn thì có hàng loạt những sân khấu kịch nghệ lớn nhỏ trình diễn vở kịch viết lại từ tác phẩm này.

Câu chuyện bắt đầu khi hai con người, một chàng phi công bị rớt máy bay và một ông hoàng nhỏ đi lang thang, họ gặp nhau ở sa mạc. Vâng, không hẹn mà họ gặp nhau tại sa mạc. Sa mạc thì lúc nào cũng mênh mông và nắng cháy. Rồi Hoàng tử bé nhờ ông phi công vẽ cho mình một con cừu, một con cừu thật sự không quá ốm yếu và cũng không thể trông giống như là một con dê đực. Do quá bận rộn cho việc sửa chiếc máy bay bị hư chàng phi công vẽ đại một cái thùng và nói: "Ừ, đó là cái thùng và con cừu chú muốn có nó nằm ở trong ấy." Tưởng làm như thế cho xong chuyện, nhưng lạ thay hoàng tử bé sung sướng vì con cừu của chú có nơi trú chân là cái thùng êm ấm ấy.

Trong suốt tác phẩm người đọc thấy toàn những mẩu đối thoại ly kỳ và những bài ngụ ngôn thâm thúy. Một đằng là chàng phi công từ thuở nhỏ đã tập tành vẽ và sau đó bỏ dở vì không hiểu được rằng tại sao những người lớn không thể thưởng ngoạn nghiêm túc để biết rằng một bức tranh vẽ cảnh con trăn nuốt chửng con voi khác hẳn với một bức tranh vẽ một chiếc mũ nỉ. Khác hẳn. Đằng kia là một ông hoàng tử nhỏ từ một tinh cầu cũng rất nhỏ, ở xa lắc xa lơ, lang thang bay cùng những đám mây trắng đi thăm viếng các tinh tú trong vũ trụ, một hôm tình cờ đặt chân xuống trái đất này. Hoàng tử bé giờ đang hạnh phúc có một con cừu, có một cái hộp cho con cừu trú ngụ. Bỗng tự dưng cậu ta giật mình khi nghĩ ra, không chừng con cừu có thể ăn mất đóa hoa hồng, dù hoa hồng đã có gai nhưng những gai nhọn này có thể chả thấm vào đâu.

"Một con cừu, nếu có ăn cây cối nhỏ, thì nó cũng ăn những đóa hoa?"

"Một con cừu thì ăn bất cứ cái gì nó gặp. Bạ đâu ăn đó rất mực bừa bãi vậy."

"Cả những cành hoa có gai nhọn?"

"Ừ. Cả những cành hoa có gai nhọn."

"Vậy thì những gai nhọn, dùng vào việc chi?"

Tôi không biết điều đó. Lúc ấy tôi hết sức bận, loay hoay vặn một cái đinh bù lon ăn cứng trong máy phi cơ. Tôi bận tâm lo lắng lắm, vì trận hỏng máy này đã bắt đầu cho thấy quá trầm trọng, và nước uống cứ hao cạn hoài xui tôi lo sợ nặng nề: càng ngày càng khốn đốn về sau.

"Những gai nhọn dùng vào việc chi?"

Hoàng tử bé không bao giờ rút lui câu hỏi, mỗi phen chú đã nêu nó ra rồi. Tôi đã bực mình vì cái bù lon, nên đáp bừa:

"Gai nhọn, không dùng vào cái tích sự chi ráo, đó chỉ là cái ác hại thuần túy của hoa!"

"Ồ!" (...)

Hoàng tử bé bây giờ mặt mày tái xanh vì tức giận.

"Từ hàng triệu năm rồi, hoa đã tạo gai. Từ hàng triệu năm rồi cừu vẫn cứ ăn hoa. Và cái sự tìm hiểu xem tại sao mà hoa phải nhọc mệt tạo mãi những gai nhọn chẳng dùng được vào việc gì gì hết cả, sự đó chẳng phải là chuyện nghiêm trang hay sao? Cuộc chiến tranh giữa cừu và hoa, không phải là chuyện hệ trọng hay sao? [...] Và nếu tôi có biết, chính tôi có biết một đóa hoa duy nhất ở đời, không đâu có cả, ngoài tinh cầu tôi, và nếu một con cừu bé có thể rỡn chơi liếm sơ qua một chút, mà tiêu diệt tan hoang mất cái đóa hoa ấy như vậy đó trong một buổi mai dịu dàng và chẳng nhận thấy rằng cái việc mình làm kia gớm guốc thế nào, đó không phải là chuyện hệ trọng hay sao?" [Saint-Exupéry - Bùi Giáng dịch: Hoàng Tử Bé, tr. 41 & 44]

Xin lỗi tôi đã nói lung tung, tôi muốn viết về Thầy Tuệ Sỹ mà! Tôi đã tràng giang đại hải về con cừu và một đóa hồng có gai, về ông hoàng tử bé quá đỗi lo lắng cho việc sinh tồn của đóa hoa và trái đất chúng ta, cả những hành tinh khác của vũ trụ nữa. Vậy có thể là việc bất kính với Thầy chăng? Tôi nghĩ chắc không (nếu có thì đó là chuyện của "anh-em" chúng tôi). Ngay từ đầu bài tôi đã cố ý gọi là Thầy Tuệ Sỹ là Thầy với chữ "Tê" viết hoa. Và tôi có lý do để làm như thế.

"A! Hoàng tử bé ơi, tôi đã lần hồi hiểu, theo vậy đó, cuộc đời bé bỏng sầu tư của chú. Từ lâu, chú chỉ có một chút khiển muộn, là bóng chiều vàng êm ả. Tôi đã rõ chi tiết mới mẻ này, vào buổi mai ngày thứ tư, lúc chú bảo:

"Tôi yêu chuộng những buổi chiều hồng. Chúng ta hãy đi nhìn một cảnh mặt trời lặn..."

"Nhưng phải chờ..."

"Chờ gì?"

"Chờ cho mặt trời lặn."

Thoạt tiên, chú đã tỏ vẻ ngạc nhiên, rồi sau đó chú đã tự cười mình lẩn thẩn. Chú bảo:

"Tôi cứ tưởng mình luôn luôn ở tại quê hương xứ sở."

Thật vậy. Khi tại Huê Kỳ, mặt trời đứng ngọ, thì ai cũng biết rằng tại Pháp, mặt trời đương lặn. Chỉ cần có thể chạy bay trong một phút sang Pháp là có thể ngắm một cảnh hoàng hôn. Rủi thay nước Pháp lại quá xa vời. Nhưng, tại trên tinh cầu tí tẻo của hoàng tử bé, hoàng tử chỉ cần kéo đẩy sơ cái ghế ngồi một chút. Và hoàng tử nhìn thấy cảnh mặt trời lặn tùy thích bất cứ lúc nào...

"Một ngày nọ, tôi đã nhìn mặt trời lặn liên tiếp bốn mươi ba lần!"

Và ít lâu sau, chú nói thêm:

"Bác biết đó... lúc người ta buồn quá đỗi, người ta yêu dấu cảnh mặt trời lặn xiết bao..."

"Cái ngày chú nhìn bốn mươi ba lần nọ, chú đã buồn quá đỗi phải không?"

Nhưng hoàng tử bé không đáp ...

[Sđd. - tr. 39]

● ● ●

Đôi mắt ướt tuổi vàng khung trời hội cũ
Áo màu xanh không xanh mãi trên đồi hoang
Phút vội vã bỗng thấy mình du thủ
Thắp đèn khuya ngồi kể chuyện trăng tàn

Từ núi lạnh đến biển im muôn thuở
Đỉnh đá này và hạt muối đó chưa tan
Cười với nắng một ngày sao chóng thế

Nay mùa đông mai mùa hạ buồn chăng
Đếm tóc bạc tuổi đời chưa đủ
Bụi đường dài gót mỏi đi quanh
Giờ ngó lại bốn vách tường ủ rũ
Suối rừng xa ngược nước xuôi ngàn.

(Tuệ Sỹ: Không Đề)

Khi người ta ở tuổi bảy mươi thì sẽ không còn bé nữa. Nghĩa là ông Hoàng Tử Bé của tôi bây giờ đã già. Một lão Tăng! Một Thiền Môn Thạch Trụ! Khi con người nhỏ thó ấy đặt bút viết thư cho những tăng ni sĩ trẻ ở Thừa Thiên Huế với câu mở đầu: "Các con thương quý" thì rõ rằng ông Hoàng Tử kia đã vào tuổi lão niên. Nhưng không sao, ông vẫn là Hoàng Tử. Còn trẻ hay đã già thì ông vẫn cứ muốn vác trên vai cái túi khổ lụy ưu tư cho trần gian nhân loại và muôn loài chúng sinh. Ông mang đến cho đời một thông điệp, rằng sa mạc thì mênh mông nhưng dưới lòng sa mạc có chôn giấu những dòng nước mát.

"Sa mạc đẹp lắm", chú nói thêm... Và quả thật là vậy. Tôi đã yêu sa mạc luôn luôn. Người ta ngồi trên một đụn cát. Người ta chẳng thấy gì hết. Người ta chẳng nghe gì hết. Tuy nhiên có cái gì lặng lẽ chiếu sáng liên miên. "Cái làm cho sa mạc đẹp ra", hoàng tử bé nói, "ấy là nó chôn giấu một cái giếng dạt dào đâu đó..."

[Sđd. - tr. 132]

Trong bức thư gởi cho Tăng Ni trẻ ở Huế, Thầy Tuệ Sỹ từng trải lòng như trút cả tâm tình mình cho hàng hậu học vào những dòng chữ sau:

"Người xuất gia, khi cất bước ra đi, là hướng đến phương trời cao rộng; tâm tính và hình hài không theo thế tục, không buông mình chìu theo mọi giá trị hư dối của thế gian, không cúi đầu khuất phục trước mọi cường quyền bạo lực. Một chút phù danh, một chút thế lợi, một chút an nhàn tự tại; đấy chỉ là những giá trị nhỏ bé, tầm thường và giả ngụy, mà ngay cả người đời nhiều kẻ còn vất bỏ không tiếc nuối để giữ tròn danh tiết. [...]

"Mỗi thế hệ có vấn đề riêng của nó, do những biến thiên của xã hội chung quanh, do những biến cố dao động mang tính thời đại. Thế hệ của Thầy thừa hưởng được nhiều từ Thầy Tổ, nhưng chưa hề báo đáp ân đức giáo dưỡng cao dày trong muôn một. Chỉ mới tròn ba mươi tuổi, đã phải khép lại cổng chùa, xách cuốc lên rừng, xuống biển, cũng mưu sinh lao nhọc như mọi người. Rồi lại vào tù, ra khám, lênh đênh theo vận nước thăng trầm. Sở học và sở tri cũng cùn mòn theo tuổi đời, năm tháng. Duy, chưa có điều gì thất tiết để điếm nhục tông môn, uổng công Sư trưởng tài bồi. Một chút niềm tin chưa hề thoái thất, chỉ mong cùng chia sẻ với thế hệ kế thừa. Một thế hệ đang trưởng thành để khơi tỏ ngọn đèn Chánh pháp giữa một đất nước thấm nhuần phong hóa."

• • •

Tôi đã gặp con người ấy, tôi gặp Thầy Tuệ Sỹ khi tôi bắt đầu vào ở Vạn Hạnh, từ năm 1972. Khoảng giữa năm 73 Thầy dồn sức hoàn thành tác phẩm "Tô Đông Pha Những Phương Trời Viễn Mộng". Thỉnh thoảng đi đâu về tôi ghé lại phòng Thầy chơi, có khi chỉ để nhìn Thầy làm việc, có khi ngồi nói chuyện với thầy Phước An và thi sĩ Hoài Khanh cũng thường lui tới đây. Cũng có khi Thầy bảo tôi xuống nhà bếp bưng mâm cơm do dì bếp (tôi quên mất tên) đã dọn sẵn lên phòng Thầy để Thầy dùng vì thời gian viết tác phẩm này Thầy ít rời phòng. Tôi để ý thấy tóc Thầy đã mọc dài cỡ 20-30 phân mà Thầy chưa có thì giờ để cạo. Lúc đó mới thấy, dù chỉ mới 30 tuổi mà tóc đã có nhiều sợi bạc. Tôi nghĩ, những sợi đen trên đầu là những sợi mang tên Tuệ Sỹ, những sợi bạc đích thị của ông thi sĩ tên Tô Thức. Có khi Thầy tự nấu cơm trong phòng và cũng có hôm Thầy bảo tôi ở lại ăn cơm chung dù tôi đã có phần ăn dưới bếp. Tôi nhớ hoài hôm Thầy biểu tôi cắt trái dưa leo. Thấy tôi lúng túng nên Thầy chỉ cho tôi cách gọt vỏ trái dưa leo theo từng mảng nhỏ dọc xuống, lát một lần vỏ mỏng rồi chừa lại một lần vỏ xanh, để khi cắt lát dưa sẽ có viền xanh trắng hài hòa rất đẹp mắt. Trước đó phải cắt hai miếng nhỏ hai đầu và cọ xát nhiều lần để cho mủ màu trắng đục của trái dưa tiết ra. Do học được cách ấy tôi đã áp dụng mãi cho đến bây giờ, mỗi lần cắt gọt dưa leo là mỗi lần tôi đều nghĩ đến Thầy. Sau này trước khi xuất ngoại, khoảng năm 81 tôi cũng có vài lần cùng thầy Chơn Nguyên đến thăm Thầy tại phòng Thầy ở Vạn Hạnh Võ Di Nguy Phú Nhuận.

Tôi rất khâm phục Thầy, không những các hiểu biết thông thái, sở học mênh mông của Thầy mà còn những tình cảm và nhân cách của Thầy. Tuy còn rất trẻ, rất thành công nhưng không xuất thân từ khoa bảng, chỉ hoàn toàn do tự học (hay do sở học của nhiều kiếp trước). Thầy luôn luôn khiêm tốn và rất giản dị, rất dễ gần gũi. Thường người đời gọi như thế là vô-sư-trí nhưng chính Thầy lại kể là Thầy thường học từ thân giáo của các bậc tôn túc, Thầy từng về các tổ đình Huế để hầu các Ôn lớn, Thầy từng thân cận Ôn Trí Thủ ở Già Lam để học hạnh: thôi tôi chịu nhục để mấy thầy làm việc.

Bằng một thái độ vô cùng khiêm tốn và cung kính với các bậc trưởng thượng, trong một bài viết về Đại Lão Hòa Thượng Thích Mật Hiển Thầy từng viết:

"... Ai có thể nói gì về những gốc cổ thụ ấy, trong bóng soi của dòng nước khi trong, khi đục? Thế hệ học tăng chúng tôi trưởng thành trong bóng che chở của những gốc cổ thụ như vậy; có người nhận thức được điều đó và cũng có người không hề nhận thức được; cũng không ít người bị nước lũ làm bật gốc, bị cuốn trôi theo dòng đời. Riêng những học tăng trưởng

thành dưới bóng sơn môn Huế không ai lại không biết đến một trong những gốc cổ thụ như vậy của rừng Thiền, một thời bằng sự nghiêm khắc đã giữ gìn vững giềng mối của Tòng lâm..."

(Tuệ Sỹ: Cổ Thụ Trong Rừng Thiền)

Sau chiếc áo nhật bình cũ và bình dị là một thân thể gầy còm với đôi mắt thật sáng (và một cái đầu vĩ đại). Giáo sư Ngô Trọng Anh, một trí thức Phật giáo có uy tín trong một bài viết về Hòa Thượng Trí Quang có nhắc lại rằng kỷ niệm lúc các vị này đến thăm Hòa Thượng Trí Quang rằng: Tài ba của thầy Tuệ Sỹ như thế nào ai cũng công nhận, ngay như ông Đào Duy Anh khi ghé thăm Hòa Thượng Trí Thủ ở Tu viện Hải Đức Nha Trang, gặp thầy Tuệ Sỹ cũng tán thán sở học Hán tự và Phật ngữ của vị tỷ-kheo trán rộng mắt to này.

Tôi còn có một kỷ niệm với Thầy và chuyện động trời thời ở Vạn Hạnh. Vào tháng 5, năm 1973, Viện Đại học Vạn Hạnh mời học giả Nakamura Hajime (1912-1999), giáo sư bộ môn Đông phương học của Đại học Tokyo Nhật Bản và là một học giả nổi tiếng thế giới, đến Vạn Hạnh thăm viếng và thuyết trình một số đề tài về Đông phương học và Phật giáo. Viện cũng trao tặng bằng Tiến sĩ Danh dự cho ông Nakamura qua những công trình nghiên cứu giá trị của ông ta. Thời ấy phương tiện truyền thông còn hạn chế nên học giả Nakamura chỉ có thể đưa những bài thuyết trình khi ông đến Sài Gòn để chuẩn bị dịch ra tiếng Việt. Tất cả phần chuẩn bị phiên dịch này Ôn Viện Trưởng giao cho Thầy Tuệ Sỹ phụ trách.

Do thời gian cấp bách nên Thầy Tuệ Sỹ phải chia ra để một vài vị giáo sư của Viện cùng dịch. Có một vị giáo sư quen với tôi cũng được phân công phiên dịch một phần. Không biết vì lý do gì anh ta cứ than phiền rằng không có thì giờ dịch hay bị bắt cóc bỏ dĩa. Thấy tập bản thảo để trên bàn, tôi tò mò lật ra xem và cũng tự ý dịch thử một đoạn. Anh giáo sư xem qua, thấy văn có vẻ xuôi tai (có lẽ do đoạn đầu bài còn dễ) nên hỏi tôi giúp anh làm tiếp được không. Dĩ nhiên tôi mừng húm. Tự dưng có người cho phép mình bắc ghế ngồi lên hàng ghế trên, chàng sinh viên trẻ chưa tròn tuổi 20 cảm thấy mình quan trọng và sung sướng nhận lời ngay. Tôi đâu biết đó là việc làm tày trời điếc không sợ súng có thể làm hại đến thanh danh của Viện.

Tôi đã bỏ ra hai ba ngày trời, suốt ngày lẫn đêm vật lộn với tập bản thảo và mấy cuốn tự điển kếch xù mượn của thư viện. Thành thật mà nói, các bài viết của học giả Nakamura quá cao so với trình độ hiểu biết của tôi lúc đó, từ nội dung đến cách dùng những thuật ngữ. Có quá nhiều từ mà tra cứu trong nhiều tự điển hay bách khoa từ điển vẫn không tìm thấy, cần phải có một kiến thức thâm sâu về Phật giáo và Đông phương học mới hiểu được. Việc phiên dịch của tôi hôm ấy cũng có vài người rất thân biết vì các vị ấy thấy tự dưng tôi vắng mặt mấy hôm (lần gặp thầy Giác Quả vừa rồi tại Huế trước khi thầy viên tịch, thầy có nhắc lại và chúng tôi đã cùng ôm bụng cười một trận thỏa thích).

Sau mấy ngày bế môn vật lộn với chữ, rốt cuộc tôi cũng hoàn thành bản dịch. Hôm sau tôi ghé lại phòng Thầy Tuệ Sỹ, thấy Thầy quá lo lắng và bận rộn. Tôi hỏi chuyện gì thì Thầy cho biết là Thầy phải dịch lại toàn bộ bài văn, vì bản dịch của ông giáo sư nọ sai và quá kém (Thầy không biết là của tôi). Tôi mới hú hồn và rón rén rút lui có trật tự để Thầy làm việc.

Sau này khi học giả Nakamura thuyết trình tại Giảng đường 18 tôi có đến nghe và thấy thật thú vị và cảm phục Thầy quá đỗi. Công tâm mà nói, ngay cả bài thuyết trình đã được dịch ra Việt ngữ và giải thích rõ ràng, vậy mà có nhiều chỗ tôi nghe còn không hiểu hết, huống hồ là bằng Anh ngữ. Những việc như thế chắc cả đời không bao giờ quên được.

Giờ tôi lại xin quay chuyện của Hoàng tử bé. Ông hoàng đã cất bước chu du tang bồng từ cõi này sang cõi khác, từ tinh cầu này đến tinh cầu nọ. Chàng đã gặp biết bao cảnh đời ô trược, gặp con rắn, gặp lũ chim di, rồi con cáo, chàng từng gặp cảnh trớ trêu như có người dở mũ cúi chào nhưng không có một tiếng vỗ tay. Một ngày kia, chàng lang thang đến một tinh cầu chỉ có một vị vua trị vì mà không có một thần dân nào cả.

"...Vị vua nọ, vận xích bào và da lông chồn bạch, nghiễm nhiên chễm chệ trên một cái ngai vàng rất đơn sơ và rất trọng thể.

"A! Đây là một con dân, vị vua nọ thốt to lúc nhìn thấy thoáng hoàng tử bé."

Và hoàng tử bé tự nhủ:

"Làm sao ngài lại có thể nhận ra ta được, vì bấy nay có bao giờ ngài gặp gỡ ta đâu."

Chàng không rõ là: đối với vua chúa, thì thế gian được tài tình rút gọn một cách đơn giản lạ thường. Mọi người trong thế gian đều là con dân trăm họ của một đấng Con Trời. (...)

"Vậy thì cảnh mặt trời lặn của tôi?" Hoàng tử bé nhắc trở lại, vì chàng chẳng bao giờ quên một câu hỏi nào, một khi chàng đã nêu nó ra.

"Cảnh mặt trời lặn của ngươi, ngươi sẽ có nó. Ta sẽ đòi hỏi điều đó cho ngươi. Nhưng thể theo thuật cầm quyền, ta sẽ chờ cho tới lúc những điều kiện thuận lợi đầy đủ đi về."

"Lúc nào thì tới lúc?"

"Hừ! Hừ!" nhà vua đáp, sau khi tra xét một cuốn lịch bự, hừ hừ, "vào khoảng... vào khoảng bảy giờ bốn mươi chiều nay! Và nhà ngươi sẽ có dịp nhìn thấy rõ mệnh lệnh ta được tuân theo một cách nghiêm mật khôn hàn."

Hoàng tử bé lại ngáp. Chàng tiếc rẻ cơn tịch dương xí hụt của mình. Và chàng cũng đã thấy chán ngán buồn tình chút ít:

"Tôi chả còn biết lưu lại đây nữa để làm gì, chàng nói với vị vua. Tôi sắp xin đi!"

"Đừng đi, nhà vua đáp", nhà vua vốn rất lấy làm hãnh diện được có một con dân. "Đừng đi, trẫm sắp ban chức thượng thơ cho ngươi đó!"

"Thượng thơ bộ gì?"

"Bộ... Tư pháp!"

"Nhưng có ai đâu để mà xét xử!"

"Nào đã biết đâu, nhà vua bảo. Trẫm chưa ngự giá tuần du khắp vương quốc. Trẫm đã già lắm rồi, và xứ sở cũng không có đủ chỗ để mà đặt một cỗ xe ngựa, còn đi bộ thì gân xương ta lỏng lẻo chịu sao nổi."

"Ồ! Nhưng tôi đã nhìn thấy", hoàng tử bé nói khi nghiêng mình nhìn thêm một trận nữa về mặt bên kia tinh cầu. "Bên kia cũng chẳng có một ai..."

"Nếu vậy nhà ngươi hãy tự mình xét xử mình vậy, nhà vua đáp. Đó là điều khó nhất. Tự xét xử mình, còn khó khăn gấp mấy xét xử kẻ khác. Nếu nhà ngươi mà tự xét xử mình được công minh, nhà ngươi quả nhiên là một bậc hiền thánh đích nhiên thượng thừa hy hữu vậy."

"Tôi", hoàng tử bé đáp, "tôi có thể tự mình xét xử mình bất cứ ở nơi chốn nào. Hà tất phải ở lại đây. Ích chi mô."

[Sđd. - tr. 60 & 67]

● ● ●

Điều tôi kính phục khác ở Thầy, bên cạnh những tước vị sư: giáo sư, giảng sư... cũng như những chữ sĩ: văn sĩ, nhạc sĩ, thi sĩ... lớn nhất với Thầy là một tu sĩ, một tu sĩ tinh chuyên đúng nghĩa là một tu sĩ. Suốt đời Thầy cặm cụi với sách vở, với kinh luận, suốt đời Thầy miệt mài giảng dạy xây dựng cho đàn hậu học. Người ta từng sợ Thầy nên bắt tù Thầy, tra tấn hành hạ Thầy rồi đòi tử hình Thầy. Thế giới đã lên tiếng phản đối. Cùng với mọi người chúng tôi ở Đức và Âu châu cũng đã biểu tình tuyệt thực, gởi thỉnh nguyện thư cùng khắp để mong đánh thức lương tri nhân loại. Cuối cùng họ lo sợ và bảo Thầy phải viết đơn xin tha, nghĩa là Thầy phải xin nhận lỗi. Thầy cương quyết không viết. Đúng rồi, sao lại có chuyện ngược đời. Người đứng ra xin lỗi phải là người đã đối xử tệ và làm người khác đau đớn chứ. Nghĩ chuyện đời nhiều khi cũng quái lạ và nghịch lý thật. Nhưng còn lâu họ mới có thể làm nhụt chí của Thầy. Ngồi trong phòng biệt giam Thầy vẫn bình thản làm thơ, thơ chữ Hán (Việt dịch: Nguyễn Minh Cần - theo trang nhà Hoa Vô Ưu):

Biệt Cấm Phòng

Ngã cư không xứ nhất trùng thiên
Ngã giới hư vô chân cá thiền
Vô vật vô nhơn vô thậm sự
Tọa quan thiên nữ tán hoa miên

Phòng Biệt Giam

Ta ở trời Không vô Biên Xứ
Cảnh giới hư vô thật rất thiền
Không vật không người không lắm chuyện
Ngồi xem hoa rải bởi chư thiên.

Không màng chuyện thù hận của thế gian, thản nhiên ngồi xem chư thiên đến rải hoa chơi. Thơ mộng, thanh thản đến thế là cùng. Nhưng cũng có lúc Thầy cũng tự hỏi tại sao mình phải ngồi tù. Rồi bỗng Thầy gạt ngang, coi như mấy bức tường mỏng nhà lao này làm sao có thể giam được những làn khói, vốn là hiện thân của mây cao chín tầng cao chót vót. Làm sao mà có thể cướp đi được sự tự do của đám mây trời?

Tự Vấn

Vấn dư hà cố tọa lao lung?
Dư chỉ khinh yên bán ngục trung.
Tâm cảnh tương trì kinh lữ mộng.
Cổ giáo già tỏa diện hư ngung.

Tự Hỏi

Hỏi mình: sao phải ngồi tù?
Bảo rằng: làn khói giam hờ trong lao.
Cảnh tâm trong mộng khiếp sao,
Lời xưa đã dạy: ngẩng cao nhìn trời.

Trong chốn ngục tù thì còn có gì để cúng dường chư Phật. Mỗi bữa ăn người tù chỉ nhận được một chén cơm hẩm để sống qua ngày. Giữ nếp chùa, Thầy dâng cúng lên đức Điều Ngự Như Lai trước khi chính mình thọ dụng. Còn hình ảnh nào đẹp và đáng kính hơn thế?

Ngục Tù Phạn

Phụng thử ngục tù phạn,
Cúng dường Tối Thắng Tôn.
Thế gian trường huyết hận,
Bỉnh bát lệ vô ngôn.

Cơm Tù

Hai tay dâng bát cơm tù,
Cúng dường Tối Thắng Đại Từ Thế Tôn.
Cõi trần máu hận trào tuôn,
Tay bưng bình bát lặng thầm lệ rơi.

Cả mấy mẫu người ấy, là thi sĩ, là giáo sư, là tu sĩ, là thiền sư... chứa trong một người thuần nhất, như một bài toán cộng đơn giản mà Thầy đã làm, hai với hai là một. Lý luận ấy làm thiên hạ điên đầu, giống như nói: một chính là cả vũ trụ mênh mông mà mênh mông vũ trụ cũng là một ở trong cõi Hoa Nghiêm Kinh (*nhất tức nhất thiết, nhất thiết tức nhất*).

Thầy viết trong *"Tô Đông Pha Những Phương Trời Viễn Mộng"* về một mảnh trăng non:

"Khuyết nguyệt; đó là mảnh trăng non, là con trăng sơ huyền. Trăng của thời kỳ vừa chớm, và thơ cũng sẽ bắt đầu từ một cõi mộng đơn sơ. Những cái u sầu hay hoan lạc trong mỗi cuộc giao tình, phảng phất một ẩn ngữ cao kỳ. Ân tình cùng giao thoa trong tương ứng, nó đơn giản như hai với hai là một. Rồi từ đó sẽ mở ra một phương trời đọa đày viễn mộng..."

Rồi từ cõi đọa đày viễn mộng kia Thầy lại giang tay ôm trọn một cung đàn không tiếng nhạc:

Từ đó ta trở về Thiên giới,
Một màu xanh mù tỏa vô biên.
Bóng sao đêm dài vời vợi;
Thật hay hư, chiều nhỏ ưu phiền.

Chiều như thế, cung trầm khắc khoải.
Rát đầu tay nốt nhạc triền miên.
Ôm dấu lặng, nhịp đàn đứt vội.
Anh ở đâu, khói lụa ngoài hiên?

(Tuệ Sỹ: Điệp khúc 2; Những Điệp Khúc Cho Dương Cầm)

Ôm dấu lặng, nhịp đàn đứt vội. Khúc nhạc gì nghe lạ đời thế? Dấu lặng, là nốt nhạc tạm ngưng, không phải là dấu ngưng hẳn nhằm chấm dứt bài nhạc. Dấu lặng cũng có năm bảy kiểu, từ dấu lặng tròn cho đến dấu lặng móc cho các nhịp ngưng dài ngắn khác nhau. Ôm đàn lắng nghe dấu lặng rơi, rơi và đếm thầm từng nhịp một chứ sao lại ôm cả dấu lặng để nhịp đàn ngưng? Nhịp đàn ngưng mà sao âm thanh vẫn trỗi vang? Đấy chính là *"âm thanh của im lặng"*. Cung điệu ấy đích thị là cung cách bước vào khoảng tịch liêu trong một cõi tận cùng vô ngôn.

Dường như cảm nhận điều này đã lâu, trong một bài viết tựa đề *"Tư Tưởng Là Gì"* đăng ở Tạp chí Tư Tưởng tháng 10 năm 1969, lúc Thầy mới hai mươi sáu tuổi, Thầy Tuệ Sỹ đã trích dẫn ngay tại nhan đề phụ một câu nói của Nietzsche (lại do Heidegger trích dẫn - M. Heidegger Qu'appelle-t-on Penser): *"Sa mạc lớn dần... khổ thay cho những ai ôm giữ sa mạc."*

Thì ra, sa mạc chính là nơi kỳ ngộ những khối óc và trái tim của nhân loại. Sa mạc mênh mông và nắng cháy nhưng *"nó chôn giấu một cái giếng dạt dào đâu đó..."*.

VĂN CÔNG TUẤN

(Đức Quốc)
Bài này đã in trong sách "Cổ Thụ Lặng Bóng Soi".
NXB Tôn Giáo, tháng 10/2016, tr. 9-29.

**Refrains pour Piano
những điệp khúc
Cho Dương Cầm**

Thơ Tuệ Sỹ
Poèmes de Tuệ Sỹ

Texte français et expressions graphiques
Dominique de Miscault

DOMINIQUE

NHỮNG ĐIỆP KHÚC CHO DƯƠNG CẦM

REFRAINS POUR PIANO

Avant propos

C'est une belle rencontre que celle que j'ai eu la chance d'avoir avec Tué Sy et ses proches depuis le printemps 2003.

Nous avons appris à nous dévoiler un peu à échanger nos mondes, à traduire des émotions qui sont aussi de profonds engagements.

Pardonnez-moi, je ne suis ni bouddhiste et encore moins bonze, je ne connais pas le vietnamien et pourtant ces poèmes de Tué Sy nous les connaissons aussi dans notre vieille Europe! Ne sont ils pas l'expression de ces vacuités parcourues par nos plus grands mystiques? L'expérience de l'errance de la nuit et du silence, mais aussi le désespoir de "l'âme" lasse qui cherche en vain une réponse au sacrifice consenti ou imposé.

Ces poèmes écrits par Tué Sy en vietnamien, nous les avons traduit en six mains. Philippe Langlet a défriché le terrain mot à mot, Tué Sy est directement intervenu sur cette traduction et j'ai essayé et tenté d'en saisir le fond grâce aux images et à l'espace où vit Tué Sy que je connais et qui m'ont été d'une grande aide. J'ai choisi les mots et les images les plus simples en réduisant et asséchant au maximum le terrain poétique afin d'évoquer l'aventure mystique du moine fatigué de sa vie de recherches vaines.

Vaines ou pas vaines là est la question.

Dessaisissements au fil des lieux et du temps...

Le piano ou le silence comme médium entre nos deux continents...

Il ne s'agit plus de nostalgie ou d'émotions mais d'une analyse aride du détachement.

Je suis très heureuse de partager encore et pour longtemps la légèreté absolue de la vie.

Dominique,
Ho Chi Minh Ville, le 19 novembre 2008

Thay Lời Tựa

Đó là một cuộc gặp gỡ đẹp, khi tôi có dịp gặp Tuệ Sỹ và những người thân cận ông từ mùa xuân năm 2003.

Chúng tôi đã dần biết cách giải bày, trao đổi với nhau những thế giới của mình, diễn dịch những cảm xúc đồng thời cũng là những giao tình thân thiết.

Tôi xin lỗi vì không phải là một Phật tử, càng không phải là nhà tu; tôi không biết rành tiếng Việt, tuy nhiên những bài thơ của Tuệ Sỹ chúng tôi vẫn có thể hiểu ở cái Châu Âu già cỗi của chúng tôi! Đó chẳng phải là biểu hiện của những trống không bàng bạc bởi những bí ẩn lớn nhất của chúng ta? Kinh nghiệm từ bóng đêm lang thang, từ sự im lặng lang thang, và cả sự tuyệt vọng của "tâm hồn" rã rời đi tìm trong vô vọng một lời đáp lại cho sự hiến dâng dù tự nguyện hay áp đặt.

Những bài thơ này của Tuệ Sỹ, chúng tôi đã dịch bằng sáu tay. Đầu tiên Philippe Langlet đã khai phá vùng đất, dịch từng từ Việt sang từ Pháp, sau đó Tuệ Sỹ trực tiếp góp ý, và đến lượt tôi cố gắng thử đi vào chiều sâu nhờ những hình ảnh và không gian nơi Tuệ Sỹ sống mà tôi biết, và điều đó đã giúp tôi rất nhiều. Tôi đã chọn những hình ảnh và những từ ngữ đơn giản nhất, giảm thiểu và hong khô tối đa những thi tứ để gợi lên cuộc phiêu lưu huyền bí của nhà sư mệt mỏi trong cuộc kiếm tìm vô vọng.

Vô vọng hay không vô vọng, đó là vấn đề.

Những sự buông bỏ theo dòng thời gian và xứ sở...

Tiếng dương cầm hay sự lặng im như là môi giới giữa hai lục địa chúng ta...

Tôi rất sung sướng được tiếp tục chia sẻ trong dài lâu sự mong manh tuyệt cùng của cuộc sống.

Dịch Việt: HẠNH VIÊN

HUỲNH KIM QUANG

THEO DẤU LẶNG - NGHE ĐIỆP KHÚC DƯƠNG CẦM CỦA THẦY TUỆ SỸ

Cõi thơ của Thầy Tuệ Sỹ mênh mông bát ngát. Cao thì bay vút từng không. Sâu thì hun hút hố thẳm. Biết đâu mà dò để gọi là theo!

Với người viết bài này, có lẽ là ngồi bệt xuống đất nhìn trừng trừng vào mấy dấu lặng trên "Những Điệp Khúc Cho Dương Cầm" của Thầy để mà nghe, có thể chỉ như là "vịt nghe sấm". Nhưng, may ra còn nghe được vài khoảng lặng vô thanh đâu đó, sau những cung bậc du dương siêu thoát.

"Những Điệp Khúc Cho Dương Cầm" là tập thơ gồm 23 bài - đúng hơn là 23 điệp khúc - của Thầy Tuệ Sỹ được xuất bản trong nước vào năm 2009. Tập thơ này được một nghệ sĩ nổi danh của Pháp, Dominique de Miscault dịch sang tiếng Pháp và trình bày với những hình ảnh nghệ thuật trong tác phẩm Pháp ngữ "Refrains pour Piano".

Bài này chỉ viết lại một vài cảm nhận khi đọc tập thơ bằng tiếng Việt "Những Điệp Khúc Cho Dương Cầm" của Thầy.

Dấu lặng là khoảnh khắc ngừng nghỉ sâu lắng không nhạc không lời trong bản nhạc. Nó cũng cần thiết có mặt trong bản nhạc giống như những âm thanh giai điệu khác. Đôi khi dấu lặng còn cần thiết và mang ý nghĩa huyền diệu hơn nhạc điệu khác trong bản nhạc.

Cũng thế, trong cuộc sống thường nhật với những thao tác liên tục của dòng vọng động qua thân, khẩu và ý, con người bị cuốn hút vào quỹ đạo quay cuồng của mộng tưởng điên đảo, thì những khoảnh khắc dừng lại, buông xả, lắng tâm là cần thiết và bổ ích vô cùng. Đó là những dấu lặng trong bản nhạc cuộc đời.

Thật vậy, có bao giờ bạn lắng tâm để thưởng thức những khoảnh khắc im lặng tột cùng xảy đến thật bất ngờ giữa dòng thác lũ ba đào của âm thanh và nhạc điệu? Nếu bạn từng trải qua giây phút cực kỳ huyền diệu ấy chắc bạn cảm nhận như mình đang bơi lội trong cõi không gian vô cùng mà ở đó chỉ có sự hỷ lạc mầu nhiệm trong trạng thái vắng bóng mọi thứ nhân ngã bỉ thử và phiền não uế trược.

Cuộc đời của một Thiền sư là khoảnh khắc kéo dài vô tận của những dấu lặng an nhiên, tự tại và siêu thoát giữa cuộc đời phiền não, khổ đau. Thầy Tuệ Sỹ là một Thiền sư như thế.

Trong đôi mắt sáng quắc của Thầy, dòng tử sanh vô tận chỉ còn là bóng dáng mờ ảo sau ngọn lửa bập bùng của trí tuệ bừng lên, để nhìn sâu vào đó và liễu ngộ rằng nó chỉ là huyễn mộng. Như thế, tử sinh đâu có khác gì cánh chim chợt hiện chợt ẩn trong quãng trời vô biên! Điệp khúc đầu tiên rung lên cung bậc mở ra con đường đến đi tự tại trong cõi nhân gian:

"Ta nhận chìm thời gian trong khóe mắt
Rồi thời gian ửng đỏ đêm thiêng
Đêm chợt thành mùa đông huyễn hoặc
Cánh chim bạt ngàn từ quãng Vô biên."

Trong Kinh Tiểu Duyên của Trường A Hàm, chẳng phải đức Thế Tôn đã kể chuyện loài người đến thế giới này từ cõi Trời Quang Âm ở Sắc Giới Thiên hay sao? Cho nên Thầy mới nói trong điệp khúc thứ 2:

Từ đó ta trở về Thiên giới,
Một màu xanh mù tỏa Vô biên.
Bóng sao đêm dài vời vợi;
Thật hay hư, chiều nhỏ ưu phiền.

Chiều như thế, cung trầm khắc khoải.
Rát đầu tay nốt nhạc triền miên.
Ôm dấu lặng, nhịp đàn đứt vội.
Anh ở đâu, khói lụa ngoài hiên?

Từ Quang Âm Thiên xuống cõi nhân gian làm người nên mới có những ưu phiền, khắc khoải, và những cung bậc của kiếp người rung lên. Nhưng đến khoảnh khắc lắng sâu của dấu lặng thì đó là cõi vô biên, nên cảnh vật ngoài hiên là khói lụa huyễn hoặc như có như không.

Trong bản nhạc làm sao chỉ toàn là dấu lặng. Trong cõi người làm sao tránh khỏi những ưu phiền. Cái tuyệt vời của Thầy là liễu ngộ rất tinh tường phím đen, phím trắng trong bản nhạc cuộc đời chỉ là ảo tượng. Và rồi, Thầy đem bao nhiêu ưu phiền của năm tháng đi qua gửi vào dấu lặng đó. Gửi vào dấu lặng thì có khác gì hóa thân cho nó vào cõi vô cùng. Vì vậy, trong điệp khúc thứ 9, vang lên cung bậc:

Đôi mắt cay
phím đen phím trắng
Đen trắng đuổi nhau
thành ảo tượng
Trên tận cùng
điểm lặng tròn xoe
Ta gửi đó
ưu phiền năm tháng.

Trực thức về bản chất cuộc đời của chính mình không chỉ là tri kiến như thật về thực tại mà một người con Phật cần có, đó còn là đức nhẫn phi thường của một nhà tu hành đạo hạnh. Nhẫn thọ từ nỗi thống khổ trầm luân đến sự hỷ lạc siêu thoát bằng tâm thái bình lặng an nhiên không một gợn sóng động tâm. Điệp khúc thứ 13 vang lên nhạc âm hưởng đó:

Ô hay, dây đàn chợt đứt.
Bóng ma đêm như thật.
Cắn đầu ngón tay giá băng.
Điệp khúc lắng trầm trong mắt.
Rồi phím đàn lơi lỏng;
Chùm âm thanh rời, ngón tay rát bỏng
Chợt nghe nguyệt quế thoảng hương
Điệp khúc chậm dần theo dấu lặng.

Có lúc điệp khúc dương cầm lắng sâu đến mức như tan theo mùi hương nguyệt quế, như hóa thân thành con kiến bò quanh triền núi, hay len lỏi tận dưới gốc cụm cỏ dại. Điệp khúc 20 là giai điệu huyền bí lạ lùng mà người nghe dường như phải tước bỏ cái hình hài nhân ngã to lớn để có thể theo chân con kiến bò dưới cọng cỏ và nghe mùi đất thở. Cái mùi mà triết gia Phạm Công Thiện trong tác phẩm *"Khơi Mạch Nguồn Thơ Thi Sĩ Seamus Heaney"*[1] gọi là *"mùi thổ ngơi"*. Ở đây không phải chỉ ngửi mùi thổ ngơi, mà còn ngửi mùi đất thở nữa. Chỗ tuyệt cùng của sự sâu lắng, của dấu lặng trong *"Những Điệp Khúc Cho Dương Cầm"* là ở đây. Có thể nghe và ngửi *"mùi đất thở"*:

Theo chân kiến
luồn qua cụm cỏ
Bóng âm u
thế giới chập chùng
Quãng im lặng
Nghe mùi đất thở.

---

[1] Xuất bản tại California, Hoa Kỳ vào năm 1996.

Đoản khúc 23 khép lại "Những Điệp Khúc Cho Dương Cầm" như thể là đoạn cuối của đời người nằm yên vĩnh viễn nơi tha ma mộ địa.

Giăng mộ cổ
mưa chiều hoen ngấn lệ
Bóng điêu tàn
huyền sử đứng trơ vơ
Sương thấm lạnh
làn vai hờn nguyệt quế
Ôm tượng đài
yêu suốt cõi hoang sơ.

Điệp khúc vẽ lại thật sống động cảnh tượng nơi nghĩa địa, với cơn mưa chiều, nước mắt, hình bóng điêu tàn, sương thấm lạnh là những hình ảnh lột tả được cả tâm trạng và hoàn cảnh trong đoạn cuối của đời người.

Nhưng, trong cõi chung đó, vẫn bừng sáng lên niềm riêng rất đáng quý, rất cao đẹp, rất thương yêu. Đó là tấm lòng yêu thương vô lượng của Thầy đối với cuộc đời, đối với con người, và đối với chúng sinh.

Ôm tượng đài
yêu suốt cõi hoang sơ.

Tấm lòng đó ắt hẳn đã nằm sâu trong dấu lặng của "Những Điệp Khúc Cho Dương Cầm" mà Thầy vừa tấu lên.

Có ai nghe chăng?

Chắc chắn là có, chư thiên ở cõi trời Quang Âm, những con kiến đang bò sát dưới cụm cỏ dại, và còn nữa, tiếng thở của đất động đậy đâu đó trên khắp hành tinh này.

HUỲNH KIM QUANG

BÙI GIÁNG

TUỆ SỸ - MỘT NGUỒN THƠ VIỆT PHI PHÀM

Tuệ Sỹ là một vị sư. Ông viết văn quá nghiêm túc. Những sở tri của ông về Phật học quả thật quảng bác vô cùng. Thấy ông vẻ người khắc khổ, không ai ngờ rằng linh hồn kia còn ẩn một nguồn thơ thâm viễn u u... Một bữa, ông đọc cho tôi nghe hai câu thơ chữ Hán của ông:

Thâm dạ phong phiêu nghiệp ảnh tùy,
Hiện tiền vị liễu lạc hoa phi.

Ông bảo làm sao tiếp cho hai câu để nên một bài tứ tuyệt. Tôi đề nghị với ông nên nhờ Ni cô Trí Hải tiếp giùm. Ông ngượng nghịu bảo tôi đừng nên rỡn đùa như thế. Vậy tôi xin lai rai thử viết:

Thâm dạ phong phiêu nghiệp ảnh tùy,
Hiện tiền vị liễu lạc hoa phi.
Phiêu bồng tâm sự tân toan lệ,
Trí Hải đa tàm trúc loạn ty.

Và xin ông chả nên lấy thế làm bực mình.

Nhưng ai có ngờ đâu nhà sư kín đáo e dè kia, không hề bao giờ có vướng lụy, lại còn mang một nguồn thơ Việt phi phàm? Một bài thơ "không đề" của ông đủ khiến ta khiếp vía mất ăn mất ngủ:

Đôi mắt ướt tuổi vàng khung trời hội cũ
Áo màu xanh không xanh mãi trên đồi hoang

Phút vội vã bỗng thấy mình du thủ
Thắp đèn khuya ngồi kể chuyện trăng tàn

Mới nghe bốn câu thôi, tôi đã cảm thấy lạnh buốt linh hồn, tê cóng cả cõi dạ.

Từ núi lạnh đến biển im muôn thuở
Đỉnh đá này và hạt muối đó chưa tan
Cười với nắng một ngày sao chóng thế
Nay mùa đông mai mùa hạ buồn chăng
Đếm tóc bạc tuổi đời chưa đủ
Bụi đường dài gót mỏi đi quanh
Giờ ngó lại bốn vách tường ủ rũ
Suối nguồn xa ngược nước xuôi ngàn.

Tôi hoảng vía đề nghị: Đại sư nên gác bỏ viết sách đi. Và làm thơ tiếp nhiều cho, nếu không thì nền thi ca Việt mất đi một thiên tài quá lớn.

Ông đáp: Để về hỏi lại Ni cô Trí Hải xem có đúng như lời thế chăng.

Đôi mắt ướt tuổi vàng
Khung trời
Hội cũ

Xin xuống dòng thư thả như thế. Ắt nhìn thấy chất trang trọng dị thường của hoài niệm. Hoài niệm gì? - Khung trời hội cũ.

Một hội đạp thanh? Một hội nao nức? Giờ nao nức của một thời trẻ dại?"

Đôi mắt ướt tuổi vàng khung trời hội cũ...

Mở lời ra, nguồn thơ trực nhập vào trung tâm cơn mộng chiêm niệm. Đầy đủ hết mọi yếu tố bát ngát: một cung trời xán lạn bao la, một hội cũ xao xuyến, một tuổi vàng long lanh... Một đôi mắt ướt ngậm ngùi của hiện tại. Nhưng mạch thơ đi ngầm. Tiết nhịp âm thầm nhiếp dẫn. Thi sĩ không cần tới một hình dung từ nào cả, vẫn nói được hết mọi điều *"phải nói"* với mọi người *"muốn nghe"*, với riêng mình *"không thiết chi chuyện nói"*.

Người thi sĩ xuất chúng xuất thần thường có phong thái khác thường đó. Họ nói rất ít mà nói rất nhiều. Họ nói rất nhiều mà chung quy hồ như chẳng thấy gì hết cho mọi người. Nói cho mọi người mà cơ hồ chẳng bận tâm gì tới chuyện thiên hạ nghe hay chẳng nghe. Nỗi vui, nỗi buồn của họ, dường như chẳng giống lối vui buồn của chúng ta. Do đó chúng ta trách móc họ một cách lệch lạc hết cả (Par manque de justice interne). Trong một cuộc vui, ta hỏi họ vài điều. Họ lơ đễnh thờ ơ, ta tưởng họ kiêu bạc. Trong lúc mọi người đang gào khóc giữa đám tang, họ phiêu nhiên đi qua, trông có vẻ như mỉm cười, niêm hoa vi tiếu. Ta tưởng họ tàn nhẫn thô bạo.

Vua Gia Long ngày xưa đã từng lấy làm quái dị về thái độ Nguyễn Du: "Trẫm dùng người, không phân biệt kẻ Nam kẻ Bắc. Ai có tài thì trẫm trọng dụng (...) Cớ sao khanh lại u sầu ít nói suốt năm như thế?" Ông vua kia lấy làm lạ là phải lẽ lắm, hợp với lương tri thói thường thiên hạ lắm. Ông không thể hiểu vì sao vị di thần kia cứ miên man như nằm trong cõi mộng thần di, hồn dịch!

Vua đã ban cho chan hòa mưa móc, lộc trọng quyền cao đặc ân thâm hậu như thế, cớ sao Liệp Hộ chưa vừa lòng, vẫn cứ thả mộng chạy lang thang về chân trời hướng khác.

Đáp: Ấy chính bởi đôi mắt nhìn đây mà thấy những đâu đâu.

Đôi mắt ướt tuổi vàng
Khung trời hội cũ

Đôi mắt ướt? Đôi mắt của ai? Vì sao ướt? Vì lệ trào, hay là vì quá long lanh?

Thi sĩ không nói rõ. Ấy là giữ một khoảng trống vắng lặng phóng nhiệm cho thơ.

Tha hồ chúng ta tự do nghĩ hai ba lối. Hoặc là đôi mắt thi nhân ướt trong hiện tại vì nhớ nhung một trời hội cũ. Hoặc là đôi mắt giai nhân nào long lanh dịu mật như nước suối chan hòa, soi bóng một khung trời hội cũ bất tuyệt nào, mà ngày nay tại hạ đã đánh mất rồi chăng?

Áo màu xanh không xanh mãi trên đồi hoang.

Áo nào màu xanh? Màu xanh màu chàm của cô gái Mán gái Mường, gái núi nào xưa kia băng rừng và thi nhân đã ngẫu nhiên một lần nhìn đắm đuối?

Tôi nói không sai sự thật mấy đâu. Vì Tuệ Sỹ vốn xưa kia ở Lào. Cha mẹ ông kiều cư trên đất Thượng Lào Trung Việt. Bà mẹ ông thỉnh thoảng cũng trở về Sài Gòn tới chùa viếng ông, đem quà cho ông một đôi dép riêng biệt, một tấm khăn quàng riêng tây.

Đôi mắt ướt tuổi vàng
Khung trời hội cũ
Áo màu xanh
Không xanh mãi
Trên đồi hoang
Phút vội vã bỗng thấy mình du thủ
Thắp đèn khuya ngồi kể chuyện trăng tàn

Phút vội vã bỗng thấy mình du thủ?

Mình là thân Bồ Tát, quanh năm kinh kệ trai chay, thế sao bỗng nhiên một phút vội vã lại dám làm thân du thủ? Dám gác bỏ kệ kinh? Dám mở cuộc thắp đèn khuya ngồi kể chuyện trăng tàn?

Phải nhìn thấy khuôn mặt khắc khổ chân tu của Tuệ Sỹ, mới kinh hoàng vì lời nói thăm thẳm đơn sơ nọ. Lời nói như ngân lên từ đáy sâu linh hồn tiền kiếp, từ một quê hương trên thượng du bao la rừng núi gió sương canh chiều nguyệt rung rinh trong đêm lạnh.

Từ núi lạnh đến biển im muôn thuở
Đỉnh đá này và hạt muối đó chưa tan
Cười với nắng một ngày sao chóng thế
Nay mùa đông mai mùa hạ buồn chăng

Mối tình rộng thả suốt biển non im lìm lạnh lẽo. Một hạt muối vẫn chưa tan. Một nếp u ẩn của lòng mình bơ vơ không gột rửa.

Từ núi lạnh đến biển im muôn thuở
Đỉnh đá này và hạt muối đó chưa tan

Ta tưởng như nghe ra "cao cách điệu" bi hùng của một Liệp Hộ, một Nerval, một chỗ trầm thanh nhất trong cung bậc Nietzsche.

Thi nhân đã mấy phen ngồi ngó trăng tàn? Ngồi trên một đỉnh đá? Bốn bề rừng thiên giăng rộng ngút ngàn màu trăng xanh tiếp giáp với chân trời xa xuôi đại hải?

Đỉnh đá và hạt muối là hai chốn kết tụ tinh thể của núi và biển. Đỉnh đá quy tụ về mọi hương màu trời mây rừng rú. Hạt muối chứa chất cái lượng hải hàm của trùng dương. Đó là cái bất tận của tâm tình sừng sững tại giữa tế nguyệt phiêu du:

Cười với nắng một ngày sao chóng thế
Nay mùa đông mai mùa hạ buồn chăng

Một tiếng "buồn chăng" lơ lửng nửa như chất vấn, nửa như ngậm ngùi ta thán, dìu về cả một khúc tâm thanh đoạn trường:

Sen tàn cúc lại nở hoa,
Sầu dài ngày ngắn đông đà sang xuân.

Đếm tóc bạc tuổi đời chưa đủ,
Bụi đường dài gót mỏi đi quanh.

Tiết nhịp lời thơ lại biến đổi:

Đếm tóc bạc
Tuổi đời
Chưa
Đủ
Bụi đường dài
Gót
Mỏi
Đi
Quanh

Tiết điệu rạc rời như gót mỏi đi quanh. Một tuổi đời chưa đủ? Một tuổi xuân chưa vừa? Một tuổi vàng sớm chấm dứt? Một tuổi *"đá"* sớm từ giã mọi yêu thương?

Giờ ngó lại bốn vách tường ủ rũ
Suối nguồn xa
Ngược nước
Xuôi ngàn

Bài thơ dừng lại. Dư âm bất tuyệt kéo dài trong đêm lữ thứ khép mình trong bốn bức tường với nhạt nhòa ủ rũ ngục tù.

Chỉ một bài thơ, Tuệ Sỹ đã trùm lấp hết chân trời mới cũ Đường Thi Trung Hoa tới Siêu Thực Tây Phương.

BÙI GIÁNG

NGUYÊN TÁNH PHẠM CÔNG THIỆN

MỘT BUỔI SÁNG ĐỌC THƠ TUỆ SỸ

Ta làm kẻ rong chơi từ hỗn độn
Treo gót hài trên mái tóc vào thu
Ngồi đếm mộng đi qua từng đợt lá

Tuệ Sỹ

Hình như Tuệ Sỹ làm thơ rất nhiều. Nghe nói lúc băng rừng vượt núi trong thời gian đấu tranh bí mật để liên lạc giao kết với mặt trận rừng núi cao nguyên, trên những ngọn đèo trùng điệp của quê hương, Tuệ Sỹ đã làm rất nhiều thơ; hình như có người đã giữ lại nhiều tập thơ chưa xuất bản và không chịu phổ biến. Tôi chỉ được đọc đi đọc lại hai bài thơ của Tuệ Sỹ. Hình như hai bài thơ này đã được làm trước khi cộng sản vào chiếm miền Nam (và đã được phổ biến nhiều lần trên các báo chí hải ngoại hiện nay). Thơ của Tuệ Sỹ không phải chỉ có thế, hiển nhiên. Tuy nhiên, chỉ nội hai bài thơ cũng đủ nói lên thế giới thơ mộng lặng lẽ của Tuệ Sỹ.

Thế giới thơ mộng lặng lẽ của Tuệ Sỹ không có nhan đề; hai bài thơ đều không có tựa. Một người đã từng quen biết Tuệ Sỹ nhiều chắc chắn phải ngạc nhiên: Tuệ Sỹ không để lộ ra bất cứ hình ảnh hay chi tiết gì có liên hệ trực tiếp hay gián tiếp với đời sống cá nhân thường nhật của mình. Có lẽ đặc tính thứ nhất của thơ Tuệ Sỹ là không có "cá tính". Đi ngược lại với thói quen phê bình thơ văn của phần đông (ai cũng muốn đi tìm "cá tính" của mỗi thi sĩ), tôi nghĩ rằng cái việc thể hiện cái "không có cá tính" trong thơ là điều khó khăn nhất cho một người làm thơ. Cá tính được cụ thể hóa qua những hình ảnh chi tiết của đời sống cá nhân thường nhật; ngay đến những bài thơ khách quan lạnh lùng của thi hào Hy Lạp hiện đại Cavafy cũng mở rộng rõ ràng tiểu sử đời sống cá nhân thường trực hằng ngày của chính đương sự; ngay cả những bài thơ tuyệt tác của thi hào thế kỷ XVI-XVII của Anh, John Donne, gọi là nhà thơ "siêu hình" nhưng cũng để lộ những nét sâu đậm của đời sống cá nhân thường nhật. Trái lại với Tuệ Sỹ, đời sống cá nhân thường nhật đã vắng mặt; còn cá tính đã được bôi sạch hay đã được ẩn giấu nhẹ nhàng đâu đó. Về hai bài thơ không nhan đề, tôi xin gọi bài A và bài B để tiện điểm danh; hai bài thì đều không có chấm phết; trong bài A chỉ có dấu chấm hỏi bất ngờ duy nhất:

Chẳng một lần lầm lỡ không ư?

Câu hỏi mà cũng chẳng phải câu hỏi: câu hỏi trên chỉ để nhấn mạnh một cách tương phản một cái gì dứt khoát nhất nằm ở câu thơ thứ năm:

Một lần định như sao ngàn đã định

Chúng ta hãy để ý hai chữ "một lần" trong câu trên và trong câu hỏi: mấy chữ "một lần" mang tất cả sức nặng gợi nghĩa của chữ Đức "Einmal" (một lần) trong thơ của Rainer Maria Rilke. Tuệ Sỹ đã sử dụng bốn lần mấy chữ "một lần" trong bài thơ A (trong câu 5, câu 6, câu 11 và câu 12) và mỗi lần dùng "một lần" trong câu đầu thì câu kế tiếp cũng vang lên "một lần" nữa. Xin đọc một lần nữa:

Một lần định như sao ngàn đã định
Lại một lần nông nổi vết sa cơ
(câu 5 và câu 6)

Một lần ngại trước thông già cung kỉnh
Chẳng một lần lầm lỡ không ư?
(câu 11 và câu 12)

Chúng ta cũng cần để ý những chữ "định", "nông nổi" "ngại", "lầm lỡ" đi theo sau mấy chữ "một lần". Một lần định, một lần nông nổi, một lần ngại, một lần lầm lỡ. Như thế có nghĩa là gì? Không có gì than tiếc cả, ngược lại. "Định" chỉ có ý nghĩa là "định" mỗi khi "định" được thực hiện bi tráng giữa những nông nổi, những ngại ngùng, những lầm lỡ vô định. Đây chẳng phải là cái ngờ vực bất hủ của Descartes (đã được an nhiên xác định trước từ dự tưởng về nền tảng bất di dịch tuyệt đối của chân lý như là "xác thực tính", tức là "Certitudo" trong ý nghĩa siêu hình của tuyệt điểm triết lý Descartes, nghĩa là "Fundamentum Absolutum Inconcussum Veritatis" (theo nghĩa vừa dịch trước khi dẫn). Cũng chẳng lưỡng lự theo điệu đã được nuôi dưỡng trong tư tưởng Long Thọ thì không thể rơi vào Chủ quan tính hay Khách quan tính như thế (mà Cá tính chỉ là hậu quả tất yếu của Siêu Hình Học Tây Phương cận đại và hiện đại về Chủ Thể Tính; và Khách quan tính cũng chỉ là hậu quả đương nhiên của Chủ Thể Tính tương đối và tuyệt đối của Kant và Descartes và tuyệt đối nhất là của Hegel).

Xin trở lại bài thơ A, và xin đọc lại hai câu mở đầu:

Này đêm rộng như khe rừng cửa biển
Hai bàn tay vén lại tóc xa xưa

Và xin đọc lại hai câu cuối của bài thơ:

Ngày mai nhé ta chờ mi một chuyến
Hai bàn tay vén lại tóc xa xưa

Tất nhiên tôi phải ngạc nhiên và ngừng lại suy nghĩ: tôi không bao giờ thấy Tuệ Sỹ có tóc (chỉ sau ngày cộng sản nhốt tù thì tóc mới mọc lên). Thầy tu không có tóc lại làm thơ với hình ảnh trữ tình lặp đi lặp lại hai lần trong bài A ("vén lại tóc xa xưa") và một lần trong bài B ("Treo gót hài trên mái tóc vào thu"). Tóc ở đây là tóc của ai? Của một thiếu nữ? Tầm thường quá và không hẳn là thế. Dù là thầy tu đi nữa thì đôi lúc cũng mơ mộng như mọi người cho vui nhẹ trong không khí khổ hạnh? Tóc của đàn ông? Cũng không hẳn thế? Thôi thì cứ gọi tóc của thơ, đủ rồi. Có thể tạm chẻ sợi tóc ra làm tư và gọi là "tóc của tục đế, thế đế" theo tinh thần của Long Thọ "Chân đế hay đệ nhất nghĩa đế" thì phải cần đến Tục đế hay Thế đế, vì "Niết-bàn không khác mảy may nào cả với luân hồi": tuyệt đỉnh cao siêu nhất của Phật Giáo.

Bỏ triết lý và tôn giáo qua một bên, và xin trở lại thế giới của Tuệ Sỹ và xin đọc lại từ đầu với 6 câu mở đầu bài:

Này đêm rộng như khe rừng cửa biển
Hai bàn tay vén lại tóc xa xưa
Miền đất đỏ trăng đã gầy vĩnh viễn
Từ vu vơ trong giấc ngủ mơ hồ
Một lần định như sao ngàn đã định
Lại một lần nông nổi vết sa cơ

Cách hạ vần cuối rất rộng rãi (.. ưa,.ồ,.ơ, iễn,.ịnh) chữ "Này" bắt đầu câu thơ để gọi. Thơ là gọi: gọi tên, hay đúng hơn: gọi sự có mặt, gọi sự hiện diện. Thơ thường khi cũng gọi sự vắng mặt, làm cho sự vắng mặt được có mặt. Đêm là sự vắng mặt của ban ngày.

Này đêm rộng như khe rừng cửa biển

"Đêm rộng" ở đây không có nghĩa là đêm lớn rộng, mà có nghĩa là mở rộng ra như khe mở rộng ra rừng và cửa mở rộng ra biển; đêm rộng là đêm mở rộng ra ngày mai như câu thơ 13 trước câu thơ cuối:

Và câu cuối:

Ngày mai nhé ta chờ mi một chuyến
Hai bàn tay vén lại tóc xa xưa

Câu cuối 14 lặp lại câu thứ hai như điệp khúc quyết định: "Hai bàn tay" chớ không phải một bàn tay. Thiếu nữ vén tóc thường khi chỉ vén có một tay, chỉ có tráng sĩ tóc dài theo điệu "thử địa biệt Yên Đan" mới vén tóc bằng cả hai tay nhất quyết: "nhất khứ bất phục hoàn". Mấy chữ "xa xưa" cũng có thể hiểu ngược lại thời gian thông thường là "xa xưa của tương lai", vì chính mấy chữ "ngày mai nhé" đã được mấy chữ "xa xưa" mở rộng chân trời như "cửa biển", hay ẩn giấu chân trời và mở rộng thời gian như "khe rừng" hay "sao ngàn": mỗi "một lần", mỗi một bước chân của Thời gian là cô động lại Thời gian tinh túy "vĩnh viễn" (không phải "vĩnh viễn" theo điệu "cái hiện tại đứng ở lại" của thần học thánh Augustin "Nunc Stans" mà theo nghĩa "hiện tại thu phối vĩnh cửu" của thuật ngữ Heidegger: Augenblick-Augenblitz": tia chớp xé rách thời gian của Héraclite và khi mở Vĩnh cửu, cái Một mở rộng và thu phối cái Tất cả (Hen Panta) theo nhịp Hoa Nghiêm Kinh "một lần" bao dung tất cả lần"). Quan niệm "Nunc Stans" xuất phát từ tư tưởng Hữu Thể, còn "Vĩnh Viễn" của Tuệ Sỹ nằm gọn trong sự vắng mặt của Không Tính. Tuy vậy, Tuệ Sỹ không bao giờ sử dụng danh từ Phật học trong thơ (khác hẳn với những thi sĩ thích làm thơ "thiền", dù Tuệ Sỹ đã từng làm việc chơi "tay trái" là dịch giỡn bộ Zen của Suzuki. Thực ra ít có người tu chứng cùng hiểu Thiền như Tuệ Sỹ). Mấy chữ "không như" và "không hư" trong câu thơ 8 và 10 chẳng có liên hệ mảy may gì với chữ "không" trong "Không tính" của Bát Nhã và Thiền. Sự vắng mặt nói lên sự có mặt nào đó.

Bây giờ đọc lại trọn bài thơ A (gồm 14 câu, mỗi câu 8 chữ), chúng ta tự hỏi nhà thơ muốn nói gì? Đọc thơ mà thấy rằng tác giả muốn nói rõ cái gì thì chẳng còn là thơ nữa. Nhưng có lẽ câu thứ 5 ("một lần định như sao ngàn đã định") và hai câu cuối: ("*ngày mai nhé ta chờ mi một chuyến/ hai bàn tay vén lại tóc xa xưa*") cũng gợi chú ý cho ta rất nhiều? Như trong bài B: ("*Một buổi sáng nghe chim trời đổi giọng/ người thấy ta xô dạt bóng thiên thần*") đã gợi chú ý cho tất cả bài B.

Có lẽ đặc tính thứ hai trong thơ của Tuệ Sỹ là trừu tượng hóa bản thân cụ thể, trừu tượng hóa cá tính. Tôi dùng mấy chữ trừu tượng ở đây trong ý nghĩa đẹp nhất và thơ mộng nhất, như nhà thơ vĩ đại Paul Valéry đã "trừu tượng hóa" nhân vật tản văn thường mang tên là "Monsieur Teste". Tuệ Sỹ không hề đọc Valéry mà thường đọc đi đọc lại một nhà thơ trái ngược hẳn với Valéry là Heine. Điệu thơ Đường Tống cũng đã được giấu kín lặng lẽ trong thơ Tuệ Sỹ, mặc dù Tuệ Sỹ đã từng thuộc nằm lòng cả thế giới Tống Đường.

Nói rằng thơ của Tuệ Sỹ hay hoặc không hay thì lố bịch. Chỉ có thể nói rằng thơ của Tuệ Sỹ đáng được chúng ta đọc đi đọc lại nhiều lần và suy nghĩ lan man hoặc cảm nhận tùy hứng. Ít nhất có một người làm thơ đáng cho ta đọc giữa "sống chết với điêu tàn vờ vĩnh" để cho chúng ta còn có được "một buổi sáng nghe chim trời đổi giọng".

Đặc tính thứ ba và cuối cùng của thơ Tuệ Sỹ chính là tiếng thơ đổi giọng của một loài chim đi từ cõi xa xưa của vô biên tế kiếp trong lòng sâu thẳm của Tính Mệnh Quê Hương.

NGUYÊN TÁNH

California, ngày 18 tháng 11, 1988

PHẠM CÔNG THIỆN

BUỔI CHIỀU NẮNG HẠ ĐỌC THƠ TUỆ SỸ

KỶ NIỆM 50 NĂM SINH NHẬT TUỆ SỸ

L.T.S. Bài này đã được phát thanh trực tiếp từ Hoa Kỳ sang Úc Châu do đài phát thanh Úc Châu SBS, ngày 20 tháng 6 năm 1994.

Tôi đang ngồi nơi giảng đường của chùa Diệu Pháp ở California tại Huê Kỳ, chung quanh đầy tiếng chim kêu trên những cây chanh, những cây bằng lăng và những cây thông, cây tùng và những bông mộc lan trắng đang nở đầy hàng cây trên đồi dọc theo đường thoải xuống dưới kia thành phố Monterey Park.

Ngồi trên đồi cao nhìn ra xa có những rặng núi "như quáng nắng, như giấc mộng, như thành phố giữa sa mạc"...

Tôi muốn dành buổi chiều ngày hạ hôm nay để đọc lại thơ của Tuệ Sỹ, một người bạn trẻ tài ba mà tôi đã quen biết thân thiết từ lúc Tuệ Sỹ mới khoảng 19 tuổi; rồi từ năm 1966, từ Paris tôi trở về Sài Gòn và ở lại cho đến năm 1970, trong bốn năm trời, dường như không có ngày nào chúng tôi không gặp mặt nhau và chia sẻ vui buồn với nhau trên mọi bình diện. Tôi lìa Việt Nam từ năm 1970 cho đến hôm nay, như thế có nghĩa rằng 24 năm nay tôi đã xa lìa Tuệ Sỹ và chưa được dịp gặp lại. Trong thời gian ấy, Tuệ Sỹ bị Cộng sản nhốt tù từ năm 1979 cho đến năm 1981, và sau cùng từ năm 1984 cho đến năm nay, mười năm liên tục, Tuệ Sỹ vẫn bị Cộng sản nhốt tù và bị xử tử hình, rồi giảm xuống chung thân hay hai chục năm cấm cố. Lần cuối cùng tôi gặp Tuệ Sỹ thì Tuệ Sỹ mới 26 tuổi. Chiều nay, tôi giựt mình chợt nhớ rằng năm nay Tuệ Sỹ đã 50 tuổi rồi. Thế thì không còn là chú tiểu Tuệ Sỹ mà là một đại thượng tọa Thích Tuệ Sỹ! Dù trong cảnh tù ngục đói khổ trăm điều, thiền sư thiên tài Tuệ Sỹ vẫn bất khuất và hùng khí vẫn ngùn ngụt cao ngất như đỉnh Trường Sơn mà nhà thơ Tuệ Sỹ vẫn trọn đời ngưỡng vọng yêu thương trên những con đường oanh liệt khai mở cho Sử Tính quê hương được vượt thoát ra ngoài chế độ Cộng sản, cái chế độ hoang phế tàn tạ mà Tuệ Sỹ gọi là "tha ma mộ địa". Chúng ta hãy lắng nghe bài thơ "Ngục Tối" của Tuệ Sỹ:

Lửa đã tắt từ buổi đầu sáng thế
Một kiếp người ray rứt bụi tro bay
Tôi ngồi mãi giữa tha ma mộ địa
Lạnh trăng tà lụa trắng trải rừng cây
Khuya rờn rợn gió vèo run bóng quỷ
Quì run run hôn mãi lóng xương gầy
Khóc năn nỉ sao hình hài chưa rã
Để hồn tan theo đốm lửa ma trơi.

Bốn câu thơ cuối đã nói hết tất cả thế giới điêu tàn của Cộng sản Việt Nam hiện nay:

Khuya rờn rợn gió vèo run bóng quỷ
Quì run run hôn mãi lóng xương gầy
Khóc năn nỉ sao hình hài chưa rã
Để hồn tan theo đốm lửa ma trơi

Hai câu thơ cuối cùng của bài "Ngục Tối" nói lên ý chí hực lửa đốt cháy tất cả gỗ mục của tâm thức hạ liệt:

Khi tâm tư vẫn chưa là gỗ mục
Lòng đất đen còn giọt máu xanh ngời

Bốn câu thơ cuối của bài "Giao Hưởng Bóng Tối" rực sáng lên đôi mắt trí huệ "đáo bỉ ngạn" của Tuệ Sỹ:

Ôi tiết nhịp thiên tài hay quỷ mị
Xô hồn ta lảo đảo giữa tường cao
Trưa dài lắm ta luân hồi vô thủy
Đổi hình hài con mắt vẫn đầy sao

Tuệ Sỹ còn có những bài thơ ngắn mà âm vang phơi phới như ngọn gió rừng:

Lận đận năm chầy nữa
Sinh nhai ngọn gió rừng
Hàng cà phơi nắng lụa
Ngần ngại tiếng tha phương

(Năm Tàn)

Bài Trầm Mặc đưa chúng ta đi vào sự trầm mặc ung dung, không hẳn bi quan và không hẳn lạc quan, coi cuộc đời *"như quáng nắng, như giấc mộng, như thành phố giữa sa mạc: tất cả sự hiện khởi, tồn tục và biến mất đều như vậy"* (như câu kệ của Long Thọ mà Tuệ Sỹ đã trích dịch trong quyển Triết Học Về Tánh Không của mình):

Anh ôm chồng sách cũ
Trầm mặc những đêm dài
Xót xa đời khách lữ
Mệnh yểu thế mà hay

(Trầm Mặc)

Bài Thoáng Chốc ửng hiện lên âm hưởng thơ mộng, huyễn, bào ảnh của Kim Cương Kinh, phối hợp bình đẳng với lòng Đại Bi sâu thẳm:

Người mắt biếc ngây thơ ngày hội lớn
Khóe môi cười nắng quái cũng gầy hao

Như cò trắng giữa đồng xanh bất tận
Ta yêu người vì khoảnh khắc chiêm bao.

(Thoáng Chốc)

Tình yêu chỉ thực sự là tình yêu, tình người chỉ thực sự là tình người, vì trực thức rằng tất cả đều là khoảnh khắc chiêm bao. Mỗi khi mình trực nhận rằng chính mình cũng là "khoảnh khắc chiêm bao" thì sự bừng dậy tỉnh thức toàn diện chợt vụt tới và từ đó mình đứng dậy lao thân vào hành động thuần túy của một bậc Bồ Tát để giải thoát con người ra khỏi tất cả lao lung của đời sống. Tuệ Sỹ đã sẵn sàng đi vào tù để chuyển y tâm thức khả dĩ phá tung tất cả tù ngục nhân sinh.

Chúng ta hãy đọc bài "Tôi vẫn đợi" của Tuệ Sỹ:

Tôi vẫn đợi những đêm xanh khắc khoải
Màu xanh xao trong tiếng khóc ven rừng
Trong bóng tối hận thù tha thiết mãi
Một vì sao bên khóe miệng rưng rưng
Tôi vẫn đợi những đêm đen lặng gió
Màu đen huyền ánh mắt tự ngàn xưa
Nhìn hun hút cho dài thêm lịch sử
Dài con sông tràn máu lệ quê cha
Tôi vẫn đợi suốt đời quên sóng vỗ
Quên những người xuôi ngược Thái bình dương
Người ở lại với bàn tay bạo chúa
Cọng lau gầy trĩu nặng ánh tà dương.
Rồi trước mắt ngục tù thân bé bỏng
Ngón tay nào gõ nhịp xuống tường rêu
Rồi khép lại hàng mi về Cõi Mộng
Như sương mai như bóng chớp mây chiều.

(Tôi vẫn đợi)

Một bài thơ lục bát của Tuệ Sỹ có những câu khó quên:

...

Sầu trên thế kỷ điêu linh
Giấc mơ hoang đảo thu hình tịch liêu
Hận thù sôi giữa nắng chiều
Sông tràn núi lở nước triều mênh mông
Khói mù lấp kín trời Đông
Trời ơi tóc trắng rũ lòng quê cha
Con đi xào xạc tiếng gà
Đêm đêm trông bóng Thiên hà buồn tênh.

Bài thơ của Tuệ Sỹ mà tôi yêu thích nhất là bài "Một bước đường":

Một bước đường thôi nhưng núi cao;
Trời ơi, mây trắng đọng phương nào?
Đò ngang neo bến đầy sương sớm;
Cạn hết ân tình nước lạnh sao?
Một bước đường xa, xa biển khơi
Mấy trùng sương mỏng nhuộm tơ trời
Thuyền chưa ra bến bình minh đỏ
Nhưng mấy nghìn năm tống biệt rồi.
Cho hết đêm hè trong bóng ma
Tàn thu khói mộng trắng Ngân hà
Trời không ngưng gió chờ sương đọng
Nhưng mấy nghìn sau ố nhạt nhòa.
Cho hết mùa thu biệt lữ hành
Rừng Thu mưa máu dạt lều tranh
Ta so phấn nhụy trên màu úa
Trên phím dương cầm, hay máu xanh

Tôi không thể làm việc phê bình thơ; tôi chỉ muốn cho Thơ của Tuệ Sỹ tự hiện diện từ chính nơi tự tánh của Thi Ca, không cần sự can thiệp trực tiếp hay gián tiếp của một cái gì khác bên ngoài, như chính Tuệ Sỹ đã tự nói trong hai câu đầu một bài thơ chữ Hán do Tuệ Sỹ làm:

*Tự tâm tự cảnh tự thành chương
Tự đối bi hoan diệc tự thưởng*
(Tác Thi Sự)

và Thi sĩ Vân Nguyên đã dịch:

*Cô độc cảnh tâm thơ tự xuất
Tự ngắm buồn vui tự thưởng thức*

hay dịch sát nghĩa:

*Từ lòng mình, tự cảnh vật, tự thành chương cú
Tự đối mặt với những buồn vui rồi tự mình thưởng thức*

Thay vì "chương cú" như Vân Nguyên đã dịch sát nghĩa, tôi muốn dịch thoát trùng khơi là "chương khúc"... Nhưng Vân Nguyên đã tài tình chuyển là *"thơ tự xuất".*

Mấy chục năm qua, Tuệ Sỹ đã làm rất nhiều thơ, nhưng Ni cô Tuệ Hạnh chỉ thu nhặt được mấy chục bài và cho in lại với nhan đề thi tập là Ngục Trung Mỵ Ngữ, do Quảng Hương Tùng Thư xuất bản. Đặc biệt trong thi tập này có 18 bài thơ mà Tuệ Sỹ làm thẳng bằng chữ Hán, có một bài làm xúc động tâm hồn tôi đến cực điểm, bài Cúng Dường:

*Phụng thử ngục tù phạn
Cúng dường Tối Thắng Tôn
Thế gian trường huyết hận
Bỉnh bát lệ vô ngôn*

Thượng Tọa Viên Lý dịch lại như sau:

*Hai tay nâng chén cơm tù
Dâng lên từ phụ bậc Thầy nhân thiên
Thế gian huyết hận triền miên
Bưng bình cơm độn lặng yên lệ trào.*

Nhà thơ Vân Nguyên cũng có dịch như sau:

Dâng chén cơm tù lên
Cúng dường Tối Thắng Tôn
Thế gian tràn oán hận
Ôm chén lòng khóc thầm.

Tất cả hành động chính trị thường tình đều phiến diện; ý thức chính trị toàn diện chỉ được thể hiện nơi một con người vừa là thi sĩ vừa là thiền sư đạo sĩ vừa là nhà hành động nhập thế với tinh thần "vô công dụng hạnh" của bậc Bồ Tát, hành động tích cực mãnh liệt toàn triệt mà vẫn giữ cảm thức viễn ly và viễn mộng. Vì không tham vọng ích kỷ mù quáng cho nên mới nuôi dưỡng cảm thức viễn ly, vì không bị kẹt dính vào tham, sân và si của thế tục cho nên mới hàm dưỡng viễn mộng. Làm chính trị mà biết mơ mộng và sống thơ mộng, biết viễn ly và viễn mộng, khó thấy lắm trong lòng thực tại bi đát của quê hương hiện nay.

Tuệ Sỹ là một trong số ít đạo sĩ thi nhân với pháp khí phi thường là Trí Huệ Bát Nhã cùng với lòng Đại Bi Thơ Mộng, Tuệ Sỹ là một trong số ít thể hiện được ý nghĩa trọn vẹn của Ý thức chính trị toàn diện, ý thức hành động Bi Trí Dũng dẫn đường soi sáng Thế Mệnh của Sử tính quê hương.

Nhân dịp kỷ niệm sinh nhật 50 năm của Tuệ Sỹ, qua đài phát thanh Nhà Nước Úc Châu SBS, và nhờ lời mời của nhà thơ Ngọc Hân, vị phụ trách chương trình Việt ngữ của đài SBS, tôi xin thân yêu gửi một quà tặng bí mật đến thiền sư thi sĩ Tuệ Sỹ: tất cả năng lực tâm linh và tinh thần của vũ trụ được súc tích cô đọng trong câu đại thần chú đạo sư Tây Tạng Liên Hoa Sinh Bồ Tát:

OM AH HUM VAJRA GURU PADMA SIDDHI HUM!

PHẠM CÔNG THIỆN
California, ngày 20 tháng 6, 1994

NGUYỄN MINH CẦN

ĐỌC THƠ TÙ CỦA THẦY TUỆ SỸ

Vừa qua, được đọc mấy bài thơ chữ Hán của thầy Tuệ Sỹ đăng trên tờ Khánh Anh ở Paris (10.1996) với lời giới thiệu của Huỳnh Kim Quang, lòng tôi rất xúc động. Nghĩ đến Thầy, nghĩ đến một tài năng của đất nước, một niềm tự hào của trí tuệ Việt Nam, một nhà Phật học uyên bác, đang bị đày đọa một cách phi pháp trong cảnh lao tù kể từ ngày 25.3.1984, lòng tôi trào dậy nỗi bất bình đối với những kẻ đang tay vứt "viên ngọc quý"[1] của nước nhà để chà đạp xuống bùn đen...

Đọc đi đọc lại, tôi càng cảm thấy rõ thi tài của một nhà thơ hiếm thấy thời nay và đặc biệt là cảm nhận sâu sắc tâm đại từ, đại bi cao thượng, rộng lớn của một tăng sĩ với phong độ an nhiên tự tại, ung dung bất chấp cảnh lao tù khắc nghiệt... Đạo vị và thiền vị cô đọng trong thơ của thầy kết tinh lại thành những hòn ngọc báu của thơ ca.

Thật ra tôi chưa hề được thấy Thầy Tuệ Sỹ, chỉ vài lần xem hình Thầy trên báo, nhưng đọc thơ Thầy, tự nhiên tôi bất giác ngồi yên, trầm lặng, buông thả cho tâm trí dẫn dắt mình vào một thiền quán không định trước và dường như tôi thấy được khá rõ chân dung của Thầy: gầy yếu, mái tóc điểm bạc, cặp mắt tinh anh... Tôi thấy Thầy trong thời thọ trai,

---

[1] Xin phép mượn từ này trong lời nhận xét của học giả Đào Duy Anh, sau khi ông đã tiếp xúc với Thầy tại Nha Trang hồi năm 1976: "Thầy là viên ngọc quý của Phật giáo và của Việt Nam."

đang dâng bát cơm tù đạm bạc lên cúng dường Phật bằng đôi tay run rẩy vì xúc động... Nghĩ đến cuộc sống trên thế gian này, vì sự vô minh của con người mà máu hận tuôn chảy triền miên, Thầy thấy thương xót cho chúng sinh, thương xót cho dân tộc, thương xót cho đạo pháp đang chịu cảnh điêu linh, thống khổ vô ngần dưới bất công và cường quyền, nên bưng bát cơm trong tay mà những giọt lệ thầm rơi lã chã:

Cúng Dường

Phụng thử ngục tù phạn
Cúng dường Tối Thắng Tôn
Thế gian trường huyết hận
Bỉnh bát lệ vô ngôn

Tạm dịch

Hai tay dâng bát cơm tù
Cúng dường Tối Thắng Đại Từ Thế Tôn
Cõi trần máu hận trào tuôn
Tay bưng bình bát lặng thầm lệ rơi.

Tâm đại từ, đại bi của Thầy như vậy, nên khi thấy chúng sinh đau khổ, Thầy chịu nhận sự khổ đau thay cho chúng sinh mà không một lời oán hận. Thấy thảm trạng đất nước và dân tộc, đạo pháp và Giáo hội điêu đứng, Thầy xót thương vô hạn. Hà chính khắc nghiệt đang chà đạp lên quyền con người, quyền công dân, đang ném những bậc sĩ phu, trí thức, những con người của Tổ quốc chân thành yêu nước yêu dân vào tù ngục. Và Thầy cũng nằm trong số đó. Tôi quán tưởng thấy Thầy có lúc băn khoăn tự hỏi mình: Tại sao ta phải ngồi tù nhỉ? Nhưng rồi Thầy gạt tay tự bảo: tù ngục đối với tâm tự tại của ta thì có ra gì đâu, tâm ta thong dong như làn khói mỏng thì giam làm sao được nó trong tù ngục chứ! Cuộc đời với tâm cảnh quấn lấy nhau thật là một cơn ác mộng đầy khủng khiếp, nhưng mà ta phải nhớ lời người xưa đã dạy là trong bất cứ trường hợp nào cũng cứ giữ vững dũng khí để hiên ngang ngẩng cao đầu nhìn trời, chứ không chịu khuất phục cường quyền.

Ôi, tâm Thầy từ bi mà vô úy, đại hùng biết bao! Cái tâm đó đã đem lại cho Thầy sức mạnh tinh thần và thể chất để thắng các thế lực tà ma ác quỷ!

Tự Vấn

Vấn dư hà cố tọa lao lung?
Dư chỉ khinh yên bán ngục trung
Tâm cảnh tương trì kinh lữ mộng
Cổ giáo già tỏa diện hư ngung

Tạm dịch

Tự hỏi

Hỏi mình: sao phải ngồi tù?
Bảo rằng: làn khói giam hờ trong lao
Cảnh tâm trong mộng khiếp sao
Lời xưa đã dạy: ngẩng cao nhìn trời.

Và chính cái tinh thần đại từ đại bi, đại hùng đại lực đó đã làm cho Thầy sống trong phòng biệt giam, chật hẹp của nhà tù cộng sản mà vẫn thấy thanh thản. Thầy vẫn cười vẫn nói, dù chỉ cho mình nghe mà thôi, vẫn đi tới đi lui nhàn nhã, để cho ngày tháng lao tù dài dằng dặc trôi qua mà không phải bận tâm.

Trách Lung

Trách lung do tự tại
Tản bộ nhược nhàn du

Tiếu thoại độc ảnh hưởng
Không tiêu vĩnh nhật tù

Tạm dịch

Lồng Chật

Trong lồng chật hẹp mà thanh thản
Đi tới đi lui thật nhàn tản
Cười cười nói nói chỉ mình nghe
Cũng trôi qua ngày tù bất tận.

Ra rửa mặt buổi sáng sớm, Thầy cảm thấy ung dung trong giây lát. Và Thầy tự nhủ: ta vốn sẵn có phong thái thần tiên rồi thì có cần gì phải là ở chốn sơn thủy mới bộc lộ phong thái đó, ngay trong lao tù khắc nghiệt này ta vẫn giữ nó cơ mà.

Tảo Thượng Tẩy Tịnh

Tảo khởi xuất tẩy tịnh
Thung dung lập phiến thì
Tự hữu thần tiên thái
Hà tu sơn thủy vi!

Tạm dịch

Sáng Sớm Ra Rửa Mặt

Sáng sớm ra rửa mặt
Ung dung trong giây lát
Sẵn phong thái thần tiên
Lọ cần miền non nước!

Tâm trí dẫn dắt tôi vào tận phòng biệt giam của Thầy. Tôi thấy Thầy đang ngồi thiền trong phòng biệt giam. Thầy nhập định đến được tầng trời Không Vô Biên Xứ để nhập thể vào cõi vô biên vô hạn. Trong cảnh giới hư vô đó đúng là cõi thiền và Thầy không còn ý tưởng về người về vật nữa. Thầy đã "viễn ly điên đảo mộng tưởng" rồi. Thầy đang thoải mái ngồi chiêm ngưỡng các cô thiên nữ rải vô vàn bông hoa tươi đẹp từ trên trời cao xuống để cúng dường.

Biệt Cấm Phòng

Ngã cư không xứ nhất trùng thiên
Ngã giới hư vô chân cá thiền
Vô vật, vô nhân vô thậm sự
Tọa quan thiên nữ tán hoa miên

Tạm dịch

Phòng Biệt Giam

Ta ở trời Không Vô Biên Xứ
Cảnh giới hư vô thật rất thiền
Không vật, không người, không lắm chuyện
Ngồi xem hoa rải bởi chư thiên

Tuy thế, có những đêm dài, Thầy ngồi một mình trong phòng giam bên ngọn đèn lạnh lẽo, lòng thầy vẫn da diết nhớ mãi ngôi chùa nhà, mà nghĩ đến ngày trở về thì... than ôi, vô hạn (chắc các bạn còn nhớ, Thầy bị kết án tử hình, sau chuyển thành án chung thân), lòng thầy cũng không tránh khỏi những xao xuyến, bồi hồi:

Dạ Tọa

Trực nhật lao tù sự cánh mang
Trung tiêu độc tọa đối hàn đăng
Không môn thiên viễn do hoài mộng
Quy lộ vô kỳ nhiệm chuyển bồng

Tạm dịch

Ngồi Qua Đêm

Ngày tù dằng dặc, việc triền miên
Đêm tối ngồi yên, lạnh ánh đèn
Hình bóng chùa xưa còn nhớ mãi
Đường về vô hạn, rối lòng thêm

Dù chưa một lần gặp, nhưng trong tâm trí tôi hiển hiện dáng dấp của một vị Thầy lớn, của một bậc Đại Sư, đứng cao vượt lên trên tất cả những nhỏ nhen hèn hạ, ác độc của những kẻ tiểu nhân đang đày đọa Thầy. Và chính bài "Tự Thuật" của Thầy càng làm cho chúng ta hiểu rõ Thầy hơn nữa. Ba mươi năm trước học giáo lý của Phật, giáo lý của sự Khổ và tính Không, kinh sách đã học chất cao tường che cả cửa sổ phía tây. Xuân tươi thắm đến mà Thầy không đoái hoài chi nên Xuân cũng già cỗi, còn rặng trúc xanh biếc mới thoáng lượn qua đã làm say hồn mộng. Thời gian thấm thoát trôi qua, hàng mi dài đã rũ xuống chiếc bàn cũ kỹ và tóc trên đầu đã bạc trắng cùng với tuổi già sức yếu. Rồi một sớm sảy chân rơi xuống vách núi cheo leo, Thầy mới thấy cái Chân Không để mà đối trị lại cái đêm đỏ. Đây mới chính là chặng đường gian lao, ác liệt nhất trong đời Thầy, khi sảy chân rơi xuống vực thẳm địa ngục của các thế lực tà ma ác quỷ, Thầy chỉ còn biết đem cái trí tuệ Bát Nhã sáng láng mà đối chọi với cái đêm tối đầy máu lửa mà thôi.

Tự Thuật

Tam thập niên tiền học Khổ, Không
Kinh hàm đôi lũy ám tây song
Xuân hoa bất cố xuân quang lão
Thúy trúc tà phi túy mộng hồn
Nhẫm nhiễm trường mi thùy hoại án
Ta đà tố phát bạn tàn phong

Nhất triêu cước lạc huyền nhai hạ
Thủy bả Chân Không đối tịch hồng.[1]

Tạm dịch

Tự Thuật

Ba thập niên rồi học Khổ, Không
Kinh sách chất đầy cả cửa song
Xuân thắm không nhìn, xuân hóa lão
Trúc xanh thoáng lượn đã say hồn
Thời gian thắm thoát mi dài rũ
Tháng lại ngày qua tóc điểm sương
Một sớm sẩy chân rơi vực thẳm
Chân Không bèn lấy chọi đêm hồng

Càng nghĩ đến Thầy, tôi càng thấy xót xa, càng kính phục đức độ cao quý của Thầy. Nhưng thiết tưởng: chẳng riêng gì thầy Tuệ Sỹ, mà nhiều vị tăng sĩ khác của nước nhà, khi đứng trước cường quyền, cũng như khi bị đày đọa trong tù ngục, đều đã nêu cao cái tâm đại từ, đại bi, đại hùng, đại lực sáng chói. Cái tâm đó hoàn toàn đè bẹp sự vô minh, độc ác và đê tiện của cường quyền, nêu cao chính nghĩa rực rỡ và chân lý sáng ngời của đạo pháp. Và đó chính là niềm tự hào lớn lao cho các bậc tu hành trong Giáo Hội Phật giáo truyền thống của dân tộc Việt Nam.

Chắc chắn là khi các bạn tìm đọc lại những bài thơ tù của Hòa Thượng Thích Huyền Quang, Quyền Viện trưởng Viện Hóa Đạo và của Hòa Thượng Thích Quảng Độ, Tổng Thư ký Viện Hóa Đạo, Giáo Hội Phật Giáo Việt Nam Thống Nhất, đang bị giam cầm hoàn toàn phi pháp, thì cũng cảm nhận cái đức độ cao quý như vậy của quý Thầy và cũng lấy làm hãnh diện là dân tộc ta có được những bậc thầy xứng đáng như thế.

Nguyễn Minh Cần

---

[1] Về bài thơ chữ Hán này, xin xem lại chú thích của chúng tôi ở trang 184.

ĐỖ HỒNG NGỌC

CUỐI NĂM ĐI THĂM THẦY TUỆ SỸ

Đã lâu không gặp thầy. Thân Trọng Minh báo thầy Tuệ Sỹ vừa từ Bảo Lộc về ở Hương Tích mấy hôm nên cả nhóm kéo đi thăm: Thân Trọng Minh, Đỗ Hồng Ngọc, Thanh Hằng, Huyền Chiêu. Trong nhóm, chỉ có Huyền Chiêu chưa gặp thầy, dù trước đó Thân Trọng Minh đã gởi tặng thầy tập tản văn của Huyền Chiêu và Khuất Đẩu. Thầy có một thời sống ở Nha Trang mà!

Riêng mình thì đã gặp thầy nhiều lần, có lúc ở bệnh viện, có lúc ở chùa Già Lam, có lúc ở quán Trà của Viên Trân, cùng GS Trần Văn Khê, nhà báo Trần Trọng Thức... Tuần trước thầy vừa nhờ Thân Trọng Minh gởi tặng mình bộ A-tỳ-đạt-ma Câu-xá 3 tập dày cộm, in rất đẹp.

Thân Trọng Minh quen thân với các thầy Tuệ Sỹ, Lê Mạnh Thát từ lúc các thầy còn là chú tiểu ở chùa Báo Quốc, Huế. Thầy Lê Mạnh Thát thì còn học chung với Châu Văn Thuận ở Quốc Học nữa.

Buổi gặp cuối năm thật ấm cúng, thân tình. Thầy pha trà cho mọi người uống và đàm đạo thật vui.

Thầy kể chuyện vui, lần thầy Lê Mạnh Thát phát hiện cuốn Hứa Sử truyện vãn, một cuốn truyện chữ nôm thế kỷ 18 ra sao khi cùng vào thăm một ngôi chùa nhỏ ở Vạn Giã. Người giữ chùa thấy thầy Thát mân mê cuốn sách cổ đã nói *"Ông mà đọc được tôi cho ông luôn"* vì tưởng thầy Thát chỉ là một cư sỹ tháp tùng thầy Tuệ Sỹ!

Thân Trọng Minh gởi tặng thầy bức vẽ *"thầy Tuệ Sỹ"* của Duyên, thầy rất vui với tấm lòng người ở phương xa. Mình thì gởi tặng cuốn *"Cõi Phật đâu xa"* viết về kinh Duy-ma-cật, bởi thầy là người đã viết nhiều về Duy-ma-cật mà mình cũng được tham khảo. Mình nhắc thầy về vở nhạc kịch Duy-ma-cật, điều thầy ao ước bấy nay và thực tế thầy cũng đã dàn sơ 3 cảnh... Cao Huy Thuần, Hoàng Quốc Bảo, Thân Trọng Minh, Đỗ Hồng Ngọc đều mong cùng góp sức hoàn thành vở nhạc kịch độc đáo này.

Rồi thầy với tay lấy ngay cuốn Huyền Thoại Duy-ma-cật trao tặng mình, và ghi: *"Quý tặng Duy-ma Cư sỹ Đỗ Hồng Ngọc"*. Ối trời! Hôm sau còn bảo đã đọc chương 1, 2 Cõi Phật đâu xa và bài của Cao Huy Thuần gởi ĐHN trong sách rồi!

Thầy *"khoe"* cái cốc của thầy ở Blao. Đẹp quá và thanh tịnh quá chứ. Mình vẫn *"méo mó nghề nghiệp"* hỏi thăm một chút về sức khỏe và lối sống hiện nay của Thầy ra sao thì biết mắt đã bắt đầu kém, hình như đã bị cườm khô rồi, còn nói chung thì ổn, mặc dù gầy nhom, chỉ cao 1,59m và nặng 39,5 kg. Mỗi ngày ăn nhẹ buổi sáng và ăn cơm vào buổi trưa, buổi tối nhịn (y như thời Phật). Mình đùa nghiên cứu gần đây cho thấy ăn đói đói thì sống rất lâu đó! Ngủ mỗi đêm chỉ từ 21h đến 2 giờ sáng, thức dậy làm việc ngay. Thỉnh thoảng nhịn đói tuần lễ, mươi ngày, chỉ uống nước chanh đường. 3,4 ngày đầu thấy hơi mệt, nhưng sau đó thấy sảng khoái và rất sáng suốt...

Công việc của Thầy bây giờ là nghiên cứu và dịch kinh sách từ tiếng Pali. Những tác phẩm rất có giá trị của Phật giáo giúp cho các tăng ni trẻ có tài liệu học tập, tham khảo.

Rồi Thầy ký tặng sách cho mọi người, mấy cuốn Tuyển văn của thầy do thầy Hạnh Viên thị giả sưu tầm, rồi cùng chụp hình kỷ niệm và hẹn dịp nào lên thăm cái cốc của Thầy ở Blao...

Đỗ Hồng Ngọc

HOÀI KHANH

Tương Tư Đất

tặng Tuệ Sỹ

người đi về đâu bóng đời hiu hắt
ngọn đèn xưa ai thắp sáng bên sông
nỗi niềm xưa ai canh cánh bên lòng
có phải vì ngọn gió thu đông thổi mạnh?

đêm nay cơn mưa dầm lại đến
đà một màu trăng trầm uất cũng bỏ ta rồi
kể từ ngày mây gió cũng pha phôi
em lãng đãng bên trời đông vắng quạnh
bạn bè quyến thân mỗi người mỗi mảnh
con sông dài sao chẳng nối tình nhau
ngọn đèn xưa ai thắp ở nơi nào
mà mối tình xưa sao vô cùng hiu hắt
có phải hồn ta hoang mang vì cơn gió bấc?
chợt thổi về từ biển lạnh ngàn năm
chợt thổi về từ núi đá âm thầm
chờ đợi mãi con người chưa xuất hiện

con người đi đâu đã tan đã biến
hay đã mất rồi trên mặt đất biển dâu
mặt đất biển dâu ngàn năm thỏ thẻ
xin gởi trao người ẩn ngữ: cuộc mong manh

mai kia đất có nói gì trầm trọng
chỉ cúi xin người thở lại chút dư thanh.

ĐINH CƯỜNG

Nhớ thầy Tuệ Sỹ

> *Chiều tà ngồi ở Starbucks coffee*
> *một mình nhớ thầy Tuệ Sỹ*

Thầy về trên Thị Ngạn Am
Gió từ Bảo Lộc thổi tràn nương dâu

Sớm mai núi cũng xa mù
Dáng ai đứng lặng, mắt sâu dặm ngàn

Trải qua mấy dặm quan san
Phương trời viễn mộng, đọa đày còn không

Ngón tay Phật chỉ trăng tròn
Thầy ơi nhớ quá những lời như Kinh

Phật là luôn ở trong Tâm
chiều nơi góc quán, tụng thầm Om Mani ...

TÂM THƯỜNG ĐỊNH

Thiên Nhãn

Kính dâng Thầy Tuệ Sỹ

Đôi mắt sâu hun hút của Người
Tinh anh rực sáng
Xa xôi và diệu vợi
Tàng chứa những bí ẩn
Cùng những tinh hoa vô giá
Những kham nhẫn vô biên
Ôi đôi mắt rất hiền
Mênh mông bốn tâm vô lượng
Ngài là con người cao thượng
Ở Ngài, con tìm thấy niềm tin yêu và hy vọng
Ôi con người thong dong
Lặng yên mà hùng tráng
Người biểu hiện của tươi sáng
Dáng Người như sự trầm luân của Sơn hà xã tắc
Mong manh mà bất diệt
Khắc khổ mà anh minh
Nước Việt sẽ hồi sinh
Vì những bậc nhân tài của đất nước

Có đạo đức và tình thương bao dung rộng lớn
Biết tha thứ bao dung
Như Ngài
Là hiện thân của hàng Bồ Tát
Còn Ngài, đời vẫn hát
Bài ca hy vọng ngập tràn.
Ngài - đôi mắt sâu hun hút
*"Trên tất cả đỉnh cao
Chỉ là sự lặng im."*¹

"Tuệ Sỹ Đạo Sư - Thơ và Phương Trời Mộng", Tập 3
Tập hợp các bài viết của Nguyên Siêu & Nhiều tác giả
Ban Tu Thư Phật Học Viện Hải Đức, Nha Trang
xuất bản năm 2013

---

¹ "Thay lời dẫn cho Thơ Phạm Công Thiện" của Tuệ Sỹ.

THÍCH PHƯỚC AN

THƠ TUỆ SỸ

TIẾNG GỌI CỦA NHỮNG ĐÊM DÀI HEO HÚT

1. Khởi đầu của cuộc lữ

Lúc ấy là cuối hè 1976, tôi đưa anh Tuệ Sỹ đi Vạn Giã để anh khởi sự một cuộc đời mới: anh đi tìm rừng để làm rẫy. Dù từ Nha Trang đi Vạn Giã đường quốc lộ rất bằng phẳng, lại chỉ khoảng chừng 60 cây số, nhưng tôi có linh cảm rõ rệt rằng đây sẽ là chuyến đi gian nan và nguy hiểm nhất của đời anh.

Khi ngồi trên chiếc xe đò cũ kỹ chậm chạp, tôi cứ nhớ đến bốn câu thơ của Tô Đông Pha, một thi hào đời Tống bên Trung Quốc, mà Tuệ Sỹ đã trích dịch và bình giải trong tác phẩm "Tô Đông Pha Những Phương Trời Viễn Mộng" của anh:

Hai thứ tóc, người đi ngoài bảy ngàn dặm,
Một thân côi, thác đổ xuống 18 ghềnh
Nhớ núi Hỷ Hoan đọa đày viễn mộng
Đất tên Hoàng Khủng lệ khấp cô thần.

七千里外二毛人，
十八灘頭一葉身。
山憶喜歡勞遠夢，
地名惶恐泣孤臣。

Thất thiên lý ngoại nhị mao nhân,
Thập bát than đầu nhất diệp thân.
Sơn ức Hỷ Hoan lao viễn mộng,
Địa danh Hoàng Khủng khấp cô thần.

Theo Tuệ Sỹ, Tô Đông Pha làm bài thơ trên năm ông 59 tuổi, trong lúc đang giữ chức Đoan Minh điện kiêm thị độc học sĩ, ngoại nhiệm ở Định Châu thì bị giáng chức, và đày đi đến tận đảo Hải Nam. Muốn đến Hải Nam thì phải đi qua đất Cống Châu, sông Cống chảy qua 18 ghềnh thác đổ. Khi bắt đầu vào Cống Châu thì có một cái thác nước, được gọi là thác Hoàng Khủng. Tuệ Sỹ giải thích cái thác có tên kỳ lạ ấy: *"Cái tên đó cũng đủ thấy cái thế tuôn trào xuống của nó. Trong cái kinh hoàng nơi khách địa đó, thơ ông vọng về cố quận chơi vơi."*

Trong cách giải thích đó của Tuệ Sỹ thì ta có thể thấy được rằng, sự hiểm nguy và gian khổ đã bắt đầu quyến rũ anh mất rồi. Nhưng đâu phải chỉ có riêng Tuệ Sỹ. Mà dường như hầu hết những con người nghệ sỹ tài hoa cũng đều bị quyến rũ như vậy. Tôi nhớ có một nhà văn Tây phương đã nói một câu bất hủ rằng: *"Chỉ khi nào đời sống của chúng ta bắt đầu lâm nguy, thì lúc đó chúng ta mới thực sự biết sống."* Đúng vậy, vì phố Hỷ Hoan vẫn có từ bao đời rồi, vậy mà tại sao phải đợi đến lúc đối mặt với thác Hoàng Khủng, có nghĩa là đối mặt với giây phút hiểm nguy nhất thì phố Hỷ Hoan bỗng trở thành nỗi nhớ da diết trong lòng thi nhân? Vì sao? Tuệ Sỹ giải thích: *"Hỷ Hoan và Hoàng Khủng, tình trong một mà cảnh tượng đôi bờ. Bên này là những nét kiêu hùng man dại của đất khách. Bên kia là tình nồng đượm của quê hương."* Chỗ đó, ông gọi là *"lao viễn mộng"*.

Tất nhiên hai trường hợp hoàn toàn khác nhau. Vì con đường từ Nha Trang đi Vạn Giã không hề có sông Cống chảy qua 18 ghềnh thác đổ, và vì vậy nên cũng chẳng có thác

Hoàng Khủng. Thế nhưng tôi nghĩ rằng, nếu có thì chỉ có cái thác Hoàng Khủng đang tuôn chảy bên trong của mỗi con người chúng ta mà thôi. Và xét cho cùng thì, cái thác đang tuôn chảy ào ạt bên trong mới đáng sợ hơn là cái thác Hoàng Khủng bên ngoài mà Tô Đông Pha đã từng đối diện.

Và những năm tháng như dài đằng đẵng ấy, tôi nghĩ rằng, bất cứ người Việt Nam nào, ít nhiều đã từng nghe cái thác ấy tuôn chảy trong chính mình.

Tuệ Sỹ cũng vậy, nhưng có thể cái thác của anh chảy khốc liệt hơn nhiều, và tôi đã biết chắc rằng, anh đã chuẩn bị tinh thần để đối diện với nó từ rất lâu rồi, dù anh biết là phải trải qua nhiều đọa đày: *"Đọa đày viễn mộng, bốn chữ ấy vừa kiêu sa vừa cô quạnh, mùa thu và tóc trắng hiện ra những nét vừa khốc liệt vừa man mác."*

Có lẽ, cũng vì bốn chữ "đọa đày viễn mộng" ấy, mà Tuệ Sỹ đã từ bỏ chức Giáo sư cũng như Tổng thư ký Tạp chí Tư Tưởng, cơ quan luận thuyết của Viện Đại học Vạn Hạnh mà ra đi. Tuệ Sỹ ra đi trong lúc đang được sinh viên Vạn Hạnh cùng báo chí coi anh và Phạm Công Thiện là hai cây bút trẻ lỗi lạc nhất (lúc đó cả hai đều dưới 30) của văn học Phật giáo Việt Nam thời bấy giờ. Tuệ Sỹ được xem là quảng bác về Phật học và tư tưởng Đông Phương, còn Phạm Công Thiện thì lỗi lạc về triết lý Tây phương. Chính những bài viết của Phạm Công Thiện và Tuệ Sỹ (cả Ngô Trọng Anh và vài người nữa) trên Tạp chí Tư Tưởng mới đủ sức thuyết phục một số nhà trí thức trở về Phật giáo qua Viện Đại học Vạn Hạnh. Trong số đó, đáng kể nhất là trường hợp cố Giáo sư linh mục Lê Tôn Nghiêm. Lê Tôn Nghiêm là giáo sư triết Tây của các Đại học như: Văn Khoa Sài Gòn, Huế và Đà Lạt, và được xem như là người giỏi triết Tây nhất trong các nhà khoa bảng Thiên Chúa giáo của Việt Nam. Cứ xem những bài viết trên tạp chí Tư Tưởng của Lê Tôn Nghiêm, ai cũng có thể đoán ngay được rằng, thế nào thì ông cũng sẽ từ bỏ Thiên Chúa giáo trong một ngày không xa. Và lời tiên đoán ấy rất đúng, vào những ngày cuối đời, sống tại Sài Gòn, Lê Tôn Nghiêm đã thờ Phật, ngồi thiền và ăn chay như một Phật tử thuần thành.

Cuối năm 1970, Phạm Công Thiện rời Việt Nam đi Pháp và không trở về nữa. Tuệ Sỹ thay Phạm Công Thiện coi sóc Tạp chí Tư Tưởng, nhưng đến năm 1973 thì Tuệ Sỹ cũng ra đi. Từ đó, tờ Tư Tưởng không còn là tờ Tư Tưởng như lúc khởi đầu nữa, mà chỉ toàn là những bài viết có tính cách giáo khoa, mất hết không khí sáng tạo, giống hệt như các tập Cours dành cho sinh viên học thuộc lòng để cuối năm thi tốt nghiệp vậy.

Tuệ Sỹ viết *"Tô Đông Pha, những phương trời viễn mộng"* vào năm 1970. Nếu nhìn theo cách nhìn của đa số người đời, thì có thể nói đó là những năm anh đã có địa vị tri thức lớn trong xã hội, nhưng anh vẫn không hề thỏa mãn với vị trí mà mình có được. Tuệ Sỹ vẫn ray rứt, vẫn đau khổ, vẫn đặt thân phận của mình trong nỗi đau khổ của quê hương đất nước. Trong lời tựa có đoạn Tuệ Sỹ viết: *"Những thảm họa lịch sử, và những thảm họa cuồng dại si ngốc của con người, càng lúc càng đổ dồn lên cuộc lữ. Thi đã đổi cách điệu, trở thành âm vang thống thiết của ly tao kinh, cuộc lữ đã trở thành cuộc đày ải."*

Và đúng như Tuệ Sỹ đã viết, thì anh đã bỏ hẳn Vạn Hạnh, rời Sài Gòn, về nằm hiu hắt trên đồi cao lộng gió của chùa Hải Đức ở Nha Trang, nhưng chưa đầy hai năm thì xảy ra biến cố lịch sử 1975. Sau đó bao nhiêu người trí thức đều lần lượt ra đi, vì họ quá thất vọng, thất vọng vì chẳng còn bất cứ một cơ hội nào để họ có thể phục vụ cho đồng bào và tổ quốc của họ.

Tuệ Sỹ cũng vậy, nghĩa là cũng ra đi, nhưng anh có cách đi riêng của anh, không phải đi đến chân trời góc bể xa xôi nào, mà chính là tại nơi đây, nơi mảnh đất đang quằn quại trong đau khổ này, anh đã lên đường tìm kiếm chân trời viễn mộng:

Ngọn gió đưa anh đi mười năm phiêu lãng,
Nhìn quê hương qua chứng tích điêu tàn.
Triều Đông Hải vẫn thì thầm cùng cát trắng,
Chuyện tình người và nhịp thở của Trường Sơn.

Tất nhiên có nhiều cách để mỗi người chúng ta bày tỏ và chia sẻ nỗi đau khổ của quê hương. Nhưng dù sao thì cách lựa chọn của Tuệ Sỹ vẫn là cách lựa chọn đầy can đảm.

Chiều hôm ấy, chuyến xe đò mệt nhọc đưa anh và tôi đến Vạn Giã. Nắng chiều ở những thị trấn nhỏ xa xôi vốn đã buồn và hiu hắt, nhưng buổi chiều hôm ấy tôi thấy nó lê thê và hiu hắt hơn. Cái nắng chết người cũng nhiều lần đốt cháy tâm hồn Tuệ Sỹ: "Trên bước đường ngược gió của lữ khách đó, nắng hiu hắt trổi màu trầm tư tịch mặc giữa những tàn lụi, hoang phế và băng hoại; là sự chung cục của tất cả trong sự hủy diệt nồng nàn."

Đêm ấy, hai anh em nghỉ lại tại chùa Linh Sơn, một ngôi chùa xưa tịch mịch nằm sát thị trấn Vạn Giã. Nửa đêm nghe chuyến tàu lửa chạy băng qua sau chùa, lòng tôi vốn đã hoang mang lại càng hoang mang hơn khi nghĩ đến con đường dài mà ngày mai tôi và anh phải lê bước; đen tối và ảm đạm làm sao! Nhưng tôi vẫn phải luôn luôn tự tìm lý lẽ để trấn an lòng mình ngay rằng, gian nan và hiểm trở luôn luôn là điểm hẹn tuyệt vời của những kẻ tài hoa, vì nếu không có gian nan và hiểm trở thì tinh hoa của họ làm sao phát tiết được? Chẳng phải Tuệ Sỹ đã từng viết về một người tài hoa nhưng phải gánh chịu nhiều bất công, oan nghiệt như thế này hay sao: "Đó là đoạn đường gian nan hiểm trở. Trên đoạn đường đó, thơ ông vang lên những tiếng dội lạ lùng, khi đau cùng cực, trộn lẫn với hào khí ngất trời nhưng lại đượm những chân tình hoài vọng quê hương."

Và phải chăng cái hào khí ngất trời đó lại được tiếp nối tại Việt Nam bởi một con người cũng nhiều đau khổ, nhiều bất hạnh như Tô Đông Pha chăng?

2. Rừng khuya bên bếp lạnh

Năm 1969, nhà xuất bản Ca Dao của Hoài Khanh in cuốn *"Đi Vào Cõi Thơ"* của Bùi Giáng. Ngoài những nhà thơ lớn như Huy Cận, Xuân Diệu, Hàn Mặc Tử, Quang Dũng, v.v… Bùi Giáng đã bất ngờ dành những trang đầu sách để viết về một bài thơ của Tuệ Sỹ. Dù bài viết chưa đầy 6 trang, nhưng ảnh hưởng rất lớn. Tất nhiên một phần cũng nhờ vào tài bình thơ của Bùi Giáng, nên mới có ảnh hưởng lớn như vậy. Vào đề Bùi Giáng viết: *"Tuệ Sỹ là một vị sư. Ông viết văn nghiêm túc, những sở tri của ông về Phật học quả thực quảng bác vô cùng, thấy ông vẻ người khắc khổ, không ai ngờ rằng linh hồn kia còn ẩn một nguồn thơ thâm viễn u u."*

Đúng như Bùi Giáng đã ví "không ai ngờ rằng" vì trước đó chỉ biết Tuệ Sỹ là một cây bút lý luận về Phật học, đọc rất khó hiểu, có thể nói là rất khô khan nữa. Nếu ai đã từng đọc bài *"Luận lý học trên chiều tuyệt đối"* Tuệ Sỹ viết về Long Thọ và lập trường Tánh Không Luận đăng trên tạp chí Tư Tưởng, mà sau đó nhà xuất bản An Tiêm in thành sách vào năm 1970 đổi lại tiêu đề là *"Triết học về Tánh Không"*, thì sẽ thấy nhận định của Bùi Giáng là hoàn toàn chính xác. Có một lần tôi than với Tuệ Sỹ: *"Đọc Triết học Tánh Không chẳng hiểu gì cả"* thì anh cười và nói lại rằng: *"Tôi là tác giả mà đọc lại còn chưa hiểu, huống gì là ông."*

Xin được nhắc lại một chút kỷ niệm riêng tư như vậy, để thấy rằng con người mà bên ngoài có vẻ như "khắc khổ" và "khô khan" ấy, thì có ai ngờ rằng *"linh hồn kia còn ẩn một nguồn thơ thâm viễn u u"*.

Nguồn thơ của Tuệ Sỹ *"thâm viễn u u"* chỗ nào?

"Từ núi lạnh đến biển im muôn thuở. Đỉnh đá này và hạt muối đó chưa tan." Bùi Giáng chỉ cho ta thấy chỗ ấy: *"Tưởng chừng nghe ra 'cao cách điệu' bi hùng của một Liệp Hộ, một Nerval, một chỗ trầm thống nhất trong cung bậc Nietzsche."* (Đi Vào Cõi Thơ).

Nhưng với tôi, hai câu ở cuối bài mới thực sự gây nhiều xúc động về con người và tâm hồn u uẩn của Tuệ Sỹ:

Giờ ngó lại bốn vách tường ủ rũ
Suối nguồn xa ngược nước xuôi ngàn.

Đọc hai câu thơ ấy, rồi nghĩ đến con người đầy khí phách của anh, tôi thấy mình như có thêm sức mạnh tinh thần để vươn lên khỏi những lô nhô lố nhố của cuộc sống đời thường. Thì ra, những thứ lợi danh bọt bèo mà con người đang tranh giành nơi những thành phố chật chội và bụi bặm kia, cũng chỉ quyến rũ được một số người thôi. Nhưng loại người này là ai? Và họ làm gì? Tôi cứ nghĩ đến con ve và con chim cưu trong Nam Hoa Kinh của Trang Tử. Khi hai con vật nhỏ bé này thấy con chim bằng cất cánh bay đến chín muôn dặm cao, cỡi lên cả lớp gió ở dưới nó. Chừng ấy, lưng chịu trời xanh, rộng đường xoay trở, nó bay thẳng qua Nam.

Một con ve nhỏ và một con chim cưu thấy vậy, cười và nói với nhau: "Ta, thì quyết bay vụt lên cây du, cây phượng. Nếu như bay không tới mà lỡ có té xuống đất thì cũng không hề gì! Bay cao chín muôn dặm, sang Nam mà làm chi! Ta thích đến mấy cánh đồng gần gũi đây, ăn ba miếng no bụng rồi về. Nếu ta đến chỗ xa hơn trăm dặm thì ta có lương thực ba tháng."

Và rồi Trang Tử kết luận: "Hai con vật đó mà biết gì? Kẻ tiểu trí làm sao theo kịp người đại trí?"

Ta có thể khẳng định được rằng, câu nói như đinh đóng cột ấy của Trang Tử đã nuôi dưỡng sức mạnh vĩ đại cho biết bao nhiêu thế hệ kẻ sĩ của Đông phương từ hơn hai ngàn năm nay.

Nhưng ta cũng phải thừa nhận một sự thật phũ phàng rằng, loại ve và chim cưu này thì thời nào cũng sanh sản quá nhiều, nên cuộc đời vẫn cứ bị vẩn đục, và kẻ trí lúc nào cũng chịu nhiều gian truân. Nhưng đã là kẻ trí đúng nghĩa thì bao giờ cũng lấy niềm vui của thiên hạ làm niềm vui của chính mình; khi con người vẫn còn đau khổ thì làm sao kẻ trí lại có thể an nhiên ngồi hưởng hạnh phúc cho riêng mình được. Nhưng sự đau khổ cũng là một nhu cầu cần thiết cho kẻ trí, vì chính sự đau khổ mới tôi luyện cho tâm hồn họ trở thành cao rộng ra. Có lẽ cũng chính vì vậy mà ta thường thấy kẻ trí xưa nay vẫn say mê sông dài biển rộng, nhất là núi non hiểm trở, bởi vì tất cả những thứ ấy đều là biểu tượng cho cái gì cao thượng mà tâm hồn họ luôn luôn mơ ước vươn tới.

Bởi vậy, mặc dù chỉ mới biết núi Lô Sơn qua thơ văn, sách vở, nhưng Tuệ Sỹ đã dành một chương để viết về ngọn núi hùng vĩ này với tất cả sự đam mê: *"Lô Sơn hùng vĩ, phiêu bồng, nhưng u uẩn. Lòng núi giấu kín những tâm sự ngàn năm không nói; lòng núi ủ kín những cuộc đời trầm mặc, những thân thể gầy khô như hạc như trúc, những tâm hồn nguội lạnh như tro tàn mùa đông. Núi âm thầm, cho gió ngàn gào thét, cho mây trời vần vũ, và những dòng thác từ trên tuyệt đỉnh cao mù đổ ào xuống."*

Mặc dù núi này chỉ là một khối đất đá vô tri vô giác, nhưng trong cách nhìn của những nghệ sĩ tài hoa thì núi non dường như mang cả cái hồn thênh thang của vũ trụ, núi âm thầm đứng đó như để làm chứng nhân cho những tang thương và dâu bể của cuộc đời: *"Từ thế kỷ này đến thế kỷ khác, trên dòng lịch sử trường mộng của nhân sinh đổ ầm xuống; có những cuộc thi gan tuế nguyệt diễn ra trong lạnh lùng, cô tịch. Ngày và đêm, đày đọa hình hài và tâm não, đứng trơ vơ, kinh đảm hãi hùng, trên chiếc cầu độc mộc bắc ngang qua ghềnh sanh tử."*

Vì quá say mê núi non rừng thẳm như vậy, nên khi vừa đặt

chân đến núi rừng Vạn Giã, khi đứng nhìn những đám mây trắng bay là đà trên các tảng đá, trên đỉnh núi cao, Tuệ Sỹ như muốn trút hết tâm sự của chính mình cho núi rừng nghe:

Núi rừng những giấc mộng đen
Trên đỉnh đá mây trời tơ lụa mỏng
Ta làm thân nô lệ nhọc nhằn.

(Núi rừng Vạn Giã)

Thỉnh thoảng một, hai tuần tôi lại từ Nha Trang ra Vạn Giã để thăm anh. Con đường đi đến nơi anh làm rẫy quanh co khúc khuỷu nên rất khó đi, mùa mưa lại càng khó đi hơn nữa vì đường bị trơn trượt. Đôi khi tôi ở lại đêm với anh trong túp lều tranh do tự tay anh cất lấy. Những lúc ở lại đêm như vậy, tôi lại càng cảm phục sức chịu đựng của anh. Đêm nơi đó chẳng có gì cả, ngoài ngọn đèn dầu leo lét trong túp lều tranh và bóng tối mịt mù giữa núi rừng mênh mông.

Tô Đông Pha khi bị đày ở Hoàng Châu cũng phải đi làm ruộng để kiếm sống qua ngày. Nhưng hoàn cảnh Tô Đông Pha có khá hơn chút đỉnh, vì đọc 8 bài thơ ông tả cảnh làm ruộng của nông dân ta thấy ít ra Tô Đông Pha còn có các bạn nông dân thân thiết để tâm sự hằng ngày như "bác Phan, bác Quách, bác Cổ". Nên Tô Đông Pha mới bảo rằng: "Thú đồng quê dù cực nhọc mà tựa như nhàn." Nhưng về tâm sự thì chắc là rất giống nhau, vì cả hai ta đều nghe ra trong thơ họ tiếng thở dài ngậm ngùi cho giấc mộng còn dang dở.

喟焉釋耒嘆，

我廩何時高。

Vị yên thích lỗi thán
Ngã lẫm hà thời cao!

Tuệ Sỹ đã dịch và diễn lại theo ý mình là: *"Buông cày đứng than thở, đứng bùi ngùi thở dài. Thở dài cho kho lúa đầy cao, và cũng thở dài cho trời xa và cõi mộng xa."*

Cách dịch và diễn ý lại như vậy chắc chắn là để gửi gắm tâm sự của người dịch. Tâm sự đó càng rõ hơn nữa khi Tuệ Sỹ cũng giống như Tô Đông Pha ở Hoàng Châu, nghĩa là phải đi làm rẫy, làm ruộng vì không có con đường nào khác.

Ta muốn đi làm thuê
Đời không thuê sức yếu.
Ta mộng phương trời xa
Trời buồn mây nặng trĩu.

Bởi vậy, nếu không đi làm rẫy thì cũng chẳng biết đi về đâu? Vì mọi con đường đã bị rào kín hết rồi?

Bước đường vẫn tủi nhục
Biết mình đi về đâu?

Đọc bài *"Rừng khuya bên bếp lạnh"* của Tuệ Sỹ, tôi có cảm giác như nỗi sầu của anh còn mênh mông hơn cả những đêm dài ngắt lạnh mù khơi của núi rừng Vạn Giã:

Ai biết mình tóc trắng
Vì yêu ngọn nến tàn.
Rừng khuya bên bếp lạnh
Ngồi đợi gió sang canh.

Ngồi đợi gió sang canh? Hay là ngồi nhìn sững vào bóng đêm mịt mù để cố quên đi nỗi đau mà dân tộc đang gánh chịu:

Tôi vẫn đợi suốt đời quên sóng vỗ
Quên những người xuôi ngược Thái Bình Dương.

Vào những lúc đất nước loạn ly, nhân dân lầm than đau khổ, thì những người con yêu quý nhất của dân tộc vẫn thường hay ôn lại những chặng đường vinh nhục của lịch sử dân tộc mình. Để từ đó, họ có thể rút ra được một bài học lịch sử cho ngày mai, một ngày mai mà họ tin chắc rằng, dân tộc họ phải xán lạn hơn hôm nay.

Năm 1974, tôi đưa anh Lê Mạnh Thát (một trong những nhà sử học lỗi lạc và có nhiều khám phá mới mẻ nhất của Phật giáo Việt Nam hiện nay) về Bình Định và Phú Yên, để anh tìm tư liệu nhằm hoàn thành bộ sử vĩ đại cho Phật giáo Việt Nam, mà những người đã đi trước anh như Trần Văn Giáp, Mật Thể và gần đây nhất là Giáo sư Nguyễn Lang vẫn chưa có đủ điều kiện để làm được.

Trong chuyến đi ấy, tôi được anh kể cho tôi nghe lý do vì sao đã khiến anh đam mê lịch sử Việt Nam và nhất là lịch sử Phật giáo Việt Nam. Lê Mạnh Thát kể rằng, khi đang theo học tiến sĩ triết lý tại đại học Wisconsin ở Hoa Kỳ vào những năm 1966 đến 1972, tức là những năm mà Mỹ đã ném bom dữ dội nhất xuống miền Bắc và các chiến khu ở miền Nam Việt Nam, thì cứ đêm đến là các sinh viên thuộc các nước Đông Dương lại tụ tập trước truyền hình nhìn sững vào những cảnh tượng khủng khiếp đang diễn ra với hai tay chắp trước ngực và nước mắt chảy ràn rụa.

Từ đó, Lê Mạnh Thát cứ băn khoăn tại sao dân tộc mình lại cứ đau khổ triền miên như vậy? Và sức mạnh nào đã khiến cho dân tộc Việt Nam đủ sức đứng vững trước những tàn phá khủng khiếp như vậy? Chính những băn khoăn thắc mắc ấy đã khiến anh đam mê bộ môn lịch sử và Lê Mạnh Thát tin chắc rằng, sức mạnh kỳ lạ ấy của dân tộc có thể tìm lại được nơi các ngôi chùa xưa nằm rải rác ở các miệt miền quê nghèo khổ ở quê nhà. Thế là khi từ Mỹ trở về Việt Nam vào cuối năm 1973, anh đã lao ngay vào công việc với tất cả hăng say, chỉ trong khoảng có 10 năm thôi, mặc dù hoàn cảnh đất nước còn quá nhiều khó khăn, vậy mà những khám phá mới mẻ của anh đã làm các nhà sử học Việt Nam phải kính nể.

Và tôi cũng nghĩ rằng, chính vì quá đam mê lịch sử Việt Nam, và Phật giáo Việt Nam, mà Lê Mạnh Thát đã phải cam chịu số phận với vận nước nổi trôi từ hơn hai thập niên qua.

Vào những đêm khuya khoắt nơi núi rừng Vạn Giã cheo leo, Tuệ Sỹ cũng từng ngồi nhớ lại cuộc hành trình dựng nước đầy gian lao khổ nhọc của tiền nhân bằng những câu thơ heo hút:

Tôi vẫn đợi những đêm đen lặng gió
Màu đen huyền ánh mắt tự ngàn xưa.
Nhìn hun hút cho dài thêm lịch sử
Dài con sông tràn huyết lệ quê cha.

Chính sự gian khổ của tiền nhân sẽ hun đúc ý chí cho những thế hệ đi sau. Họ tin tưởng một cách mãnh liệt vào sức mạnh truyền thống đã có tự bao đời của dân tộc. Chính từ sức mạnh quá khứ đó, họ có quyền mơ ước về một ngày mai tươi sáng cho dân tộc:

Mười năm sau anh băng rừng vượt suối
trên vai gầy từ thuở dựng quê hương.
Anh cúi xuống nghe núi rừng hợp tấu
bản tình ca vô tận của Đông phương.

Nhưng không phải lúc nào tâm hồn của Tuệ Sỹ cũng nặng trĩu ưu phiền, mà vẫn có những trường hợp ngoại lệ. Đó là vào một buổi sáng đẹp trời khi thi nhân đứng nhìn những giọt nắng mai đọng lại trên những bông cà màu tím. Cứ như lời trong bài thơ, thì ta có thể đoán được rằng giây phút đó, thi nhân dường như tạm quên hết nỗi phiền muộn nhọc nhằn hằng ngày, lòng bỗng rộn lên niềm yêu đời khi thi nhân biết rằng, nơi những chân trời xa xôi kia, sự sống vẫn tiếp tục và nắng mai vẫn đẹp như tự bao giờ:

Lận đận năm chầy nữa
Sinh nhai ngọn gió mùa
Hàng cà phơi nắng lụa
Ngần ngại tiếng tha phương.

Mặc dù vậy, hai tiếng "ngần ngại" vẫn gợi cho ta xót xa biết chừng nào! Nhưng không hề gì, vì Tuệ Sỹ đã từng viết như thế này: *"Đất đó đọa đày thân xác mà không đọa đày viễn mộng; quê hương ân tình thắm thiết kia mới thực là đọa đày viễn mộng."* Câu trên Tuệ Sỹ đã viết cho Tô Đông Pha, nhưng thực ra cũng là viết cho chính mình.

3. Nhà Phật học của hai truyền thống

Chúng ta phải học Phật như thế nào? Nghĩa là học cách nào để không bị nô lệ vào chữ nghĩa mà vì vô tình hoặc cố ý phủ nhận cái thực tại sinh động mà tinh thần Phật giáo Bắc Tông đã tác động một cách triệt để trên mọi lãnh vực tư tưởng, thi ca, hội họa và đặc biệt là đời sống tâm linh của các nước thuộc khu vực Viễn Đông trong đó có cả truyền thống của Phật giáo Việt Nam chúng ta nữa?

Chẳng hạn, tại Việt Nam hiện nay có một số người đọc được vài câu kinh Pháp cú, thuộc vài quyển kinh tạng Pali bằng tiếng Việt, đã vội vã phủ nhận cái quá khứ của chính họ, cho rằng những kinh như Di Đà, Lăng Nghiêm, Đại bi thập chú, Mông sơn thí thực không phải là "nguyên thủy". Không phải là "nguyên thủy", theo họ có nghĩa là của ngoại đạo. Nhưng họ đã quên mất rằng, ngày xưa các bậc Tổ Sư của họ đâu có viết kinh Pháp cú treo trên vách tường nhiều như bây giờ, mà nếu có treo thì cũng chỉ treo các bài kệ trong kinh Hoa Nghiêm, Pháp Hoa, Kim Cang, kệ của Lục Tổ, Thần Tú, hoặc các thi kệ của Thiền sư dặn dò đệ tử trước giờ thị tịch. Vậy mà tổ tiên của ta vẫn dư sức mạnh để dựng nước và giữ nước, và chính cái tinh thần của Bắc Tông ấy đã tạo ra được hai triều đại Lý-Trần, hai triều đại được các sử gia ở mọi phía đều phải công nhận là văn minh rực rỡ nhất trong lịch sử của dân tộc ta, và cho đến ngày hôm nay vẫn còn hãnh diện, và vẫn xem đó là hành trang tinh thần đưa dân tộc cùng với nhân loại tiến vào thế kỷ 21.

Việc Hà Nội đang ráo riết chuẩn bị chào đón một ngàn năm Thăng Long (trong đó có công trình xây dựng tượng đài Lý Công Uẩn, học trò của Thiền sư Vạn Hạnh) chứng tỏ họ đã nhận thức rất rõ tầm mức quan trọng của Phật giáo Lý Trần trong việc xây dựng và phát triển đất nước trong thế kỷ tới.

Đạo Phật có lẽ là tôn giáo duy nhất chủ trương tự do tư tưởng. Bởi vậy Phật giáo cũng triệt để tôn trọng tự do tư tưởng của kẻ khác. Nhưng tự do ở đây có nghĩa là tự do lựa chọn bất cứ pháp môn nào, lý tưởng nào mà mình ưa thích, chứ không phải tự do xúc phạm đến lý tưởng mà người khác đang theo đuổi, nhất là lý tưởng đó đã tồn tại và nuôi dưỡng tâm thức dân tộc Việt từ gần hai ngàn năm nay.

Nhưng tôi nhận thấy rằng, những nhà Phật học nguyên thủy của Phật giáo Việt Nam hiện nay chỉ thích kinh tạng nguyên thủy trên lý thuyết thôi chứ họ không thực hành những gì mà Đức Phật đã thuyết giảng trong tạng nguyên thủy. Ví dụ đọc kinh Phạm võng trong Trường Bộ Kinh, ta thấy Đức Phật đã khuyên dạy các đệ tử của Ngài: Không nên giao du và thân cận với giới quyền thế, vậy mà hiện thời chẳng những họ giao du và thân cận, mà còn chính thức đứng hẳn về một phía với giới quyền thế nữa. Thế nhưng mỗi khi bị chất vấn thì họ lại tự bào chữa rằng, Đạo Phật "tùy duyên" nhưng "bất biến".

Nhưng những thói hư tật xấu này dường như thời nào cũng có, chứ không phải chỉ có thời nay. Tô Đông Pha cũng đã từng lên tiếng chỉ trích phong trào học Thiền của Phật giáo Trung Quốc. Lời chỉ trích ấy được khắc và in trong trong kinh Lăng Già (như là lời bạt), được Tuệ Sỹ dịch như sau: *"Chỉ lấy theo chỗ giản tiện, được một câu kinh, một bài kệ, tự cho là liễu chứng. Cho nên cả bọn đàn bà, con nít, dang tay cười giỡn, đua nhau bàn bạc hương vị Thiền. Kẻ cao thì* vì danh, kẻ thấp thì vì lợi. Cái dư ba mạt lưu đó không đâu không chảy tới. Mà cái vi diệu của Phật pháp đã mất rồi. Chẳng khác nào thầy lang quê mùa (may mà chữa lành bệnh nhẹ)."

Là một nhà nghiên cứu Phật học nổi tiếng uyên bác và nghiêm túc, tất nhiên Tuệ Sỹ cũng đã từng băn khoăn về vấn đề này, nghĩa là chúng ta phải học Phật như thế nào để đừng rơi vào những chỗ, hoặc là học để khoe khoang kiến thức của mình, hoặc là học để kiếm danh kiếm lợi. Trong lời giới thiệu cho bản dịch "Vô Môn quan", mặc dù bài viết chỉ giới hạn trong việc học Thiền, nhưng qua bài viết ta vẫn thấy được nỗi băn khoăn ấy của Tuệ Sỹ đối với việc học Thiền nói riêng và học Phật nói chung.

"Một thời xa xưa tại pháp đường của các Thiền viện, người ta nghe sang sảng những tiếng cười và tiếng thét. Bao nhiêu lời lẽ luận bàn khúc chiết được gởi trả về cho dải sa mạc trên miền Cao Á, nơi đã từng ghi dấu cuộc hành trình khổ nhọc của những tâm hồn khát khao tuyệt đối. Nơi đây sa mạc vẫn cứ thiên thu cô tịch trong cơn gió bức bách của hư vô. Lẽ sống và lẽ chết vẫn mãi mãi bồng bềnh trên hư ảo. Tâm hồn miệt mài nóng cháy, nhưng không cháy tan nổi những giấc mộng hãi hùng của hư vô và hủy diệt. Rồi một mai kia, khi thời cơ đến, tiếng cười và thét trỗi lên làm đảo lộn cả nếp sống bình sinh."

Những con người của thời xưa ấy, dám vứt bỏ tất cả để thực hiện cho kỳ được nỗi khát khao tuyệt đối cho đời mình. Nhưng ngày nay, nền văn minh hiện đại đã cung cấp cho chúng ta nhiều thú vui thấp hèn quá, nên dường như tâm hồn của chúng ta đã nguội lạnh, chẳng bao giờ, dù chỉ trong một khoảnh khắc, ta có thể nghe lại được tiếng réo gọi tuyệt đối ấy từ trong nội tâm sâu thẳm của mình:

"Cuộc sống bình thường của chúng ta chẳng mấy khi nghe được những tiếng ấy trong cơn sửng sốt bàng hoàng; để cho trong thiên tải nhất thì, một lần chết đi và một lần sống lại trước sự thực ngàn đời, những khát khao nồng nhiệt cứ vĩnh viễn mỏi mòn, tâm trí càng lúc càng bất động như sỏi đá. Biết bao thành kiến dần dần đọng lại thành lớp vỏ cứng của bản ngã, không cách gì phá nổi."

Và Tuệ Sỹ cho rằng những câu hỏi như thế này chẳng có nghĩa gì trong việc học Thiền cũng như học Phật. Phải đến với Thiền như thế nào? Chúng ta quen hỏi như vậy. Bởi vì đời sống đang chìm đắm trong bùn lầy hôi thối của những cảm thức phù phiếm; chúng ta như những con sâu, triền miên ngủ suốt một mùa đông băng giá. Ngôn ngữ Thiền, dù là sấm chớp hãi hùng trong tai ta, chẳng qua chỉ là *"ve sầu kêu ve ve suốt mùa hè nóng bức"*.

Vậy cho nên vấn đề không phải là cứ thắc mắc phải đến với Thiền như thế nào hoặc phải học Thiền theo phương pháp nào, mà điều quan trọng là chúng ta có đến với Thiền, với giáo pháp của Đức Phật bằng tất cả sự khát khao của một kẻ đang thèm khát tuyệt đối hay không? Những lời sau đây có thể được xem như là lời cầu mong của Tuệ Sỹ muốn gửi đến cho những người học Thiền và học Phật hôm nay: *"Làm sao chúng ta có thể góp tất cả gió bốn phương trời mà động vào đôi cánh cửa của quan ải Thiền? Có lẽ, cũng nên một lần, với đói khát với nóng lạnh, nghênh ngang bước vào giữa những tiếng cười rổn rảng, băng qua biên giới không ngần của sa mạc. Rồi sẽ thấy như người xưa từng nói, Thiền là một quan ải hiểm nghèo, thách thức bước tiến của tâm linh. Vậy đã nhất quyết bước tới, thì phải tìm cho đến tận nguồn của đời sống."*

Và đây cũng là một sự đồng thanh tương ứng: *"Mình phải đọc tụng kinh Phật với tất cả tinh thần khẩn trương của một kẻ bị xử tử hình đang quỳ lạy trong xà lim tối đen, đang* lắng nghe sự im lặng trườn mình qua sự chết sắp đến. Mình cũng có thể học Phật như người đã bị tước đoạt mất hết tất cả trong đời sống, và bỗng nhiên bất thần lại được tìm thấy một kho tàng trân bảo vô lượng trước mặt mình, niềm vui sướng vô tận, cơn khoái lạc tràn trề ngập cả thể xác lẫn tinh thần mà trọn đời người chưa bao giờ có được cảm thức phi thường như vậy."* (Phạm Công Thiện)

Nếu chúng ta không chịu học Phật trong một tinh thần khẩn trương như vậy, mà cứ đem cái đầu óc nô lệ từ chương sách vở ra để tự khẳng định một cách võ đoán rằng, kinh này mới là "nguyên thủy" còn kinh kia là "không phải" thì không những ta đã đánh mất tinh thần sáng tạo của Đạo Phật, mà còn vô tình trở thành "đàn bà ngồi lê đôi mách" trong thế giới những người học Phật nữa.

Và phải chăng việc người Tây phương đang hướng về những giáo lý của Đức Phật đã được bảo trì từ rất lâu trên những đỉnh núi tuyết cô tịch của Tây Tạng, thì việc tranh luận về "nguyên thủy" hay "không nguyên thủy" đã thực sự không còn cần thiết nữa? Và đã đến lúc các nhà Phật học theo truyền thống nguyên thủy tại Việt Nam nên ý thức rằng, hai truyền thống Bắc Tông và Nam Tông đều cần thiết và phải được bổ túc lẫn nhau trong đời sống tu học của Phật tử Việt Nam vậy.

Nếu ai đã từng theo dõi tất cả những bài viết của Tuệ Sỹ về Phật học từ gần ba thập niên qua, thì phải công nhận rằng Tuệ Sỹ là một trong những nhà Phật Học đã thể hiện tinh thần ấy một cách nghiêm túc nhất.

4. Thiền Sư và thi nhân hay là sự giằng co giữa hai con đường

Phạm Thiên Thư có lẽ là nhà thơ đề cập đến các thiền sư nhiều nhất. Những câu thơ trong sáng và giản dị như những câu ca dao mà ta vẫn thường ngâm nga trên những con đường quê từ thuở ấu thơ. Những câu thơ đẹp lạ lùng như:

Mùa xuân mặc lá trên ngàn
Mùa thu mặc chú bướm vàng tương tư
Động Nam Hoa có thiền sư
Đổi kinh lấy rượu tâm hư uống tràn.
(Động Hoa Vàng)

Hay là:

Sư lên chót đỉnh rừng thiền
trong tim chợt thắp một rừng tà dương.
(Động Hoa Vàng)

Sở dĩ được như vậy là vì Phạm Thiên Thư đã từng một thời khoác áo Thiền gia. Nhưng chính nhờ mang trong mình hai dòng máu cao quý này, nên Phạm Thiên Thư đã hiểu rất rõ sự mâu thuẫn hay nói đúng hơn là sự giằng co trong nội tâm giữa con đường đi lên và đi xuống của Thiền sư và Thi nhân. Hoặc là ở lại với cái đẹp phù du nơi cuộc đời hữu hạn hay là phải vứt bỏ tất cả để lên đường tìm kiếm cái đẹp vô hạn kia. Nhưng dường như cái đẹp nào cũng cần thiết cả, vì nếu chúng ta không thấy được cái đẹp trong cõi thế hữu hạn này, thì sẽ chẳng bao giờ ta thấy được giá trị của cái đẹp thiên thu vĩnh cửu cả.

Phạm Thiên Thư đã nói lên sự giằng co này trong bốn câu thơ:

Xuống non nhớ suối hoa rừng
Vào non nhớ kẻ lưng chừng phố mây
Về thành nhớ cánh chim bay
Xa thành thương vóc em gầy rạc hoa.
(Động Hoa Vàng)

Tuy vậy, tôi nghĩ rằng những câu thơ của Phạm Thiên Thư cũng chỉ mới cho ta thấy vẻ đẹp của một Thiền sư đang hồn nhiên chơi đùa với đất trời mênh mông, chứ chưa dẫn ta vào được bên trong. Cái đẹp bên trong đó chỉ có Tuệ Sỹ mới dẫn ta vào được bằng những trang văn súc tích. Ví dụ đoạn sau đây anh viết về tình bạn thắm thiết giữa Thiền sư và thi hào Tô Đông Pha:

閉門坐穴一禪榻，

頭上歲月空崢嶸。

"Bế môn tọa huyệt nhất thiền tháp
Đầu thượng tuế nguyệt không tranh vanh."

(Khép cửa hang sâu một giường thiền
Trên đầu năm tháng trôi chênh vênh.)

"Năm tháng là tuổi già, là mùa thu và tóc trắng, là những hoài vọng xa xôi của nhà thơ. Hoài vọng đó là hình ảnh hiu hắt khép kín cửa trong hang sâu giữa núi rừng xa vắng, và thầm lặng trôi qua trên đầu nhà thơ cô quạnh. Cho nên, tấm lòng của Sư như mặt nước trong ngần, bao nhiêu chìm nổi thiên hình vạn trạng của cõi đời đều hiện rõ trong đó."

Tại sao trong truyền thống thi ca Viễn Đông, Trung Quốc, Việt Nam, Nhật Bản, v.v... Thiền sư và thi nhân đi đôi với nhau như hình với bóng? Không thể biết được; ta chỉ có thể đoán cả hai đều như đứng đó để trông ngóng một mùa thu cô tịch đang đến chậm ở cuối chân trời xa kia chăng?

"Rồi khi Sư thả bộ rong chơi, màu áo còn pha màu sương khói của núi rừng. Sư mang cái tình đạo đó kết duyên cái tình thơ của khách thơ, như ngọn gió mùa thu thổi những phương trời viễn mộng đến làng thơ, thì tình thơ bỗng ngọt ngào như cam quít đang mùa chín đỏ; một thứ ngọt ngào trầm lặng:

Gió thu đưa mộng qua Hoài Thủy
Này cam nọ quít rũ sân buồn.

秋風吹夢過淮水，

想見橘柚垂空庭。

Thu phong xuy mộng quá Hoài Thủy.
Tưởng kiến quất dữu thùy không đình.

Khách làng thơ lại muốn bỏ qua những ngày bươn bả, để cùng Sư, trong những đêm dài xa xôi, đốt củi nấu trà, ngoài bóng trăng nghiêng xuống đáy cốc. Tình thơ sống động, nhưng xa xôi và đơn bạc:

Tấm lòng nhà đạo như nước phẳng
Rọi bóng chìm nổi của cõi đời
Chùa xưa lẻ bóng trồng thu cúc
Bạn với làng thơ thưởng chút tài
Cõi nhân gian có chia đường Nam nẻo Bắc
Mà cánh hồng cánh nhạn vẫn đơn độc lẻ loi.

道人胸中水鏡清，

萬象起滅無逃形。

獨依古寺種秋菊，

要伴騷人餐落英。

人間底處有南北，

紛紛鴻雁何曾冥。

Đạo nhân hung trung thủy kính thanh
Vạn tượng khởi diệt vô đào hình
Độc y cổ tự chủng thu cúc
Yếu bạn tao nhân xan lạc anh
Nhân gian để xứ hữu nam bắc
Phân phân hồng nhạn hà tằng minh.

Đó là chỗ giống nhau. Còn khác nhau? Chắc chắn phải có khác, nhưng chỗ khác nhau đó nó mỏng manh quá, mỏng manh hơn cả tơ trời nữa, người ngoài như chúng ta khó thấy được, chỉ có những người trong cuộc may ra có thể chỉ cho ta thấy được chăng? Tuệ Sỹ cũng đã dựa vào một bài thơ của Tô Đông Pha, bài thơ này ông làm đề tặng cho Thiền sư Đạo Tiềm, một người bạn chí thiết của ông, để giải thích chỗ giống và khác nhau giữa Thiền và thi ca:

"Thượng nhân học về cái lẽ khổ không; một trăm thứ niệm tưởng đã là tro lạnh hết. Cũng tợ thể vung lưỡi kiếm một cái là y như gió thổi chẻ hạt thóc lép không còn chút bụi cám. Tại sao ngài lại phải chọn theo bọn tôi, tranh đua vẻ đẹp rực rỡ của văn tự? Bài thơ bọn tôi vừa làm, nó đẹp như tán vụn viên ngọc lóng lánh.

"Tuy nhiên, suy nghĩ kỹ thì không phải thế, cái ảo diệu không phải là cái ảo ảnh. Muốn cho lời thơ tuyệt diệu, thì phải đừng gò ép, vừa không vừa tĩnh. Tĩnh cho nên thâu tóm hết mọi vọng động, không cho nên bao hàm vạn cảnh. Ngắm nhìn sự đời, bôn ba giữa đời, mà như thấy mình nằm trên chóp đỉnh non cao. Đủ hết các thứ mặn nồng, chua chát; trong đó có cái hương vị tuyệt vời.

"Thơ và pháp (Đạo) không chống trái nhau, không hại nhau. Cái đó nhờ Thượng nhân hạ quyết?

"Nhờ hạ quyết? Không nhờ, cũng đã hạ quyết. Người học thiền, học từ cái khổ đau, hư ảo, học cho thâm tâm thành ra thứ tro tàn nguội lạnh. Học như thế là học để đọa đày. Đạt được sở học đó là buông thả, hóa thành cái không và trở thành cái tĩnh. Buông thả thì không câu chấp, không còn bị ràng buộc cũng tiêu dao như hồn thơ tiêu sái và lãng mạn. Tâm tĩnh, thì trầm lặng như mặt nước không gợn sóng, phản chiếu trọn vẹn ngoại cảnh. Tâm không, thì tâm rộng như mặt biển bao la, dung nạp hết tất cả ngân hà tinh đẩu. Người học Thiền chịu đọa đày cho thân mình gầy, cho tâm mình nguội, trong đó có cái diệu dụng phi thường của nó. Người làm thơ cuộc đời bị đày ải truân chiên, trong đó cũng có cái ảo diệu của vị chua, vị mặn, suốt đời học Thiền, suốt đời vẫn đày đọa thâm tâm; đày đọa trong cái không và cái tĩnh. Đày đọa đó mà kỳ thực không là đày đọa. Cũng vậy, suốt đời làm thơ, thì suốt đời khổ lụy lao đao. Chỗ ảo diệu đó, chưa đạt đến cõi thượng thừa của thi ca, làm sao hiểu nổi?

"Đạt tới cõi thượng thừa của thơ, như người học Thiền chứng chỗ không tịch của Đạo; cái đó vừa khó vừa dễ. Học Thiền ba mươi năm, ba mươi năm đày đọa thâm tâm, mà không thành. Phẫn chí, bỏ đi, bất chợt thấy một cánh hoa rơi, cõi không tịch cũng hốt nhiên, đột ngột mở ra chỗ ảo diệu đó, không giảng cho thông cho nên không thể nào lấy tay chỉ thẳng vào cõi thơ, rồi bảo đấy là chân diện mục của nó.

"Đại khái nơi cõi Thiền cũng có cái phân biệt chân và ngụy. Cõi thơ há lại không? Nhưng chỉ thẳng vào đó, không thể được. Nó không phải là chỗ dị đồng giữa con chó và con cọp, hay giữa cọp thực và cọp giấy.

"Quả nhiên, điều thấy rõ là ông (chỉ Tô Đông Pha) đã giảng giải thế nào là thơ và thế nào là Thiền. Và cũng thấy rõ là trong đó có chỗ giống và chỗ dị. Nhưng chỉ thẳng vào chỗ đó, thiên nan vạn nan."

Nếu chưa từng lăn lóc với cát bụi của trần gian, chưa từng trải qua những giờ phút lê thê heo hút của chính mình, chưa từng bị đày đọa bởi tình yêu con người, thì làm sao (tác giả bài thơ và người bình thơ) có thể thốt ra những lời nóng bỏng như vậy?

5. Kẻ sĩ trong truyền thống Đông Phương

Rồi trước mắt ngục tù thân bé bỏng,
Ngón tay nào gõ nhịp xuống tường rêu.

Tuệ Sỹ làm hai câu thơ trên khi đang làm rẫy tại núi rừng Vạn Giã, nghĩa là vào khoảng cuối năm 1977, những năm tháng mà cả đất nước đang chịu đựng nhiều đau khổ nhất. Là một người trí thức (tất nhiên phải là trí thức có liêm sỉ) Tuệ Sỹ đã ý thức được rằng, mình không thể nào đứng ngoài để nhìn sự đau khổ chung này được. Hai câu thơ trên chứng tỏ anh đã đoán được những gì sẽ xảy ra cho bản thân mình, và điều tiên đoán đó đã đúng.

Có một số người (không nhiều lắm) cho rằng, đáng lý ra Tuệ Sỹ nên để thời gian mà làm việc chuyên môn của anh, như sáng tác văn học, thi ca hay dịch thuật thay vì bỏ phí hơn 20 năm để làm những chuyện không có lợi gì cho bản thân. Tôi cho rằng, lập luận trên hoàn toàn không đúng, mà thực ra những kẻ lập luận như vậy chỉ để bảo vệ cái hèn yếu của chính họ mà thôi.

Ta nên xếp Tuệ Sỹ đứng ở nơi nào trong những năm đất nước có nhiều biến động ở cuối thế kỷ 20 này?

Không hiểu sao, cứ mỗi lần đọc lời kết luận sau đây của Nguyễn Hiến Lê cho tác phẩm "Sử Trung Quốc", tác phẩm cuối cùng của ông, tôi lại thấy có hình bóng của Tuệ Sỹ trong đó.

"Đọc sử thời quân chủ của Trung Hoa, tôi buồn cho dân tộc đó thông minh, giỏi tổ chức mà không diệt được cái họa ngoại thích và hoạn quan gây biết bao thống khổ cho dân chúng đời này qua đời khác. Nhưng tôi cũng trọng họ, mến họ vì triều đại nào cũng có hàng ngàn hàng vạn người coi cái chết nhẹ như lông hồng, tuẫn tiết vì nước chứ không chịu nhục, vì những triều đại "vô đạo" thì vô số kẻ sĩ coi công danh phú quý như dép cỏ, kiếm nơi non xanh nước biếc, dắt vợ con theo, cày lấy ruộng mà ăn, đào lấy giếng mà uống, sống một đời thanh khiết, làm thơ, vẽ, hoặc trước tác về triết, sử, tuồng, tiểu thuyết để lưu lại hậu thế. Đọc đời các vị đó tôi luôn luôn thấy tâm hồn nhẹ nhàng. Chưa có bộ sử nào của Tây phương cho tôi được cảm tưởng đó."

Tuệ Sỹ chính là kẻ sĩ trong truyền thống của Đông phương; hơn hai mươi năm qua, Tuệ Sỹ đã thể hiện tinh thần *"uy vũ bất năng khuất"* của kẻ sĩ, không phải bằng những tác phẩm qua văn tự, mà anh đã viết tác phẩm đó bằng chính cuộc đời mình, sự hy sinh quên mình để chia sẻ những đau khổ với quê hương đất nước vậy.

THÍCH PHƯỚC AN

Nguồn: huongtichphatviet

VĨNH HẢO

ĐỌC THƠ TUỆ SỸ

Ai có thể tưởng được đây là bài thơ ngắn của một nhà sư?

> *Em mắt biếc ngây thơ ngày hội lớn*
> *Khóe môi cười nắng quái cũng gầy hao*
> *Như cò trắng giữa đồng xanh bát ngát*
> *Ta yêu người vì khoảnh khắc chiêm bao.*

Ở đây không cần phải luận bàn làm gì cái sở học uyên bác và trí tuệ cao thâm của nhà sư tác giả bốn câu thơ ấy. Chỉ nói riêng chút xíu về hồn thơ, hơi thơ của ông qua vài bài thơ mà nhiều người từng đọc và say mê. Trước nhất là bài thơ vừa đọc ở trên (có trong thi phẩm Giấc Mơ Trường Sơn), tựa đề: Thoáng Chốc.

Bài thơ bắt đầu bằng nhân vật ở ngôi thứ ba: "Em" (cô ấy, người ấy);[1] mà cũng có thể là nhân vật ngôi thứ hai lắm! Em. Vâng, tôi nói với em đấy. Không nói bằng lời mà bằng tâm.

Em: mắt biếc, ngây thơ

Tả một người đẹp chỉ bằng mấy chữ. Mắt biếc: cửa sổ tâm hồn. Ngây thơ: tâm hồn. Chỉ nhìn vào cửa sổ là thấy được cái gì ẩn sâu bên trong. Cửa sổ xanh biếc, xanh như ngọc, mở ra một tâm hồn trong trắng ngây thơ. Không những vậy, cái vẻ ngây thơ còn được xác định thêm bằng khung cảnh chung

---

[1] Trong một dị bản khác, câu thơ này là: Người mắt biếc ngây thơ ngày hội lớn.

quanh, bằng sự rộn rịp đông đảo của một ngày hội lớn; qua đó, thi nhân thấy "em" ngây thơ chi lạ giữa chốn lễ hội chen chúc những người là người. Lễ hội nào đây? Phải là lễ hội lớn ở chùa thì mắt biếc mới giao cảm với cái nhìn của thi nhân. Tết thượng nguyên? Lễ Phật Đản? Không. Những ngày lễ hội này vui lắm. Khí trời ấm cúng, lòng người nô nức hân hoan. Không thích hợp để lòng mình bất chợt nảy sinh một nỗi buồn vu vơ, hoặc bỗng dưng mà tha thiết yêu người như vậy. Phải là ngày Lễ hội Vu Lan. Mùa thu. Gió lành lạnh. Buồn buồn. Một ngày lễ tuy cũng là hội lớn nhưng không rộn ràng vui tươi như ngày xuân hay Phật Đản. Ngày ấy, những người con xa gia đình sẽ nhớ cha nhớ mẹ hơn; những nhà tu sẽ dễ chạnh lòng hơn.

Nơi sân chùa, tiếng trống, tiếng chuông, tiếng mõ, ban kinh sư nhịp nhàng câu kinh tiếng kệ, hàng nghìn người vây quanh đàn tràng chờ đợi giờ phút giành giật thực phẩm cúng cô hồn... Và "em" bỗng nổi bật giữa chốn lễ hội ấy, với đôi mắt ngạc nhiên quan sát, tìm hiểu quang cảnh lễ hội một cách thú vị. Và rồi một thoáng bất chợt bắt gặp nhà sư thi sĩ.

Khóe môi cười nắng quái cũng gầy hao

Nắng lúc ấy không còn gay gắt nữa. Màu nắng bỗng dưng dịu xuống... Dịu không phải vì nắng thu mà vì một khóe môi cười. Khóe môi cười làm cho "nắng quái" hao gầy đi, giảm gắt đi. Nói cách khác, trời nắng gắt bỗng dưng êm dịu đi khi nàng nở một nụ cười. Nụ cười gì đấy nhỉ? Cười với ai? Cười với bạn bè? Với người thân? Hay với nhà sư thi sĩ? Có lẽ là cười với nhà sư. Em mỉm cười thay một lời chào. Nhưng cười thế nào mà nắng quái cũng gầy hao? Cười thế nào mà lòng bỗng bâng khuâng, dìu dịu... để không kềm được lời ca:

Em mắt biếc ngây thơ ngày hội lớn
Khóe môi cười nắng quái cũng gầy hao

Chưa hết. Ngay lúc ấy, ngay ở cái quang cảnh tưng bừng lễ hội ấy, mà tự dưng dáng em bỗng trở thành hiện thân của một con cò trắng giữa đồng xanh. Rõ ràng là em đang đứng giữa rừng người mà sao thi nhân lại thấy khác đi. Thấy em nổi bật lên, không phải như con cò trắng đứng giữa bầy cò đen; cũng không phải như con cò trắng đứng giữa bầy gà, bầy vịt, mà đứng giữa đồng xanh bát ngát. Tất cả mọi người chung quanh đều mất dạng, không hiện hữu. Chỉ có một mình em áo trắng, ngây thơ, mắt biếc, đứng giữa đất trời mênh mông.

Như cò trắng giữa đồng xanh bát ngát[1]

Mắt biếc, ngây thơ, trong chiếc áo dài trắng (lại áo trắng!), đứng lặng lẽ, nở một nụ cười, giữa đám người chộn rộn. Ôi, đẹp như thế, làm sao mà lòng khỏi bâng khuâng xao động; làm sao mà chẳng thành thơ; làm sao mà khỏi yêu được! Vì vậy:

Ta yêu người

Đừng vội, hãy đọc ngang đó, ngắt ngang đó thôi. Khoan đọc tiếp mấy chữ cuối. Khoan chấm dứt bài thơ. Hãy dợm một chút ở nơi này. Và hãy mượn bài thơ của thi nhân để diễn tả thể cách yêu bình phàm của chúng ta:

Em mắt biếc ngây thơ ngày hội lớn
Khóe môi cười nắng quái cũng gầy hao
Như cò trắng giữa đồng xanh bát ngát
Ta yêu người.

Ta yêu người, chấm hết. Rồi bắt đầu bước chân chinh phục, chiếm hữu. Bước chân đó mỗi người có một cách riêng, không cần phải nói ra. Chỉ cần: Ta yêu người, là xong.

---

[1] Theo văn bản được lưu hành rộng rãi hiện nay thì câu thơ này là: Như cò trắng giữa đồng xanh bất tận.

Cái trình tự thương yêu của người trần sẽ trôi đi như thế. Thấy em mắt biếc, trong trắng, dịu dàng, cười rất có duyên, nổi bật giữa đám phàm phu tục tử khác... thì phải yêu thôi. Vâng, ta yêu người, tôi yêu cô, anh yêu em. Phải là như thế. Bài thơ của chúng ta, dù theo vần điệu và thể loại thì không muốn cắt ngang đó, tức lắm; nhưng trên thực tế đời sống thì chúng ta cắt ngang đó cái rụp, đâu có cần suy nghĩ gì nữa. Đẹp, có duyên như vậy thì... yêu! Bài thơ chấm dứt, có một đoạn kết rất thực tế, rất phổ thông, rất là người.

Nhưng bài thơ của nhà sư thi sĩ thì tiếp tục:

Ta yêu người vì khoảnh khắc chiêm bao.

Vẫn là yêu, nhưng tình yêu đã được thăng hoa. Từ cái yêu bình phàm của nghệ nhân trước cái đẹp biến thành tình yêu của đạo sĩ đối với lẽ chân của con người và trần gian khổ lụy.

Ta yêu người vì khoảnh khắc chiêm bao

Lý do yêu người được khẳng định. Không phải vì cái đẹp, cái ngây thơ trong sáng, cái duyên dáng mảnh mai thon thả của một thiên thần áo trắng, mà chính vì cái mong manh dễ tan dễ vỡ của màu trắng ấy. Tất cả cái đẹp đều chỉ là cái đẹp trong mộng huyễn vô thường. Nhưng cũng chính vì mộng huyễn vô thường mà tất cả trở nên đẹp.

Tất cả nằm trong một khoảnh khắc chiêm bao. Chính khoảnh khắc chiêm bao này làm đảo lộn tất cả những gì diễn ra tưởng là y hệt con người trần thế trước đó. Ba câu thơ đầu diễn tả cái đẹp của một nàng thơ áo trắng. Đáng yêu quá. Trùng hợp với tâm trạng chúng ta quá. Nhưng đến câu thứ tư, thi nhân bỗng đổi giọng và nói tiếng nói tỉnh thức của đạo nhân. Đạo nhân ấy không nói "anh yêu em" như chúng ta, mà nói "Ta yêu người". Lối xưng hô của một kẻ đứng bên ngoài, bên trên, nhìn xuống cuộc đời tạm bợ, huyễn hóa. Ở câu đầu gọi bằng "em" ngọt sớt theo thể điệu của thi nhân, bỗng dưng đổi giọng nghiêm trang, cao vợi của một bậc thầy, một hành giả trên đầu ghềnh tử sinh, gọi người ta bằng "người"! Mà "người" ở đây, cũng chưa hẳn là chỉ riêng cho "em" đâu. Có thể là chỉ chung cho mọi con người khổ lụy trầm luân trên cuộc đời. Như thế, nhìn "em" mà thấy tất cả. Em là hiện thân của tất cả chúng sinh, của chiêm bao mộng mị. Đổi xưng hô, thay cách gọi, là xoay ngược cái nhìn và thế đứng của mình trước đối tượng cuộc đời.

Một khoảnh khắc đam mê, một khoảnh khắc lấp lánh long lanh của tình thơ lai láng, lâng lâng... bất giác biến thành chiêm bao. Tình yêu cũng chiêm bao. Cái đẹp cũng chiêm bao. Khoảnh khắc thơ mộng nhất, nên thơ nhất cũng chiêm bao...

Cho nên, đừng nói rằng đạo nhân sắt đá không có trái tim. Không có trái tim thì làm sao cứu độ con người, cứu độ cuộc đời? Họ yêu và phấn đấu thăng hoa tình yêu ấy. Họ cảm nhận được cái đẹp không phải chỉ qua những hình hài cụ thể mà còn cảm nhận được cái đẹp trường cửu trong từng hiện hữu chiêm bao. Không ai yêu mà thốt nên lời thơ tiếng ca tuyệt vời như những thi nhân, nhưng chẳng ai yêu mà cảm nhận sâu sắc tận bản thể đối tượng yêu thương như đạo nhân. Tình yêu ấy bập bềnh như chiêm bao nhưng lại bất tử, bởi vì nó được khơi dậy từ một khoảnh khắc và được cảm nhận một cách trọn vẹn trong chính khoảnh khắc ấy.

Bài thơ đẹp một cách bất ngờ. Không biết yêu thì không làm sao có được lời thơ đẹp như thế. Mà không siêu thoát thì cũng không làm sao có được ý thơ thâm viễn thượng thừa như vậy. Khi nào bị dìm xuống đáy vực khổ đau, bạn có thể, nói theo kiểu của nhà thơ Phùng Quán: *"Vịn câu thơ mà đứng dậy."* Vâng, bạn có thể đọc bốn câu thơ của Tuệ Sỹ để đứng dậy cho một tình yêu bất tuyệt:

Em mắt biếc ngây thơ ngày hội lớn
Khóe môi cười nắng quái cũng gầy hao
Như cò trắng giữa đồng xanh bát ngát
Ta yêu người vì khoảnh khắc chiêm bao.

....

Kế tiếp chúng ta sẽ đọc một hơi một số bài thơ của Tuệ Sỹ. Chỉ đọc thôi. Không đủ sức bàn đâu. Bàn thơ ông mệt lắm, thưởng thức thì thú vị hơn. Bây giờ phải nghỉ mệt!

Đây là một bài khác (lại chẳng nhớ tựa đề):[1]

Đôi mắt ướt tuổi vàng khung trời hội cũ
Áo màu xanh không xanh mãi trên đồi hoang
Phút vội vã bỗng thấy mình du thủ
Thắp đèn khuya ngồi kể chuyện trăng tàn.
Từ núi lạnh đến biển im muôn thuở
Đỉnh đá này và hạt muối đó chưa tan
Cười với nắng một ngày sao chóng thế
Nay mùa đông, mai mùa hạ buồn chăng?
Đếm tóc bạc tuổi đời chưa đủ
Bụi đường dài gót mỏi đi quanh
Giờ ngó lại bốn vách tường ủ rũ
Suối nguồn xa ngược nước xuôi ngàn.

Bài thơ trên, cố thi hào Bùi Giáng đã đọc một cách tỉ mỉ và bay bổng lắm rồi, không cần phải dặm thêm gì nữa. Chỉ đọc, chỉ thưởng thức thôi, là đủ thấy đời mình hạnh phúc. Hạnh phúc không phải kiểu đọc thần chú hay thi kệ để tìm an lạc giải thoát; mà chỉ đơn giản là cái hạnh phúc có được một bài thơ tuyệt tác, đáng học thuộc lòng để lâu lâu lấy ra ngâm nga cho thống khoái cuộc đời.

---

[1] Như chúng tôi có trích dẫn ở phần trước, bài thơ này có tựa đề là: Khung trời cũ.

Thơ Tuệ Sỹ mang cái âm hưởng buồn vời vợi, xa xăm, nhưng lại kỳ ảo lắm! Chúng nâng hồn mình lên đến những tầng bậc cao thẳm mù khơi của trí tuệ, nơi đó mình bỗng dưng một mình chơi vơi ở ngoài cõi nhân gian nhớp nháp hệ lụy.

Thơ ông cũng có những bài thật ngắn. Có thể không gọi được là "bài" mà là những câu thơ tinh lọc thoạt biến hiện, rơi rớt trên những chặng đường xuôi ngược đó đây... Những khát vọng cao xa, những nỗi nhớ triền miên về cung đàn xưa cũ. Cung đàn nào đây mà chỉ nhớ một nửa? Đối với thế nhân thì là cung đàn tình ái. Nhưng với đạo nhân như Tuệ Sỹ thì có lẽ là cung đàn giải thoát, giác ngộ. Một nửa đã tìm thấy (kiến đạo) nhưng một nửa kia (tu đạo) thì chưa tròn? Chắc là vậy. Và nhớ là nhớ cái một nửa chưa lấy lại được. Thế mà ai lại đành đoạn đem cái quán trọ, cái phù du tạm bợ mà ngăn đường cản lối cho vướng víu bước chân người đại trí đại hùng!

Ngược xuôi nhớ nửa cung đàn
Ai đem quán trọ mà ngăn nẻo về?

Giọng như hờn trách nhẹ nhưng không phải trách cái quán trọ, không phải trách cái người đem quán trọ mà chặn ngang đường đi! Trách đây là tự trách. Trách mình sao lại cứ bịn rịn bủn rủn tay chân, nấn ná nấn ná không biết từ chối cái ước muốn dừng chân nơi quán trọ để một mạch ra đi *"vĩnh viễn con tàu"*.

Chưa hết, ở hai câu sau này mới cực kỳ lạ lẫm!

Anh đem giấc mộng đi hoang,
Biết đâu mà kiếm trăng ngàn cho em?

Ôi, lại tự trách nữa rồi! Anh đi hoang thế nào được! Rõ ràng ai cũng thấy là anh đi kiếm trăng ngàn cho em đó mà. Thế mà anh tự nói, tự thú là mình đi hoang, đi hoang với một giấc mộng. Đi hoang với giấc mộng này thì vô phương kiếm ra trăng ngàn cho người em đang đợi chờ cho nên mới tự trách? Mộng gì đây? Chẳng phải là mộng bình thường đâu. Mộng bình thường thì không đáng để bỏ đi trăng ngàn. Mà đi hoang thì không thể là mộng bình thường được.

Thực ra anh chỉ nói vậy thôi, chứ anh đã chủ định là không đi thẳng một mạch đến cung trời xa mà hái lấy con trăng cho người: chỉ muốn làm thân lữ thứ, ôm giấc mộng, đi hoang, khắp phương trời viễn mộng... Đâu đó trên bước đường phiêu lãng, lữ khách luôn thấy con trăng dõi theo bước chân phiêu bạt của mình. Thế thì cần gì phải kiếm trăng! Khi nói "biết đâu mà kiếm" ắt hẳn là anh nói với miệng cười tủm tỉm. Anh đã biết tỏng hết rồi! Giả bộ than thở, giả bộ chọc ghẹo cái người chờ đợi con trăng không bao giờ mất đấy thôi!

Ôi, thi nhân! Họ ăn nói lạ lẫm kỳ cục như thế! Nhưng mình đọc cái lạ lẫm kỳ cục của họ, mình thấy sướng vô tận trong lòng.

● ● ●

Ngoài những điều xưng tụng về trí tuệ thâm viễn và kiến thức quảng bác của ông trong chốn thiền môn cũng như bên ngoài xã hội, thực sự cái điều khiến tôi "mê" Tuệ Sỹ nhất là tâm hồn nghệ sĩ của ông. Dù ông đang đạo mạo trang nghiêm nơi đạo tràng hay bục giảng, tôi vẫn cứ thấy được cái "thơ" toát ra từ con người ông như thường. Cõi thơ ông dị thường, sâu thẳm. Cõi ấy không có lối đi bằng chân. Chỉ có thể thả hồn mình vào đó mà thôi.

Xin đọc thêm một số bài thơ trong tập Giấc Mơ Trường Sơn của ông.

Những Năm Anh Đi

Ngọn gió đưa anh đi mười năm phiêu lãng,
Nhìn quê hương qua chứng tích điêu tàn
Triều Đông hải vẫn thì thầm cát trắng
Truyện tình người và nhịp thở của Trường sơn.
Mười năm nữa anh vẫn lầm lì phố thị
Yêu rừng sâu nên khóe mắt rưng rưng
Tay anh với trời cao chim chiều rủ rỉ
Đời lênh đênh thu cánh nhỏ bên đường.
Mười năm sau anh băng rừng vượt suối
Tìm quê hương trên vết máu giữa đồng hoang
Chiều khói nhạt như hồn ai còn hận tủi
Từng con sông từng huyết lệ lan tràn.
Mười năm đó anh quên mình sậy yếu,
Trên vai gầy từ thuở dựng quê hương;
Anh cúi xuống nghe núi rừng hợp tấu,
Bản tình ca vô tận của Đông phương.
Và ngày ấy anh trở về phố cũ,
Giữa con đường còn rợp khói tang thương;
Trong mắt biếc mang nỗi hờn thiên cổ
Vẫn chân tình như mưa lũ biên cương.

Một Bóng Trăng Gầy

Nằm ôm một bóng trăng gầy
Vai nghiêng tủi nhục hờn lay mộng tàn
Rừng sâu mấy nhịp Trường sơn
Biển Đông mấy độ triều dâng ráng hồng
Khóc tràn cuộc lữ long đong
Người đi còn một tấm lòng đơn sơ?
Máu người pha đỏ sắc cờ
Phương trời xẻ nửa giấc mơ dị thường

Quân hành đạp nát tà dương
Khúc ca du tử bẽ bàng trên môi
Tình chung không trả thù người
Khuất thân cho trọn một đời luân lưu.

Những Phím Dương Cầm

Tự hôm nào suối tóc ngọt lời ca
Tay em run trên những phím lụa ngà
Thôi huyễn tượng xô người theo cát bụi
Vùng đất đỏ bàn chân ai bối rối
Đạp cung đàn sương ứa đọng vành môi
Đường xanh xanh phơn phớt nụ ai cười
Như tơ liễu ngại ngùng say nắng nhạt
Lời tiễn biệt nói gì sau tiếng hát
Hỏi phương nào cho nguyện ước Trường sơn
Lời em ca phong kín nhụy hoa hờn
Anh trĩu nặng núi rừng trong đáy mắt
Mờ phố thị những chiều hôn suối tóc
Bóng ai ngồi so phím lụa đàn xưa.

Ác Mộng Rừng Khuya

Lại ác mộng bởi rừng khuya tàn bạo đấy
Thịt xương người vung vãi lối anh đi
Nhưng đáy mắt không căm thù đỏ cháy
Vì yêu em trên cây lá đọng sương mai.
Anh chiến đấu nhọc nhằn như cỏ dại
Thoảng trông em tà áo mỏng vai gầy
Ôi hạnh phúc, anh thấy mình nhỏ bé
Chép tình yêu trên trang giấy thơ ngây.
Đời khách lữ biết bao giờ yên nghỉ,
Giữa rừng khuya nằm đợi bóng sao Mai

Để một thoáng giấc mơ tàn kinh dị,
Dáng em buồn bên suối nhỏ mây bay.

Cây Khô

Em xõa tóc cho cây khô sầu mộng
Và cây khô mạch suối khóc thương nhau
Ta cúi xuống trên môi cười chín mọng
Cũng mơ màng như phố thị nhớ rừng sâu.

Tôi Vẫn Đợi

Tôi vẫn đợi những đêm xanh khắc khoải
Màu xanh xao trong tiếng khóc ven rừng
Trong bóng tối hận thù tha thiết mãi
Một vì sao bên khóe miệng rưng rưng
Tôi vẫn đợi những đêm đen lặng gió
Màu đen huyền ánh mắt tự ngàn xưa
Nhìn hun hút cho dài thêm lịch sử
Dài con sông tràn máu lệ quê cha
Tôi vẫn đợi suốt đời quên sóng vỗ
Quên những người xuôi ngược Thái Bình Dương
Người ở lại với bàn tay bạo chúa
Cọng lau gầy trĩu nặng ánh tà dương
Rồi trước mắt ngục tù thân bé bỏng
Ngón tay nào gõ nhịp xuống tường rêu
Rồi khép lại hàng mi về cõi mộng
Như sương mai như bóng chớp mây chiều.

Nhớ Con Đường Thơm Ngọt Môi Em

Tóc em tung bay sương chiều khói biếc
Dệt tơ trời thành khúc hát bâng khuâng

Tình hay mộng khi Trường sơn xa hút
Đến bao giờ mây trắng gởi tin sang
Hồn tôi đi trong rừng lang thang
Vọng lời ru từ ánh trăng tàn
Mắt em nhỏ ngại ngùng song cửa
Nghe tình ca trên giọt sương tan
Bóng tôi xa đêm dài phố thị
Nhớ con đường thơm ngọt môi em
Ơi là máu, tủi hờn nô lệ
Bóng tôi mờ suối nhỏ đêm đêm
Gót chân em nắng vàng xua viễn phố
Những ngón hồng ngơ ngác giữa đường chim
Ôi ta nhớ như đêm dài thượng cổ
Sợi tóc mềm lơi nhịp hát trong tim.

Viết thêm, 20/10/2004:

Và đây là vài bài mới, trích từ Tạp chí Khởi Hành, số tháng 5, năm 2004. Tựa đề có lẽ do nhà thơ Viên Linh tạm đặt: Chùm Thơ Nhỏ.

1.

Xa rồi sóng bạc vỗ ghềnh cao;
Suối nhỏ còn không?
Đêm nhuộm màu.
Một cõi Vĩnh Hằng thu giọt nắng,
Nghe tình du tử chợt xôn xao

2.

Hai mươi năm u hoài
Trong tiếng gà lạc loài
Từng cơn ho rũ rượi

Những đoạn đường lưu đày
Gà gáy, đâu cô thôn?
Lao đao mấy dặm hồn.
U ẩn tường vôi xám,
Dấu tay nắng gặm mòn.

3.

Cơn ho lại kéo dài
Cỗ xe đang rệu rã
Còn một chút gì đây
Sâu con ôm cuống lá

4.

Nửa đêm chợt giấc, rũ cơn ho.
Mây trắng bồng bềnh trôi đáy hồ.
Xa lắm, sông dài từ thuở ấy;
Bóng người lữ khách tựa cây khô.

VĨNH HẢO

Tháng tư, 17, 2004.
huongtichphatviet.com

TÂM THƯỜNG ĐỊNH

MẮT BIẾC TRONG THƠ TUỆ SỸ

Thầy Tuệ Sỹ là một vị danh Tăng, một thạch trụ già lam, vị tu sĩ uyên bác mà hàng triệu người trên thế giới biết đến. Hồn thơ và sắc thái của Tuệ Sỹ vốn thanh tao và giải thoát, vốn lai láng và cao siêu - đã và đang làm nhiều người say mê, học hỏi và thả hồn mình trong nguồn suối từ miên viễn này.

Khi đọc thơ Tuệ Sỹ, chúng ta có thể cảm nhận được sự hoàn mỹ và siêu việt của văn chương Việt Nam, ở đó là một bể học vô tận và sự đắc đạo của Người. Thơ Tuệ Sỹ tao nhã, giải thoát, và đầy chất liệu Bi-Trí-Dũng. Thơ ông có khi oai hùng, có khi ngậm ngùi, có khi lãng mạn, nhưng điểm chung là có cả niềm tin yêu, ước mơ và hy vọng. Cõi thơ Tuệ Sỹ thuộc loại độc nhất vô nhị, rất lạ thường, nhiều tư tưởng, thi ảnh (imagery), đầy thiền quán và sâu thăm thẳm. Cõi bất nhị ấy, chúng ta chỉ có thể cảm nhận bằng tâm khảm, bằng tấm lòng trong sáng của mình; chúng tôi chưa có đủ khả năng bình luận, và ở đây chỉ xin mạn phép là nói đến hai từ rất đẹp trong thơ Tuệ Sỹ mà thôi. Đó là "mắt biếc" trong bài Một Thoáng Chiêm Bao:

Người mắt biếc ngây thơ ngày hội lớn
Khóe môi cười nắng quái cũng gầy hao
Như cò trắng giữa đồng xanh bất tận
Ta yêu người vì khoảnh khắc chiêm bao.
(Rừng Vạn Giã, 1976)

Nhà văn Vĩnh Hảo đã nói về bài thơ này rất chi tiết và tuyệt vời. Tôi cố tìm cái nghĩa ẩn dụ của từ "mắt biếc" trong thơ Tuệ Sỹ thì tìm thấy nhà thơ Tâm Nhiên cũng đã hỏi: "… Thế thì, tuyệt cùng ẩn ngữ thi ca Tuệ Sỹ là gì? Làm sao chỉ ra được, khi ngôn ngữ cứ lấp lánh ẩn hiện trong ánh sáng phát ra từ tâm cảm thâm trầm? Có ai nắm giữ được những tiếng dương cầm âm thanh thánh thót, phiêu diêu, dịu dàng vang ngân bất tận từ giữa lòng bàn tay của người nghệ sĩ tài hoa?"

Hỏi và trả lời của Tâm Nhiên như thế thì quá tuyệt về lối ẩn ngữ của Tuệ Sỹ, vì chúng ta chỉ có sự lãnh hội và cảm nhận của mỗi cá nhân mà thôi. Nhưng để sự cảm nhận đó được trọn vẹn, nhất là đối với giới trẻ đang sống ở xứ người như chúng tôi, bài thơ cần được dịch ra tiếng Anh; nên chúng tôi cố gắng làm việc này. Thiết nghĩ, nếu nói đến "mắt biếc" là nói đến nét đẹp ngây thơ (innocent), xinh xắn và đầy niềm hy vọng. Có lần tôi định dịch từ "mắt biếc" là mắt xanh (blue eyes), chỉ cho phái nữ và để có sự tương phản trong màu sắc, con cò "trắng". Nhưng thực ra trong văn học Việt Nam, từ "mắt biếc" hàm ý trẻ đẹp và sâu thẳm. Một vị Thầy dạy ngôn ngữ học, Giáo sư Nguyễn Văn Thái cũng nói như thế. Ông chia sẻ và tâm sự trong thâm tình:

… (Hãy) diễn tả từ "biếc" qua từ "deep" vì trong văn hóa và chủng tộc Á đông không bao giờ có "blue eyes", và trong văn chương tiếng Việt từ "mắt biếc" hàm ý đẹp và sâu thẳm, chứ không phải là màu xanh. Từ "white" là trắng, nhưng anh nghĩ từ "trắng" ở đây mang một ý nghĩa thâm thúy hơn là sắc trắng. "Cò trắng" ở đây chuyên chở cái ý (connotation) được mang theo từ câu giới thiệu "mắt biếc ngây thơ", nghĩa là cái "trắng"trong hàm ý "untouched, unsullied". Quan trọng trong thơ là cách chọn từ (diction) có thể tạo "imagery"(thi ảnh) chứ không bộc bạch, làm mất cái đẹp và ý nghĩa của thơ: mình không nói "trắng" (trong tiếng Anh) mà hiểu là trắng, cái trắng tinh tuyền không bị vẩn đục (virginal = unsullied, untouched), cũng như khi nói "trắng" (trong tiếng Việt) mà không hiểu là trắng mà hiểu là "trinh nguyên" (virginal). Và sau cùng, hai vế của câu thơ cuối không thể là nguyên nhân (cause) và hậu quả (effect) được, mà vế nói về "yêu" phải là nội tại trong thời gian (temporally internal) của vế nói về "giấc mơ", nên phải dùng từ "in" thay vì "because of" mặc dù con chữ tiếng Việt là "vì" (because).

Đó là những ý nghĩ của anh, nhưng thưởng thức thi ca là một tiếp nhận cá biệt và dịch thơ đòi hỏi phản ánh hàm ý (connotations) chứ không thể dùng bề mặt của con chữ (denotations) được. Sự tiếp nhận cá biệt là tích tụ của văn hóa và của kinh nghiệm cá nhân nên mỗi người hiểu một bài thơ rất khác nhau, ngoại trừ loại thơ chỉ dùng bề mặt của con chữ và trong trường hợp này thì không phải là thơ nữa. Do đó anh chỉ trình bày sự tiếp nhận của anh, và dĩ nhiên là những từ em muốn thay đổi không có gì là không đúng, nhưng theo ý anh thì em chỉ phản ánh denotations. Anh lấy một ví dụ: "Người mắt biếc ngây thơ ngày hội lớn" đâu phải là những người có đôi mắt biếc mà là "Em có đôi mắt biếc..." nhưng nếu dùng từ "em" thì thô lỗ đối với một thi sĩ tao nhã (có lẽ là một bậc thiền sư), nhưng hàm ý vẫn là "em"...

Chúng tôi đồng tình cùng Giáo sư Nguyễn Văn Thái, nhưng chỉ thêm vào đây - chữ Người hay chữ Em trong thơ Tuệ Sỹ - có thể là biểu tượng của cái hay, cái đẹp, rất Chân-Thiện-Mỹ, và có lẽ là tiểu tượng cho cả một kiếp nhân sinh, một dân tộc, hay những gì tốt đẹp nhất dành cho tha nhân. Sự giải thích và chữ nghĩa của Giáo sư thật quý phái và trong sáng, nên cuối cùng chúng tôi đúc kết bài này qua phần tiếng Anh như sau:

Fleeting Glimpse of a Dream

Your deep innocent eyes on that day of gala
And your graceful smiling lips dim the dazzling rays of the sun

Incarnating the virginal heron in the midst of the endless verdant prairie
In the fleeting glimpse of a dream, I'm in love with thee.

(Vạn Giã Forest, 1976)
- Poem by Thích Tuệ Sỹ. Translated by Bạch X. Phẻ.
Edited by Prof. Nguyễn Văn Thái.

Chỉ hai từ "mắt biếc" thôi, chúng ta thấy được cõi Chân-Thiện-Mỹ, niềm ước mơ, tương lai và hy vọng cho cả một dân tộc Việt Nam. Chỉ một bài thơ thôi mà chúng ta thấy được cả nỗi niềm, hoài niệm, quán tưởng của tác giả (cũng như nhiều người), chúng ta lãnh hội được sự thăng trầm của quê hương tổ quốc. Nhưng trên hết là chúng ta đã thấy được ở Thầy trí tuệ viên thông trong chốn thiền môn cô tịch.

Nói tóm lại, ngôn ngữ thi ca của Tuệ Sỹ trong sáng, tao nhã, sâu sắc chứa đựng nhiều ẩn dụ và biểu tượng. Sự suy diễn và lãnh hội hay cảm nhận của mỗi cá nhân tùy thuộc vào sự khế cơ, sự tu học, hành trì và kinh nghiệm sống của mỗi chúng ta. Thơ Tuệ Sỹ chỉ có ông mới rõ-ràng-thường-biết, còn chúng ta thì xin hãy bước vào cõi thơ đó thật nhẹ nhàng, thanh thản với tấm lòng và trái tim rộng mở. Thì ở đó chúng ta mới thấy được "áng mây trắng thong dong trên bầu trời" hay "bóng nhạn lướt qua dòng sông" của Thầy.

TÂM THƯỜNG ĐỊNH
Nguồn: huongtichphatviet.com

PHẠM CÔNG THIỆN

HAI VỊ THIỀN SƯ

Tôi được may mắn quen biết Tuệ Sỹ và Lê Mạnh Thát khi hai vị này còn rất trẻ và còn dưới hai mươi tuổi. Bây giờ hai vị đã được 45 tuổi (cả hai đều sinh năm 1943).[1]

Lúc tôi quen biết hai vị thì hai vị hãy còn là những chú tiểu ở chùa, bây giờ thì hai vị đã trở thành hai vị thiền sư lỗi lạc và lại cũng là anh hùng dân tộc của lịch sử Việt Nam hiện đại. Tại sao gọi là "anh hùng dân tộc" thì rất dễ nhận thấy (mà cụ thể nhất là cái án tử hình về tội "phản cách mạng và bạo động vũ khí lật đổ chế độ", vân vân), nhưng tại sao gọi Lê Mạnh Thát và Tuệ Sỹ là "hai vị thiền sư lỗi lạc nhất, thông minh nhất, uyên bác nhất, trong sạch nhất của Việt Nam hiện nay"? "Thiền sư" à? Chỉ nội cái danh hiệu "thiền sư" đã là mệt rồi, lại còn thêm mấy chữ mơ hồ như "lỗi lạc nhất, thông minh nhất..."? Tôi muốn nói về Tuệ Sỹ và Lê Mạnh Thát với tất cả thận trọng và suy nghĩ chín chắn cặn kẽ, và tôi xin chịu mọi trách nhiệm về cái nhìn khác thường của tôi đối với nhị vị.

Tại sao là "thiền sư"? Và "thiền sư" là thế nào? Không cần trả lời trực tiếp về những câu hỏi bất thường này. Nơi đây, tôi chỉ xin nhấn mạnh đôi điều gián tiếp và ai muốn hiểu gì thì cứ hiểu. Không ai có thể tự nhận đủ thẩm quyền tôn giáo

---

[1] Bài viết năm 1988.

và tâm linh để trả lời dứt khoát những câu hỏi bất thường trên. Chỉ có những kẻ bỏ cả trọn đời mình lặng lẽ sống chết với cái gọi là "Bồ Đề Tâm" hay "Phát Bồ Đề Tâm" thì may ra mới trực nhận đâu đó khí phách và thần dụng bảng lảng của "nghịch hạnh thiền".

Mấy chữ "thiền sư" đã bị người ta lạm dụng để tự truy tặng một cách lố bịch hay truy tặng kẻ khác với nông nỗi dễ dãi tự mãn phè phỡn nông cạn, nhất là từ lúc Thiền hay Zen trở thành cái mốt trí thức đốn mạt. Bất cứ người nào tỏ vẻ "kiêu ngạo khác thường" một chút là có những hành động cử chỉ "ngược đời trái đạo" một chút thì tự gán hay bị gán là "thiền sư".

Lê Mạnh Thát và Tuệ Sỹ không bao giờ tự nhận là "thiền sư" và cũng không bao giờ nghĩ mình là cái gì cả trên mặt đất này. Hai người này chỉ là những kẻ lễ độ khiêm tốn một cách tự nhiên và không bao giờ biết giả vờ "hạ mình" với ý đồ kín đáo chà đạp lên trên kẻ khác.

Có sống bên cạnh Tuệ Sỹ và Lê Mạnh Thát từ ngày này qua ngày khác, trong những hoàn cảnh khác nhau, thì mới may ra cảm nhận đôi chút tác phong thiền sư kín đáo toát ra một cách tự nhiên và một cách "vô công dụng hạnh" từ đời sống thường nhật và tinh thần "diệu nhập" của hai vị. Tôi xin gọi hai vị này là "thiền sư" với tất cả đắn đo thận trọng và với tất cả ý nghĩa cao đẹp và "như thực" của một danh xưng "xung thiên chí"...

Giữa dòng thác lũ ào ạt và địa chấn thường trực của sinh mệnh, thế mệnh và tính mệnh của quê hương, một sớm hôm nào đó, tôi đã được xô đẩy lặn hụp với Tuệ Sỹ và Lê Mạnh Thát. Tất cả ba anh em chúng tôi đều xuất thân từ Viện Phật Học miền Trung mà vị cha già của chúng tôi là Hòa Thượng Trí Thủ (người đã bị Cộng sản Hà Nội thủ tiêu ngay lập tức sau khi Tuệ Sỹ và Lê Mạnh Thát bị bắt giam vào ngày 1 tháng 4 năm 1984, vì "tội tán thành, ủng hộ, che chở, đùm bọc hành động phản cách mạng, lật đổ chế độ Cộng sản").

Đối với tôi, từ lúc nào cho đến lúc nào thì Tuệ Sỹ và Lê Mạnh Thát cũng như và hơn cả "những đứa em ruột thịt" (mang vị thế "đàn anh" thì chỉ thực sự là "anh" khi mình có đủ sức mạnh và sở kiến xô đẩy cho những đứa em vượt xa hơn mình, và sự thực hiện nay là Tuệ Sỹ và Lê Mạnh Thát đã vượt xa hẳn tôi đến nghìn trùng biên tế trong việc cưu mang trọn vẹn Tính Mệnh Việt Nam mà hậu quả bi đát là cái án tử hình do Hà Nội tàn nhẫn thực hiện bao nhiêu lần đối với bao nhiêu bộ óc siêu việt và bao nhiêu anh hùng bất khuất của Dân Tộc).

Cả ba anh em đều lớn lên, trưởng thành và làm việc với Viện Đại Học Vạn Hạnh mà chúng tôi coi như mái gia đình trong cả nghĩa đen lẫn nghĩa bóng; chúng tôi đều là thành phần chính yếu nhất của Ban Biên Tập Tạp chí Tư Tưởng do tôi chủ trương thành lập, cùng với Ngô Trọng Anh, Tuệ Sỹ, Trí Hải (Phùng Khánh), Chân Hạnh, Lê Mạnh Thát.

Tất cả ý thức dẫn đạo cho cả Viện Đại Học Vạn Hạnh là do chính tất cả anh em chúng tôi quyết định. Vị Viện Trưởng đương thời chỉ có thế lực về mặt hành chánh quản trị đại học, còn tất cả đường hướng tư tưởng triết lý dẫn đạo đều do chúng tôi khai thông và thể hiện trong những năm từ 1966 đến 1970, sau đó, tôi xa lìa Việt Nam cho đến nay và tôi không còn biết rõ tinh thần Vạn Hạnh như thế nào từ 1970 cho đến khi bị Cộng sản đóng cửa vào khoảng sau năm 1975.

Thực sự từ những năm 1966 cho đến 1970, Lê Mạnh Thát đang còn du học tại Hoa Kỳ, học ban tiến sĩ tại Viện Đại Học Wisconsin, Madison, hình như mãi đến năm 1973 mới về Đại Học Vạn Hạnh, nhưng chúng tôi vẫn liên lạc với nhau thường xuyên, nhất là qua bài vở của tạp chí Tư Tưởng.

Tuệ Sỹ và Lê Mạnh Thát đều sinh năm 1943 (Thát sinh quán tại Quảng Trị và Tuệ Sỹ thì nguyên quán tại Quảng Bình và ra đời ở Paksé tại Lào). Tên thực của Tuệ Sỹ là Phạm Văn Thương và pháp hiệu Tuệ Sỹ do chính mình tự đặt ra, có lẽ vì muốn theo gương của vị Đại Thiền sư đời Trần là Tuệ Trung Thượng Sỹ? Cũng như Lê Mạnh Thát đã tự đặt pháp hiệu là Trí Siêu để gợi lại tên tuổi của hai vị Trưởng lão Thiền sư có tài và có đức nhất thời hiện đại?

Tuệ Sỹ và Trí Siêu đều tu ở chùa từ lúc rất bé nhỏ; cả hai đều rất giỏi chữ Hán, và rành chữ Pháp, chữ Anh, đọc hiểu chữ Đức, đọc được chữ Pali và chữ Phạn (Lê Mạnh Thát cũng biết đôi chút chữ Tây Tạng); cả hai đều có kiến thức uyên bác về những kinh luận chính yếu của Phật giáo Nguyên Thủy và Đại Thừa.

Ít có nhà Phật học nào ở Việt Nam có thể am hiểu tường tận về tư tưởng Vasubandhu và cả tư tưởng Asanga cho bằng Lê Mạnh Thát; cũng như có ít người hiểu được tư tưởng Abhidharma (hệ thống phức tạp nhất của Phật giáo Nguyên Thủy) và tư tưởng Nagarjuna một cách sâu sắc cho bằng Tuệ Sỹ.

Chẳng những thế, Lê Mạnh Thát và Tuệ Sỹ đều có kiến thức sâu rộng về Triết học Tây Phương (Tuệ Sỹ đọc rất kỹ Heidegger và Michel Foucault; bài diễn thuyết đầu tiên về Michel Foucault tại Việt Nam dạo đó là do Tuệ Sỹ thuyết trình tại giảng đường Đại Học Vạn Hạnh); còn Lê Mạnh Thát rất thông thạo về Marxism, đọc cặn kẽ bộ Recherches logiques của Husserl, hiểu biết rành rọt Wittgenstein và Bertrand Russell và Merleau-Ponty.

Tuệ Sỹ thì có tâm hồn thi sĩ chơi vơi, sống trọn vẹn trong thế giới nghệ thuật và thi ca, thổi sáo, chơi dương cầm, làm thơ, say mê thi sĩ Đức Hoelderlin, đọc hết toàn tập Đường thi ngay nguyên tác, viết một tác phẩm sâu sắc thơ mộng nhan đề "Tô Đông Pha, Những Phương Trời Viễn Mộng"; còn Lê Mạnh Thát thì không biết làm thơ và chẳng hề để ý đến nghiên cứu văn chương nghệ thuật, mà chỉ say mê luận lý học, khoa học và toán học, nghiên cứu sâu rộng về kinh tế, chính trị và quân sự, nhất là lịch sử thế giới, đặc biệt nhất là lịch sử những cuộc cách mạng trên thế giới.

Trong thư viện của tôi ngày xưa tặng cho Phật Học Viện Nha Trang có bộ sách Révolution Russe của Trotski. Hồi đó, vào khoảng năm 1962 hay 1963, tôi thấy Lê Mạnh Thát thường mượn đi mượn lại bộ sách ấy. Lê Mạnh Thát rất nặng tính thực nghiệm duy lý khoa học. Tôi còn nhớ vào năm 1968, nhân dịp được US State Department mời qua thăm viếng một số trường đại học Hoa Kỳ, tôi có dịp gặp Lê Mạnh Thát tại Wisconsin và không ngờ đó là lần cuối cùng và mãi đến bây giờ là 20 năm rồi mà chúng tôi vẫn chưa gặp nhau lại. Đêm cuối cùng ấy, chúng tôi đã thức suốt đêm nói chuyện, và Thát đã làm tôi tức cười một cách khó quên khi Thát đề nghị xử dụng computer để hệ thống hóa tư tưởng bao la của Bát Nhã Ba La Mật. Còn nói riêng về mặt lịch sử Phật giáo bộ Chân Nguyên toàn tập (2 cuốn) và bộ Sơ thảo Lịch Sử Phật giáo Việt Nam (mới in được 2 cuốn) của Lê Mạnh Thát là những sử liệu quý báu nhất chưa từng thấy xuất hiện tại Việt Nam từ cả thế kỷ nay.

Chính Thát là người đầu tiên đã phát hiện ra "Sáu Bức Thư" quan trọng ở thế kỷ thứ V ở Việt Nam giữa Đạo Cao, Pháp Minh và Lý Miễu. Trong Nghiên Cứu Lịch Sử năm 1981 ở Việt Nam. Trần Văn Giàu đã trích dẫn tài liệu của Lê Mạnh Thát về "bằng chứng sáng tỏ của một số sinh hoạt văn hóa của nhân dân Giao Châu hồi thế kỷ thứ V... rằng sinh hoạt văn hóa đó đã phát triển đến một trình độ đáng tự hào, mang nhiều đặc sắc dân tộc, yêu nước, "cả một kho tàng chờ đợi chúng ta khai thác".

Lý thuyết gia cộng sản Trần Văn Giàu đã tận lực khai thác sự phát hiện của Lê Mạnh Thát để xuyên tạc một cách ngu xuẩn tất cả nội dung tư tưởng cao siêu của Việt Nam vào thế kỷ V. Cộng sản Việt Nam cũng sử dụng và khai thác triệt để những công trình nghiên cứu độc đáo của Lê Mạnh Thát về Nguyễn Trãi, nhân dịp UNESCO tổ chức kỷ niệm lần thứ 600 ngày sinh nhật Nguyễn Trãi. Điều này ít ai biết.

Nếu không bị giam từ ngày 1 tháng 4 năm 1984 thì chắc chắn Lê Mạnh Thát còn tiếp tục phát hiện biết bao điều bí ẩn giấu kín, *"đã chôn vùi trong bóng tối ngàn năm"* như lời Trần Văn Giàu nói về sự phát hiện tư liệu lịch sử thế kỷ V ở Việt Nam do Lê Mạnh Thát khai quật ra từ "Hoằng Minh Tập" và sau cùng mới đây khi Lê Mạnh Thát và Tuệ Sỹ bị Hà Nội kết án tử hình thì đó chính là sự phát hiện lỗi lạc nhất của nhị vị để cho cả thế giới thấy rằng Cộng sản Việt Nam đã lạnh lùng tàn phá, tiêu diệt tất cả những gì là tinh hoa, là trí tuệ thượng đẳng tâm linh siêu việt của dân tộc.

Từ lúc hãy còn rất nhỏ cho tới lớn khôn trưởng thành, Tuệ Sỹ và Lê Mạnh Thát đều sống một đời tu hành khắc khổ và trong sạch hoàn toàn, không bao giờ ham mê danh vọng thế tục, không bao giờ để ý đến địa vị xã hội và chẳng bao giờ biết đến tiền bạc lợi lộc cho chính bản thân.

Trong lòng nhị vị vẫn thường trực hừng hực thệ nguyện vô biên đạt đến Giác ngộ vì lợi lạc cho tất cả và giải thoát cho tất cả, mà bước đi hùng dũng đã được thể hiện oanh liệt nhất hiện nay là dâng hiến cả sinh mệnh mình để giải phóng quê hương thoát khỏi cái chủ nghĩa ngu xuẩn nhất, tàn bạo nhất và vô minh nhất của thế kỷ XX.

Chúng ta chỉ đủ sức nhìn thấy được những thiền sư đúng nghĩa mỗi khi chúng ta có đủ sức mạnh tâm linh để tự quên mình, cũng như Đại sư Đạo Cao đã dạy thống thiết trong sách "Sáu Bức Thư ở thế kỷ thứ V" mà Lê Mạnh Thát đã phát hiện cho toàn dân tộc:

"Rằng quên mình mà đem hết lòng thành thì tất có cảm. Có cảm tất phải có thấy. Không có cảm thì không thấy... Thánh nhân đâu phải là không thường ở với quần sinh, đâu phải là không thường thấy ư?"[1]

Lê Mạnh Thát và Tuệ Sỹ đã quên mình mà hết lòng thành thì tất nhiên nhị vị cảm được tất cả những đổ vỡ bi đát của quê hương và kiếp người: Hai người đã được hết tất cả tính mệnh của Việt Nam thì tất nhiên nhìn thấy được những gì vẫn giữ lại Việt tính, và họ đã lên đường trở thành những Đạo sư dẫn đường cho cả dân tộc. Lúc Hà Nội kết án tử hình Tuệ Sỹ và Lê Mạnh Thát hay bất cứ kẻ nào khác vô danh đã tranh đấu cho quyền làm người Việt Nam thì chính Hà Nội đã kết án tử hình toàn thể dân tộc.

Khi mà toàn thể dân tộc Việt Nam bị một chế độ tàn bạo kết án tử hình thì đó cũng là lúc chế độ ấy đang tự hủy diệt trong lòng địa chấn linh diệu của Đại mệnh Việt Nam.

PHẠM CÔNG THIỆN

California ngày 18.10.1988

---

[1] Lịch sử Phật giáo Việt Nam từ khởi nguyên đến thời Lý Nam Đế - Tập I, Chương VIII, trang 433 - Lê Mạnh Thát, NXB TH TP HCM - 2005.

NGUYÊN GIÁC

LỜI GIỚI THIỆU
"TUỆ SỸ - VỊ THẦY CỦA BỐN CHÚNG"

Tác phẩm viết bằng song ngữ Anh-Việt, ấn hành lần đầu là năm 2017, lần tái bản này năm 2019 với nhiều bổ sung. Bìa là tranh vẽ Thầy Tuệ Sỹ của họa sĩ Đỗ Trung Quân. Đang phát hành trên mạng Amazon ở địa chỉ: https://amzn.to/31VUPZM.

Duyên khởi để hình thành tác phẩm là, theo Tâm Thường Định viết nơi Lời Nói Đầu: "Nhân dịp sinh nhật của Thầy, chúng tôi mạo muội làm việc nho nhỏ này như một món quà từ phương xa để kính dâng một vị Thầy lớn của Phật giáo Việt Nam, người đang âm thầm hành đạo trong kiên trì và nhẫn nại với tấm lòng từ bi rộng lớn. Trí tuệ của Người là ngọn hải đăng của nhiều thế hệ, trong đó có chúng con."

Được biết, Thầy Tuệ Sỹ sinh ngày 15 tháng 2 năm 1943.

Có thể hiểu dễ dàng duyên khởi về sách này, nếu chúng ta biết rõ về tác giả Tâm Thường Định, một huynh trưởng Gia Đình Phật Tử tại California. Tác giả đã trải qua nhiều năm đọc các bài viết của Thầy Tuệ Sỹ, do vậy từng trang sách đều hiển lộ tấm lòng rất mực tôn kính đối với Thầy. Bản thân Tiến Sĩ Tâm Thường Định cũng là một giáo viên dạy Hóa học tại một trường trung học ở Sacramento, đồng thời đang dạy về Thiền Chánh Niệm (Mindfulness Meditation) tại nhiều học khu California. Đồng thời, tác giả Tâm Thường Định cũng hoạt động trong nhóm một số Phật tử thiện nguyện vào hướng dẫn Thiền tập và giáo pháp trong nhà tù Folsom State Prison (B-yard) - nơi giam 3.300 tù nhân hình sự.

Người viết không dám bình luận gì về tiếng Anh của tác phẩm "Tuệ Sỹ - Vị Thầy Của Bốn Chúng" vì trình độ tiếng Anh của người viết phần lớn là tự học, không thể bằng tác giả Tâm Thường Định. Một số bản dịch và bài viết của Tâm Thường Định trong bản tiếng Anh lại có hỗ trợ từ Giáo sư Ngôn ngữ học Nguyễn Văn Thái, do vậy người viết không dám bàn về phần tiếng Anh (ngay cả khi có thắc mắc).

Lý do phải viết song ngữ chỉ vì giới trẻ, ngay cả trong các đơn vị Gia Đình Phật Tử Việt Nam cũng không đọc được tiếng Việt. Và như thế, các em này hoàn toàn bị đứt lìa với Phật giáo Việt Nam, không thấy được công trình của các nhân vật đã đóng góp lớn lao cho Phật giáo Việt Nam, trong đó có Thầy Tuệ Sỹ.

Nơi đầu sách có Lời Giới Thiệu bằng tiếng Anh của Tiến Sĩ W. Edward Bureau, và phần này do cư sĩ Doãn T. Kim Khánh dịch ra tiếng Việt. Lời này chủ yếu là nhận định của Giáo sư Bureau về công việc đi dạy Thiền Chánh Niệm của Tâm Thường Định (Phe Bach) tại các học khu California.

Tiến sĩ Bureau viết, nơi đây trích bản Việt dịch như sau:

"Phương cách lãnh đạo có chánh niệm hiện hữu ngay trong thiên nhiên, vừa đúng lúc vừa vượt thoát được khái niệm thời gian. Đó là cốt lõi của phương pháp lãnh đạo luôn có mặt ở hiện tại và chia sẻ hiện tại với người khác. Khái niệm này chính là tâm huyết mà Phê trao truyền cho những nhà giáo dục khắp California trong những buổi huấn luyện việc đưa chánh niệm vào lớp học. Làm được như vậy rõ ràng là đem lại

cho cả nhà giáo dục lẫn người học sức khỏe về cả tinh thần lẫn thể chất, đồng thời phương pháp dạy và học trong chánh niệm cũng tạo bối cảnh cho tâm từ bi và an lành."

Tiếp theo, là Lời Giới Thiệu của Thầy Thích Nguyên Siêu (từ San Diego, California), chủ yếu nói về nội dung sách.

Trong này, Thầy Thích Nguyên Siêu viết về sách của Tâm Thường Định, trích:

"Tác phẩm này gồm có hai bài của Ôn Tuệ Sỹ. Bài thứ nhất có tựa đề "Tâm Thư Gởi Tăng Sinh Huế", nhưng người đọc sẽ thấy rõ ý của Ôn muốn nhắn gởi đến cả thế hệ Tăng Ni trẻ đang sống trong một hoàn cảnh đất nước 'Bị cắt đứt với mạch nguồn quá khứ, bị che chắn khuất tầm nhìn tương lai.' Từ đó, Ôn tha thiết nhắn nhủ: 'Cầu mong các con có đủ dũng mãnh để đi bằng đôi chân của mình, nhìn bằng đôi mắt của mình, tự xác định hướng đi cho chính mình...'

Bài thứ hai có tựa đề "Suy Nghĩ Về Hướng Giáo Dục Đạo Phật Cho Tuổi Trẻ". Bằng cái nhìn và nhận định về một thế hệ, Ôn đã đánh thức những tâm hồn của tuổi trẻ Việt Nam: 'Tuổi trẻ Việt Nam đang bị bật rễ, do đó có nguy cơ mất hướng, hay thực sự đã mất hướng. Tuổi trẻ của Đạo Phật Việt Nam cũng không ngoại lệ, và không dễ dàng vượt qua tình trạng mất hướng này. Ở đây, tôi nói mất hướng là nhìn từ điểm đứng dân tộc...'

Bước qua phần hai là thơ của Ôn Tuệ Sỹ... Qua phần thứ ba là thơ của anh Tâm Thường Định... Và phần thứ tư cũng là cuối cùng của tác phẩm, đó là bài viết: 'Mắt Biếc Trong Thơ Tuệ Sỹ' của Tâm Thường Định, muốn tìm cái nghĩa ẩn dụ của từ 'mắt biếc' trong bài thơ 'Một Thoáng Chiêm Bao'."

Tuyển tập song ngữ "Tuệ Sỹ - Vị Thầy Của Bốn Chúng" của Tâm Thường Định như thế rất đa dạng. Trong đó, hai bài viết của Thầy Tuệ Sỹ viết cho giới trẻ Việt Nam đều có tầm quan trọng đặc biệt, không chỉ mời gọi định hướng cho thế hệ trẻ xuất gia và tại gia về thái độ tu học trong cương vị mỗi người tự nhìn bằng đôi mắt của mình, mà cũng mời gọi nhìn từ điểm đứng dân tộc để có những hành hoạt tương lai.

Dịch sang tiếng Anh, đặc biệt khi dịch thơ Thầy Tuệ Sỹ, là một nghệ thuật rất mực gian nan. Thí dụ, Thầy Tuệ Sỹ trong bài thơ "Một Thoáng Chiêm Bao" khởi đầu với câu: Người mắt biếc ngây thơ ngày hội lớn... Tác giả Tâm Thường Định và Giáo sư Nguyễn Văn Thái nhận định rằng chữ "mắt biếc" rất khó dịch, vì không thuần chỉ màu sắc, mà còn mang ẩn nghĩa "trinh nguyên và ngây thơ". Thơ của Thầy Tuệ Sỹ hay là một chuyện, nhưng hàm nhiều nghĩa mới là gian nan cho người dịch. Bản Anh dịch đưa ra trong sách này sẽ giúp giới trẻ tại Hoa Kỳ tiếp cận với một nhà thơ lớn của dân tộc Việt Nam đương thời, cũng là một nhà sư đi giữa những gian nan lịch sử với tâm hồn trong trắng như câu thơ Thầy viết: *"Như cò trắng giữa đồng xanh bất tận."*

Như thế, tuyển tập song ngữ về Thầy Tuệ Sỹ do Tâm Thường Định chuyển ngữ là một công trình lớn, đã thực hiện cẩn trọng qua nhiều năm, và bây giờ tuyển lại để ấn hành. Tác phẩm này cần có trong tủ sách những người quan tâm về Phật Giáo Việt Nam nói chung, và về Thầy Tuệ Sỹ nói riêng.

Người viết khâm phục tác giả Tâm Thường Định là chuyện tất nhiên, đương nhiên và hiển nhiên. Chỉ thêm nơi đây, xin đề nghị bạn Tâm Thường Định trong lần tái bản tương lai, nên chiếu rọi thêm một phương diện lớn khác của Thầy Tuệ Sỹ: một vị Bồ Tát xuất gia, và là người tích cực quảng bá Bồ Tát Đạo. Đề tài này sẽ đặc biệt thích nghi với giới trẻ Việt Nam, dù tại Hoa Kỳ hay tại Việt Nam.

Người viết nhận thấy rằng Thầy Tuệ Sỹ là một người ưa sống trầm lặng, xa rời các náo nhiệt thế gian, nhưng lòng luôn

luôn thương xót chúng sinh. Thí dụ, có lúc nghe tin Thầy Tuệ Sỹ ra ẩn tu ở Khánh Hòa, có lúc nghe tin Thầy về ẩn nơi Bảo Lộc; và ngay khi ở Sài Gòn, Thầy cũng giữ hạnh ẩn tu. Vào năm 2005, khi Thầy Nhất Hạnh tới Chùa Già Lam (Sài Gòn) thăm, mới biết rằng Thầy Tuệ Sỹ đang nhập thất, đã gõ cửa nhưng cũng không thấy ra gặp được. Nghĩa là, Thầy Tuệ Sỹ giữ hạnh ẩn tu, ngay nơi náo nhiệt như Sài Gòn mà vẫn tịch lặng cõi riêng. Dù vậy, khi theo dõi các sách và các bài viết của Thầy Tuệ Sỹ, mới biết rằng Thầy hoằng pháp, quảng bá chánh pháp theo cách riêng.

Thầy Tuệ Sỹ như thế đã sống theo lời dạy của Đức Phật. Cụ thể là lời dạy trong Kinh Trung A Hàm MA-77.[1] Nghĩa là ẩn tu, nhưng luôn luôn thương xót chúng sinh đời sau. Đọc kỹ kinh này, cho thấy Đức Phật cũng khuyên chúng sanh "học theo Như Lai" - phải chăng đó là "học theo Bồ Tát Đạo"? Nếu nghĩ như thế, là từ trong Kinh A Hàm, Đức Phật đã khuyên chúng sinh nên theo hạnh Bồ Tát, tức là theo hạnh Đại Thừa. Thầy Tuệ Sỹ là một nhà sư như thế.

Kinh MA-77 qua bản dịch của Thầy Tuệ Sỹ, trích như sau:

"Này A-na-luật-đà, Như Lai chỉ vì hai mục đích sau đây nên mới sống nơi rừng vắng, trong núi sâu, dưới gốc cây, thích ở non cao, vắng bặt tiếng tăm, xa lánh, không sự dữ, không có bóng người, tùy thuận tĩnh tọa. Một là, sống an lạc ngay trong đời hiện tại. Hai là, vì thương xót chúng sanh đời sau. Đời sau hoặc có chúng sanh học theo Như Lai, sống nơi rừng vắng, trong núi sâu, dưới gốc cây, thích ở non cao, vắng bặt tiếng người, tùy thuận tĩnh tọa. Này A-na-luật-đà, vì những mục đích ấy mà Như Lai sống nơi rừng vắng, trong núi sâu,

---

[1] Tác giả muốn nói đến kinh Sa-ka-đế tam tộc tánh tử (Đại Chánh tân tu Đại tạng kinh, Tập 1, kinh số 26, trang 539), tương đương với kinh **Naḷakapāna-suttaṃ** (M68) trong Trung Bộ Kinh thuộc Kinh tạng Pali.

dưới gốc cây, thích ở non cao, vắng bặt tiếng tăm, xa lánh, không sự dữ, không có bóng người, tùy thuận tĩnh tọa.'"¹

Nghĩa là, Đức Phật nói rõ, một vị sư đi tu không phải để riêng tự giải thoát, mà cần nghĩ tới (và thương xót) chúng sanh đời sau, và nếu có ai đời sau học theo Như Lai thì... tự quân bình, vừa ẩn tu, vừa thương xót chúng sanh. Chỗ này có thể nghĩ là, không lẽ Đức Phật tu qua 3 a-tăng-kỳ kiếp, giúp vô lượng chúng sanh, bây giờ thành Phật, rồi vào Niết Bàn để biến mất luôn? Trong khi hạnh Bồ Tát là không bao giờ rời bỏ chúng sanh. Tuy nhiên, nếu nói rằng có một vị nào mang nguyện Bồ Tát để đời đời tái sanh nhằm cứu chúng sanh là dễ rơi vào "chấp Có", nhưng nếu nói biến hẳn luôn là dễ rơi vào "chấp Không" - đây là nơi, nếu không có Trí Tuệ Bát Nhã là sẽ hỏng cả hai đầu biên kiến...

Có một tác phẩm của Thầy Tuệ Sỹ ít được nghe tới (nhiều phần, có lẽ vì hoàn cảnh ẩn tu của Thầy) là cuốn "Du Già Bồ Tát Giới" (Hương Tích Phật Việt ấn tống, 2017) - trong sách này, nơi Chương 1 nói về các "Bồ Tát Tại Gia thời Đức Phật"... ghi nhận về một số vị cư sĩ Bồ Tát Tại Gia.

Trong Tạng Thanh Văn (Nikaya và A Hàm), hình ảnh Cư sĩ Úc-Già (Ugga) hiện ra khác với hình ảnh Cư sĩ Úc-Già trong Tạng Bồ Tát. Chỉ ngay trong một câu nói của Úc-già Trưởng giả (theo Kinh Đại Bảo Tích, quyển 82, hội 19, "Úc-già Trưởng giả") nêu lên để thỉnh vấn Đức Phật cũng cho thấy suy nghĩ cách biệt một trời một vực giữa một ngài Úc-Già trong Tạng Thanh Văn và ngài Úc-Già trong Tạng Bồ Tát.

Thầy Tuệ Sỹ viết nơi Chương 1, sách Du Già Bồ Tát Giới, trích: "Bản kinh Úc-già Trưởng giả của Đại thừa, để xác nhận chí nguyện của ông Trưởng giả, đã gắn cho ông những lời

---

¹ Kinh Sa-ma-đế tam tộc tánh tử, đã dẫn ở trước, bản Việt dịch của Thích Tuệ Sỹ.

thỉnh vấn Phật: *"Những thiện nam tử, thiện nữ nhân, vì ích lợi của hết thảy chúng sinh, muốn đưa tất cả vào Niết-bàn an lạc cứu cánh, muốn duy trì Tam bảo tồn tại thế gian không gián đoạn... những vị ấy cần phải làm gì? Giới đức hành xử của Bồ-tát tại gia là thế nào? Làm thế nào mà tuy vẫn sống đời tại gia nhưng vẫn tùy thuận tu hành những điều Như Lai giáo huấn mà không tổn hoại các bồ-đề phần?"*[1]

Đó là hạnh nguyện Bồ Tát: Đưa tất cả chúng sinh vào Niết-bàn, duy trì Tam bảo tồn tại thế gian không gián đoạn... Tư tưởng này hình như không có, hoặc không thấy rõ, trong Tạng Thanh Văn.

Cũng trong Chương 1 đó, Thầy Tuệ Sỹ phân tích về trường hợp Cư sĩ Thiện Sinh và hai bản kinh Thiện Sinh dị biệt trong hai tạng kinh. Tương tự, với một số cư sĩ khác.

Xin nhắc lại rằng, dịch ra Anh văn các bài viết của Thầy Tuệ Sỹ là một công việc cực kỳ gian nan, không dễ tí nào. Nhất là khi muốn dịch các lý luận phức tạp của Thầy Tuệ Sỹ (như trong sách Du Già Bồ Tát Giới nêu trên) thì lại trăm phần khó hơn nhiều. Nơi đây, người viết (trong cương vị tự xem như học trò của Thầy Tuệ Sỹ) muốn nhắc dịch giả Tâm Thường Định (một học giả uyên bác mà người viết có cơ duyên là bạn thân) rằng, nếu bạn tái bản cuốn sách tuyệt vời này trong tương lai, xin dịch thêm (hoặc dịch tóm lược) các phân tích của Thầy Tuệ Sỹ về Bồ Tát Hạnh. Đó cũng là những phân tích rất mực trí tuệ, chỉ thấy được từ một người đọc kinh với tâm rất mực từ bi, như Thầy Tuệ Sỹ.

Trân trọng cảm ơn tác giả Tâm Thường Định: tuyển tập song ngữ "Tuệ Sỹ - Vị Thầy Của Bốn Chúng" là một công trình lớn, về một vị Thầy lớn. Rất mực hy hữu. Xin chúc mừng.

---

[1] Chương 1, Du Già Bồ Tát Giới: https://gdptvietnam.org/tue-sy-bo-tat-tai-gia-thoi-duc-phat.gdpt

*Hòa Thượng Tuệ Sỹ
thăm Viện Phật Học Vạn Hạnh năm 2012*

PHỤ LỤC

NGUYỄN HIỀN-ĐỨC

LẠI NHỚ & NHỚ LẠI VỀ THẦY TUỆ SỸ

Với Thầy Tuệ Sỹ tôi có những kỷ niệm không thể quên được. Những kỷ niệm này, sau hơn 50 năm vẫn tươi xanh, vẫn làm tôi bồi hồi xúc động như ngày nào, chỉ có điều nó lắng đọng một cách sâu sắc hơn và âm vang mãi trong tôi. Nó khiến tôi tha thiết mong được là người học trò bé nhỏ của Thầy. Tôi thấy mình rất đỗi may mắn và hãnh diện vì có được một người Thầy, một Ân Sư như thế.

Tôi làm việc ở Tòa Viện Trưởng Viện Đại Học Vạn Hạnh, có thời gian làm thư ký cho Ôn Minh Châu - Viện trưởng, rồi làm Trưởng phòng Tu Thư, có mấy năm giúp việc cho Thầy Nguyên Tánh Phạm Công Thiện, rồi Thầy Tuệ Sỹ, với nhiệm vụ là Thư ký Tòa soạn Tạp chí Tư Tưởng mà hai vị Thầy này là Chủ bút.

Những năm ở Viện Đại Học Vạn Hạnh (1966-1975), cũng như nhiều người khác, chúng tôi gọi bằng "chú" các Sư còn rất trẻ như Chú Sỹ, Chú Chiến (cố Hòa Thượng Trung Hậu), Chú Cư (Hòa Thượng Phước An), Chú Lạc (Hòa Thượng Chơn Nguyên)...

Tôi thường tìm một lý do nào đó để tò mò đến "coi" chú Tuệ Sỹ đang đứng trên bục giảng của Phân khoa Phật Học. Lúc này "chú" mới 22 tuổi đời với vầng trán cao rộng, đôi mắt sâu rực sáng và nụ cười hồn hậu, trẻ thơ và vô tư đến lạ. Sau đó thì Chú Tuệ Sỹ là Khoa trưởng Phân khoa Phật Học Viện Đại Học Vạn Hạnh. Đó là một Khoa trưởng trẻ nhất của tất cả các đại học trong nước. Rồi đến năm 1970, Hội Đồng Viện Đại Học Vạn Hạnh[1] đã biểu quyết 100% đặc cách phong Thầy Tuệ Sỹ là Giáo sư Thực thụ của Viện. Giáo sư Thực thụ là học hàm học vị cao nhất. Quyết định quan trọng và đáp ứng yêu cầu nghiêm ngặt về học thuật này của Hội Đồng Viện Đại Học Vạn Hạnh là căn cứ vào những công trình nghiên cứu và những khảo luận triết học có giá trị rất cao, như Đại Cương Về Thiền Quán, Triết Học Về Tánh Không của Thầy Tuệ Sỹ - ngay từ hồi còn rất trẻ, quá trẻ, Thầy Tuệ Sỹ là một học giả uyên bác về Phật Giáo Nguyên Thủy và Đại Thừa. Thầy rất giỏi về chữ Hán và biết nhiều ngoại ngữ như Anh, Pháp, Đức, thông thạo tiếng Pali và tiếng Phạn.

Và, ở vào độ tuổi chưa đến ba mươi, khi Cụ Trúc Thiên vừa dịch xong cuốn Thiền Luận - tập Thượng quá vãng thì Thầy Tuệ Sỹ là người có đủ "thẩm quyền" nhất để dịch tiếp tập Trung và tập Hạ của bộ sách nổi tiếng này. Năm 1973, Thầy Tuệ Sỹ tặng tôi tập Hạ cuốn Thiền Luận. Thầy ghi lời tặng: Bản Nguyễn Hiền Đức - Tuệ Sỹ với hàng gạch phía dưới. [Đức là tên vợ tôi, hồi đó là nhân viên Phân khoa Giáo Dục Đại Học Vạn Hạnh]. Tôi vui mừng và cảm động lắm nên sau này khi làm các bộ tuyển tập hoặc tập tễnh viết lách gì đó tôi đều ghi tên là Nguyễn Hiền-Đức.

---

[1] Hội Đồng Viện Đại Học Vạn Hạnh là tổ chức cao nhất của Trường, gồm có Viện trưởng, hai Phó Viện trưởng, các Khoa trưởng, Phó khoa trưởng của các phân khoa và Thư Viện trưởng, Giám đốc các Trung tâm như Trung Tâm An Sinh Xã Hội, Trung tâm Sinh Viên Vụ, Trung tâm Ngoại ngữ, Giám đốc Ấn Quán Vạn Hạnh.

Ôn Mãn Giác, Phó Viện trưởng Điều hành Đại học Vạn Hạnh, rất quý trọng Thầy Tuệ Sỹ nên có lần đã nói: *"Tuệ Sỹ đã tu từ ngàn kiếp trước, Phật Giáo Việt Nam phải đợi tới 350 năm mới có một Thiền sư uyên bác như Tuệ Sỹ."*

Tôi nhớ lại rằng, Đại Học Vạn Hạnh có một dãy hành lang rất dài, rộng, mà chiều chiều có nhiều sinh viên, kể cả sinh viên của các trường đại học khác, đến vui chơi, giải trí. Họ ngồi đó nhìn ra sân bóng chuyền, nhìn qua chùa Phổ Tuệ và... tán gẫu, và... "bình loạn" nhiều chuyện nghe rất vui tai, chưa biết thực hư thế nào; đại để:

- Chú Tuệ Sỹ ốm nhom ốm nhách, cân nặng chưa tới 40 kí-lô, cao dưới 1,60m, chỉ có da bọc xương nhưng vầng trán thì cao rộng "mênh mông", đặc biệt là đôi mắt sáng rực, sâu thăm thẳm, cái nhìn "xa vắng, ngút ngàn".

- Chú Tuệ Sỹ mới tốt nghiệp cử nhân Phật học cách đây không lâu nhưng nghe nói có vị danh Tăng phải nhờ chú "hiệu đính" một cuốn sách chuyên khảo về Phật học.

- Rồi có bạn khác chen vào: "Vạn Hạnh là một đại học danh tiếng, có uy tín, có Ôn Minh Châu làm Viện trưởng nên có nhiều giáo sư, học giả, nhà nghiên cứu, nhà văn, nhà thơ, nhà báo nổi tiếng ở trong và ngoài nước hợp tác. Tất cả những vị này đều quý trọng và khâm phục sở học và lối sống của Chú Sỹ.

- Đợi lúc Chú Tuệ Sỹ lặng lẽ đi vào Phòng Văn - Thể - Mỹ (Trung tâm Sinh Viên Vụ), một số nam nữ sinh viên vào yên lặng nghe và nhìn Chú dạo đàn piano. Có bạn bảo: không biết Chú học piano lúc nào, với ai mà lại "điệu nghệ" đến thế. Tiếp theo là một bạn khác: "Mấy ông, bà còn chưa được nghe Chú thổi sáo, không những điệu nghệ mà còn thanh thoát hơn cả tiếng dương cầm."

Tôi chưa được nghe tiếng sáo của Thầy, chỉ thỉnh thoảng nghe được tiếng đàn piano của Thầy thôi. Qua đó, trong một bài viết, tôi ghi một vài cảm nhận đại để rằng… "tôi tập tễnh học Phật, dĩ nhiên trước hết và trên hết phải từ Kinh, sách Phật học; nhưng tôi cũng học Phật qua những bài học pháp thân từ cách xưng hô, từ nụ cười Di Lặc của Ôn Minh Châu, từ nụ cười hồn nhiên, sảng khoái của Ôn Mãn Giác, từ tiếng đàn piano của Thầy Tuệ Sỹ và cả từ những bài thơ của Bùi Giáng, Trần Xuân Kiêm và những họa phẩm của họa sĩ Đinh Cường v.v…".

Sau 1975, những năm còn ở Sài Gòn, tôi không được gặp gỡ, hầu chuyện với Thầy Tuệ Sỹ. Lo lắng, nóng lòng về tình hình sức khỏe của Thầy, tôi lên Thiền Viện Vạn Hạnh hỏi thăm thì Hòa Thượng Chơn Nguyên trả lời rất đơn giản, nhẹ nhàng là: "Đừng lo gì cả. Anh Tuệ Sỹ sống rất vô cầu." Thầy Chơn Nguyên lặp lại với tôi mấy lần những chữ "sống rất vô cầu" này.

Rồi tôi nhớ đến và nhớ lại những cảm nhận sâu sắc, những thông tin chính xác, đáng tin cậy của Hòa Thượng Thích Phước An, của Bác sĩ Đỗ Hồng Ngọc, Bác sĩ Thân Trọng Minh… mà chúng tôi đã đưa vào tuyển tập này; nhưng nay thấy cần phải dẫn lại nguyên văn một số đoạn mà cũng như tôi, nhiều độc giả thấy đáng đọc, cần đọc và đáng nhớ về Thầy Tuệ Sỹ như sau:

Đoạn văn trong bài viết của Hòa Thượng Thích Phước An như sau:

"Có lẽ, cũng vì bốn chữ 'đọa đày viễn mộng' ấy, mà Tuệ Sỹ đã từ bỏ chức Giáo sư cũng như Tổng thư ký tạp chí Tư Tưởng, cơ quan luận thuyết của Viện Đại học Vạn Hạnh mà ra đi. Tuệ Sỹ ra đi trong lúc đang được sinh viên Vạn Hạnh cùng báo chí coi anh và Phạm Công Thiện là hai cây bút trẻ

lỗi lạc nhất (lúc đó cả hai đều dưới 30) của văn học Phật giáo Việt Nam thời bấy giờ. Tuệ Sỹ được xem là quảng bác về Phật học và tư tưởng Đông phương, còn Phạm Công Thiện thì lỗi lạc về triết lý Tây phương. Chính những bài viết của Phạm Công Thiện và Tuệ Sỹ (cả Ngô Trọng Anh và vài người nữa) trên tạp chí Tư Tưởng mới đủ sức thuyết phục một số nhà trí thức trở về Phật giáo qua Viện Đại học Vạn Hạnh. Trong số đó, đáng kể nhất là trường hợp cố Giáo sư Linh mục Lê Tôn Nghiêm. Lê Tôn Nghiêm là giáo sư triết Tây của các Đại học như: Văn Khoa Sài Gòn, Huế và Đà Lạt, và được xem như là người giỏi triết Tây nhất trong các nhà khoa bảng Thiên Chúa giáo của Việt Nam. Cứ xem những bài viết trên tạp chí Tư Tưởng của Lê Tôn Nghiêm, ai cũng có thể đoán ngay được rằng, thế nào thì ông cũng sẽ từ bỏ Thiên Chúa giáo trong một ngày không xa. Và lời tiên đoán ấy rất đúng, vào những ngày cuối đời, sống tại Sài Gòn, Lê Tôn Nghiêm đã thờ Phật, ngồi Thiền và ăn chay như một Phật tử thuần thành.

"Năm 1969 nhà xuất bản Ca Dao của Hoài Khanh in cuốn "Đi Vào Cõi Thơ" của Bùi Giáng. Ngoài những nhà thơ lớn như Huy Cận, Xuân Diệu, Hàn Mặc Tử, Quang Dũng, v.v... Bùi Giáng đã bất ngờ dành những trang đầu sách để viết về một bài thơ của Tuệ Sỹ. Dù bài viết chưa đầy 6 trang, nhưng ảnh hưởng rất lớn. Tất nhiên một phần cũng nhờ vào tài bình thơ của Bùi Giáng, nên mới có ảnh hưởng lớn như vậy. Vào đề Bùi Giáng viết: 'Tuệ Sỹ là một vị sư. Ông viết văn nghiêm túc, những sở tri của ông về Phật học quả thực quảng bác vô cùng, thấy ông vẻ người khắc khổ, không ai ngờ rằng linh hồn kia còn ẩn một nguồn thơ thâm viễn u u.'

"Đúng như Bùi Giáng đã ví 'không ai ngờ rằng' vì trước đó chỉ biết Tuệ Sỹ là một cây bút lý luận về Phật học, đọc rất khó hiểu, có thể nói là rất khô khan nữa. Nếu ai đã từng đọc bài:"Luận Lý Học Trên Chiều Tuyệt Đối" Tuệ Sỹ viết về

Long Thọ và lập trường Tánh Không Luận đăng trên tạp chí Tư Tưởng, mà sau đó nhà xuất bản An Tiêm in thành sách vào năm 1970 đổi lại đề là "Triết Học Về Tánh Không", thì sẽ thấy nhận định của Bùi Giáng là hoàn toàn chính xác. Có một lần tôi than với Tuệ Sỹ: 'Đọc Triết Học Tánh Không chẳng hiểu gì cả' thì anh cười và nói lại rằng: 'Tôi là tác giả mà đọc lại còn chưa hiểu, huống gì là ông.'"

Bác sĩ Đỗ Hồng Ngọc cung cấp cho chúng ta nhiều thông tin thú vị, bổ ích về Thầy Tuệ Sỹ như sau:

"Thầy 'khoe' cái cốc của thầy ở Blao. Đẹp quá và thanh tịnh quá chứ. Mình vẫn 'méo mó nghề nghiệp' hỏi thăm một chút về sức khỏe và lối sống hiện nay của Thầy ra sao thì biết mắt đã bắt đầu kém, hình như đã bị cườm khô rồi, còn nói chung thì ổn, mặc dù gầy nhom, chỉ cao 1,59m và nặng 39,5kg. Mỗi ngày ăn nhẹ buổi sáng và ăn cơm vào buổi trưa, buổi tối nhịn (y như thời Phật). Mình đùa nghiên cứu gần đây cho thấy ăn đói đói thì sống rất lâu đó! Ngủ mỗi đêm chỉ từ 21h đến 2 giờ sáng, thức dậy làm việc ngay. Thỉnh thoảng nhịn đói tuần lễ, mươi ngày, chỉ uống nước chanh đường. 3,4 ngày đầu thấy hơi mệt, nhưng sau đó thấy sảng khoái và rất sáng suốt...

"Công việc của Thầy bây giờ là nghiên cứu và dịch kinh sách từ tiếng Pali. Những tác phẩm rất có giá trị của Phật giáo giúp cho các tăng ni trẻ có tài liệu học tập, tham khảo."

Chúng tôi xin phép được "sao lục" lại đôi điều cảm nhận này để kính nhớ Thầy Tuệ Sỹ vậy.

NGUYÊN ĐẠO VĂN CÔNG TUẤN

GÓP LỜI... NHỚ

Trong những ngày đại dịch Corona, giờ giấc của tôi có hơi bị xáo trộn, tâm trí lại quá căng thẳng. Làm việc tại bệnh viện đại học này đã hai mươi năm nay, tôi vẫn thường thấy nhiều ca bệnh, nhiều bệnh nhân, cũng thường có khi thấy thây người chết. Nhưng trường hợp người bệnh CoViD-19 thì quả là thật đặc biệt. Con bệnh khi biết mình đã nhiễm virus CoViD-19 là bắt đầu hoảng hốt lo sợ, lo là từ bây giờ mình sẽ bị hoàn toàn cô lập, phải đơn thương độc mã chiến đấu với cơn bệnh dịch hiểm nghèo. Chung quanh họ ở trong phòng hồi sức không bóng một người thân để mong có một ánh mắt, một bàn tay chia sẻ. Họ chỉ thấy các bác sĩ, y tá toàn thân bịt kín mít, trông như người từ hành tinh khác đến. Cứ nhìn họ, tôi tự cảm thấy mình may mắn còn đứng đây, chứ con CoViD ấy mà viếng mình, không chừng mình là nhân vật nằm trên chiếc giường ấy. Mà với CoViD-19 thì không ai có thể lường được, nó có thể nhập vào bất cứ ai, bất luận giàu nghèo sang hèn già trẻ. Chỉ cần đứng đâu đó (ví dụ siêu thị, trạm xăng...) mà có người ho hay hách xì lên một tiếng là có thể có nguy cơ ùa đến.

Giữa cơn bối rối hoảng loạn ấy, anh Nguyễn Hiền-Đức đã thương tưởng gởi cho tôi tuyển tập này. Tôi như người đang khát mà gặp dòng nước mát. Tôi vừa đọc vừa mày mò sửa lại những lỗi kỹ thuật theo yêu cầu của anh. Có một số bài do anh tự gõ vào máy tính nên tạo ra những "lỗi gõ", nghĩa là do vì ngón tay vướng vào phiếm gõ kế bên. Còn một số bài anh copy từ các trang mạng thì các code, co chữ, khung, màu... có khi không hợp những bài khác. Lại có lúc mấy tấm hình bị lệch đi do khổ lớn nhỏ khác nhau. Thật ra tôi đã mày mò đọc để chìm đắm trong nội dung và thưởng thức nhiều hơn là sửa bài. Vậy mà còn được anh ấy hết lời khen! Thật chẳng khoái lắm ru (nói như lời của cụ Kim Thánh Thán).

Anh Nguyễn Hiền-Đức như người đầu bếp giỏi, đi gom góp những lương thực ngon lạ bổ dưỡng khắp trong thế gian, rồi nấu nướng, sắp xếp đúng thứ tự lớp lang đâu đó, biến thành những món cao lương mỹ vị đem mời mọi người. Tôi đóng vai anh chàng bồi bàn, chỉ có nhiệm vụ bưng các món ăn ấy ra đây thôi. Bởi vậy nghe anh khen (có khi hơi quá lời), đọc mà thấy mình hơi... mắc cỡ. Có bài của tôi viết ra đã mấy

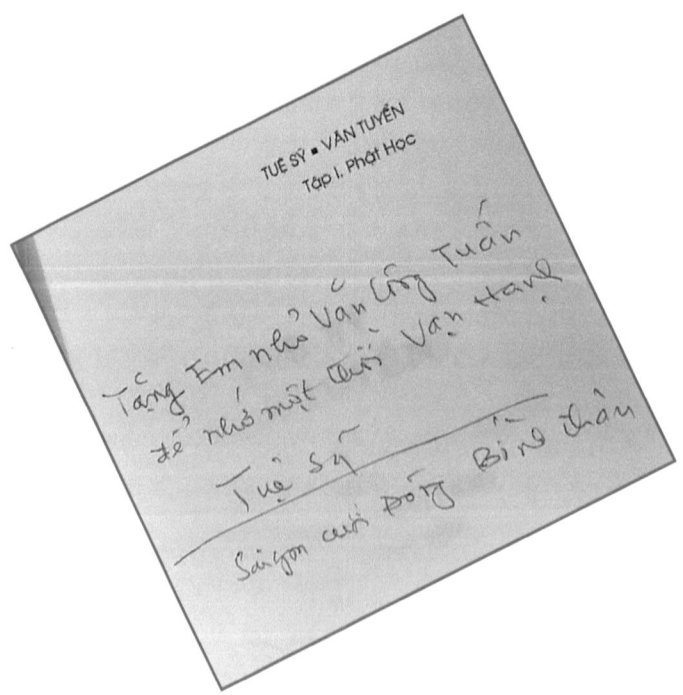

Lời đề tặng sách "Tuệ Sỹ - Văn Tuyển" của Thầy Tuệ Sỹ

năm trước, viết với cả tâm tình của mình trong những ngày đẹp ở Vạn Hạnh năm xưa. Những ngày ấy tôi đã cả gan gọi Thầy Tuệ Sỹ là anh (do bắt chước Thầy Phước An và Thầy Chơn Nguyên, bây giờ thì không dám nữa). Thỉnh thoảng vào phòng Thầy ngồi nghe Thầy kể chuyện. Rồi có hôm lại được chính vị giáo sư khoa trưởng trẻ nhất Việt Nam thời ấy tự tay nấu cơm mời ăn. Cũng có khi chạy đến để Thầy sai vặt chuyện gì đó, như đi thư viện mượn hay trả vài cuốn sách, đi ra chợ Trương Minh Giảng mua cái gì đó mà Thầy đang cần. Bởi vậy ba năm trước, khi anh Hiền đề nghị viết thì tôi nhớ sao viết ra ngay, chẳng có gì là khó khăn cả. Viết về Thầy Tuệ Sỹ, với tôi chỉ là hành động cúi đầu ngưỡng mộ trước Thái Sơn. Không khó, vì lòng ngưỡng mộ ấy vẫn còn mãi trong tôi, mãi đến tận hôm nay.

Mày mò đọc từng bài viết của bao thức giả bốn phương trong tập Tuệ Sỹ - Viên Ngọc Quý này, cái tâm đang bất ổn của tôi bỗng dưng an ra, cái đầu tối tăm của tôi bỗng dưng sáng ra thêm. Thì vậy, như nhan đề, Thầy Tuệ Sỹ đúng là viên ngọc quý. Ngọc thì tỏa sáng và chỉ biết âm thầm tỏa sáng. Ngọc càng quý thì lại càng sáng hơn. Những điều ấy bây giờ lại được nói ra, được lặp lại từ khẩu khí của các bậc tôn túc, thức giả bốn phương. Từ quý Hòa Thượng Như Điển, Nguyên Siêu, Phước An... đến cụ Đào Duy Anh, rồi Đỗ Hồng Ngọc, Đinh Cường, Phạm Công Thiện, Viên Linh, Nguyên Giác, Nguyễn Minh Cần vân vân và vân vân. Còn nhiều bậc tài danh khác như ở trang Mục Lục.

Nhưng chuyện đời luôn có hai mặt, như đồng tiền có sấp có ngửa. Vì ngọc tỏa sáng nên có khi đã làm chói mắt khó chịu một số người. Có những đôi mắt không tiếp nhận nổi ánh sáng. Thôi thì, xin anh xin chị bình tâm, xin ráng thêm chút. Ai cũng vậy. Khó chịu thì cũng cố tập quen với ánh sáng. Chẳng lẽ cả đời cứ nhởn nhơ trong cảnh tranh tối tranh sáng nhập nhằng, hay chấp nhận ngồi trong bóng tối mãi sao?

Thầy Tuệ Sỹ là viên ngọc quý, ai cũng biết! Muốn cảm được ánh sáng ngọc quý thì phải chịu nhìn. Nếu ta cứ buông xuôi chấp nhận để cặp mắt sáng của mình nấp sau các gọng kính râm thì sẽ chẳng bao giờ nhận ra được ngọc sáng.

Ngày xưa tôi từng rất khâm phục khi đọc được rằng, Trà đạo Nhật Bản dựng những ngôi trà thất có cửa ra vào rất thấp. Bước vào cửa, trà khách dù là tay kiếm sĩ lừng danh, bậc luận sư uyên bác hay ông đại quan quyền cao chức trọng, ai muốn vào trà thất thì trước tiên phải lột bỏ tất cả vũ khí, áo mão... để ở bên ngoài. Sau đó khách phải tự cúi thấp đầu xuống thì mới đi lọt vào cửa được. Ai không cúi đầu thì sẽ bị đụng vào cái khung cửa nọ làm lỗ đầu, u trán (vậy mà cũng chưa vào được bên trong). Và bất cứ ai, khi đã bình tâm cúi đầu nhẹ xuống thì ai cũng đẹp hết. Cái cúi đầu là để tự nhắc nhở rằng, cái ta của mình xem ra vậy mà nhỏ hơn cái vũ trụ càn khôn nhiều lắm. Học Trà đạo trước tiên là học cúi đầu. Dù đầu cứng hay đầu mềm, dù có tóc hay không có tóc, bất kể dù là nam tử hay phụ nữ.

Giáo lý nhà Phật cũng dạy ta gieo năm vóc cúi xuống sát đất để lạy Phật, Pháp, Tăng. Không cúi xuống, không phủ phục thì không có cơ hội lọt vào Cửa Động Thiếu Thất. Vào bên trong trà thất thì ngồi xếp bằng khiêm tốn ở dưới sàn nhà, chứ không chễm chệ trên những chiếc ghế cao.

Trong tập sách này tôi đã đọc được những lời này của Thầy Tuệ Sỹ:

"Vó ngựa của Thành-Cát-Tư-Hãn không chùn bước trước bất cứ kẻ thù nào, nhưng tâm tư của Đại Hãn cảm thấy bất an khi nhìn sâu vào cuối con đường chinh phục một bóng dáng đang thấp thoáng đợi chờ. Đó là kẻ thù cần phải chinh

phục sau cùng. Đại Hãn cũng biết rằng dẫu cho tập hợp sức mạnh của trăm vạn hùng binh cũng không thể đánh bại kẻ thù ấy, chinh phục vương quốc ấy" (Đạo Phật và Thanh Niên).

Đại Hãn với đội quân bách chiến bách thắng như vậy mà cũng khuất phục, cũng phải quá lo âu khi cảm thấy cận kề hình bóng Tử thần, vẫn thấy thần chết lảng vảng quanh ông. Đại Hãn lo sợ cho cái thân của mình nên đã sai sứ giả đi vào núi Chung Nam thỉnh cầu Đạo trưởng Khưu Xử Cơ giúp.

Tả về con người của Thầy Tuệ Sỹ chắc khó ai viết hay hơn những lời này của Thầy Như Điển:

"Thầy Tuệ Sỹ với mình hạc xương mai; nhưng tư tưởng của Thầy thì cao hơn núi Thái và vững hơn bàn thạch, sáng giá hơn kim cương, dầu cho Thầy có sống ở dưới bất cứ hoàn cảnh nào..."

Trong tâm niệm ấy, con xin chắp tay nguyện cầu mười phương chư Phật gia hộ Hòa Thượng Tuệ Sỹ chóng bình phục, hùng tâm hùng lực tăng trưởng để cùng chư Tôn Đức Tăng Ni lèo lái con thuyền Giáo Hội trước dòng thác lũ hiện nay.

Nam Mô Sư Tử Hống Bồ-tát Ma-ha-tát.

NGUYÊN ĐẠO VĂN CÔNG TUẤN
Đức Quốc tháng 5 năm 2020
Mùa đại dịch Corona.

www.ingramcontent.com/pod-product-compliance
Ingram Content Group UK Ltd.
Pitfield, Milton Keynes, MK11 3LW, UK
UKHW042005230426
12048UKWH00009B/560